मुंबई व मनाली येथील सिरीजअंतर्गत कृष्णाच्या बहुआयामी व्यक्तित्वावर
प्रश्नोत्तरांसहित दिल्या गेलेल्या २१ Osho talks पैकी सात
Osho talksचा संग्रह

कृष्णामृत

ओशो

अनुवाद
स्वाती चांदोरकर

मेहता पब्लिशिंग हाऊस

KRISHNAMRUT by OSHO
Originally published in Hindi
under the title : Krishna Smriti (Chapters 15 to 22)

The material in this book is a transcript of a series of original OSHO Talks 'Krishna Smriti, Chapters 15 to 22' given to alive audience. All of Osho's talks have been published in full as books, and are also available as original audio recordings.Audio recordings and the complete text archive can be found via the online OSHO Library at www.osho.com/library

Licence of the Marathi Translation with Mehta Publishing House
Translated into Marathi Language by Swati Chandorkar

कृष्णामृत / वैचारिक

अनुवाद : स्वाती चांदोरकर

author@mehtapublishinghouse.com

मराठी अनुवादाचे व प्रकाशनाचे हक्क : मेहता पब्लिशिंग हाऊस, पुणे.

संस्थापक : सुनील अनिल मेहता

प्रकाशक : अखिल सुनिल मेहता, मेहता पब्लिशिंग हाऊस,
१९४१, सदाशिव पेठ, माडीवाले कॉलनी, पुणे - ४११०३०.

मुद्रक : पार्कसन्स ग्राफिक्स

मुखपृष्ठ : फाल्गुन ग्राफिक्स

प्रथमावृत्ती : मे, २०२२

किंमत : ₹ २७०

P Book ISBN 9789391151324
E Book ISBN 9789391151409
E Books available on : amazonkindle Apple Books Google Play Books

भूमिका

जीवन म्हणजे एक विशाल कॅनव्हास, ज्यावर क्षणाक्षणातल्या भावनांच्या कुंचल्याने अनेकानेक रंग मिळून सुख-दुःखाचं चित्र साकारलं जातं. माणूस पूर्वापार, अनेकानेक युगं निर्मळ आनंदाच्या शोधात क्षणन्‌क्षण या चित्राला चांगलं चितारण्याच्या प्रयत्नात आहे. हे चित्र हजारो वर्षांपासून मानवसंस्कृतीचा अविभाज्य भाग बनलं आहे. कुणा एकाचं नाव घेतलं तर प्रकृती हसते, प्रसन्न होते.

आदिकाळापासून माणसाने एखादं चित्र आपल्या मनात साठवून कधी त्याची पूजा, कधी आराधना, तर कधी चिंतन-मनन असं करत करत त्याने ध्यानावस्थेपर्यंतचा प्रवास केला. इतिहासात, पुराणात अशी अनेक चित्रं आहेत, जी युगानुयुगं मानव-संस्कृतीला प्रभावित करीत आहेत. महावीर, ख्राइस्ट, बुद्ध, राम यांनी मानवजातीला गहिरा स्पर्श केला आहे. या सगळ्यांच्या गोष्टी वेगवेगळ्या आहेत. कृष्णाने या सर्वांच्या रूपाला, गुणांना स्वत:मध्ये सामावून घेतलं आहे. कृष्ण हे एक असं नाव आहे ज्याने जीवनाला पूर्णता दिली. एका बाजूला नाचणं, गाणं, रासलीला; तर दुसऱ्या बाजूला राजनीती. सर्वसाधारणपणे परस्परविरोधी गोष्ट. पण कृष्णाने त्यांना स्वत:मध्ये सामावून आनंदाने बासरीही वाजविली. अशी सहजक्रिया करणारं कृष्णाचं हे व्यक्तिमत्त्व – त्याचं चरित्र आश्चर्य वाटण्याजोगं, अचंबित व्हावं असंच आहे.

ओशोंनी कृष्णाला त्यांच्या दृष्टिकोनातून आपल्यासमोर ठेवलं आहे. आपल्या दार्शनिक आणि चिंतनशील पारदर्शक दृष्टीने या पुस्तकाच्या माध्यमातून आमच्यापर्यंत पोहोचवलं आहे. व्यक्तित्व जेव्हा मोठं, विशाल असतं तेव्हा त्याची मूर्ती बनवणं हे सोपं काम नाही. केवळ बाह्यरूप बनवणं पुरेसं नसतं. व्यक्तित्वाचे सर्व पैलू उभारणं गरजेचं असतं. श्रेष्ठ कलाकार तोच आहे, जो मूर्तीत अशा गोष्टीही निर्माण करू शकेल, ज्यांना सामान्य डोळे बघू शकत नाही.

भारतीय जनमानसांना कृष्ण नवीन नाही. कृष्णाची मूर्ती, चेहेरेपट्टी परिचित आहे. मग तो लहानपणातला – ती मूर्ती सूरदासांची असो की महाभारतातली की भिन्न कवींनी विभिन्नतेने साकारलेला कृष्ण असो. लोककथा, आख्यायिकांमधला कृष्ण. आहे तो अगदी परिचित. त्याचं चित्र आमच्या मनात स्थिर छायाचित्रासारखं विराजमान झालेलं आहे.

परंतु ओशोंनी या पुस्तकात केवळ कृष्णाचा फोटो काढलेला नाही, तर त्यांच्या विचारशृंखलेतून कृष्णाच्या जीवनाला अशा विचारांच्या रंगांनी रंगवलं आहे. जे कॅमेऱ्याच्या डोळ्यांना दिसू शकत नाहीत; केवळ कुंचल्यातूनच प्रकट होऊ शकतात.

पूर्णतेचं नाव कृष्ण!

कॅमेरा केवळ मूर्त आकृत्यांना प्रतिकृती देऊ शकतो; पण कलाकार त्याच्या कुंचल्यातून अमूर्ततेला रेखांकित करतो. 'कृष्ण-स्मृती' अशाच न दिसणाऱ्या, अनोळखी छटांना संकलित, ओशोंच्या मोठ्या प्रवचन-शृंखलेतून उभारलेलं आहे. श्रोत्यांची जिज्ञासा, कुतूहल आणि कृष्णाचं व्यक्तिमत्त्वामुळे निर्माण होणाऱ्या अनेक प्रश्नांच्या उत्तरांतून एखाद्या झऱ्यातून वाहणाऱ्या थेंबाथेंबातून काचेसारखे पारदर्शी विचार-चिंतन या पुस्तकातून प्रवाहित झाले आहेत.

कृष्ण यथार्थवादी आहेत. त्यांनी राग, प्रेम, भोग, काम, योग, ध्यान आणि आत्मा-परमात्मा यांसारख्या विषयांना त्यांच्या यथार्थ स्वरूपातच स्वीकारलं आहे आणि युद्ध आणि राजनीतीलाही त्यांनी वास्तविकतेतून स्वीकारलं आहे. ओशो म्हणतात की कृष्ण युद्धवादी नाहीत. त्यांचं व्यक्तिमत्त्व पूर्वाग्रही नाही. जर युद्ध व्हायचंच असेल तर पलायन योग्य नाही. जर युद्ध व्हायचंच असेल आणि त्यात मनुष्याचं हित आहे, तर युद्धाचा आनंदाने स्वीकार करायला हवा. एखाद्या ओझ्याप्रमाणे त्याला ओढत नेणं हे अयोग्य आहे. कारण ओझं समजून लढलं तर पराजय निश्चित!

ओशो युद्ध आणि शांतीच्या द्वंद्वाला समजावत कृष्णाच्या व्यक्तिमत्त्वाला अधिक सुलभतेने सादर करतात. कारण कृष्ण जीवनाला युद्ध आणि शांती या दोहोंतून पार जाऊ देऊ इच्छितात. शांतीसाठी युद्धाचं सामर्थ्य हवं.

मनुष्याच्या युद्धाच्या मानसिकतेला ओशोंनी अगदी सहजतेने उलगडलं आहे. ते म्हणतात की, मनुष्य सद्‌गुण आणि दुर्गुणातूनच आकार घेतो. अनुपात कमी-जास्त असू शकतात. असा अतिचांगला मनुष्य या जगात नाही, ज्याच्यात जराही वाईट नाही. आणि असा वाईट माणूस शोधता येणार नाही ज्याच्यात थोडंही काही चांगलं नाही. म्हणून प्रश्न नेहेमी अनुपात आणि प्रबळता यांचा आहे. स्वतंत्रता, व्यक्ती, आत्मा, धर्म ही मुख्य आहेत ज्यांच्या दिशेने शुभचेतना साथ असेल. कृष्ण अशाच चेतनेचे प्रतीक आहेत.

कृष्णावर का बोलायचं, याचं फार सुंदर उत्तर ओशोंनी दिलं आहे. कृष्णाचं महत्त्व भूतकाळासाठी कमी आणि भविष्यकाळात जास्त आहे. सत्य आहे की कृष्ण आपल्या काळापेक्षा कमीत कमी पाच हजार वर्षं आधी जन्मले. सर्व महत्त्वाच्या व्यक्ती आपल्या काळाआधी जन्म घेतात आणि सर्व गौण व्यक्ती आपल्या काळानंतर जन्म घेतात. इतकाच महत्त्वपूर्ण आणि गौण यातला फरक आहे. आणि

सर्वसाधारण व्यक्ती आपल्या काळानुसार जन्म घेतात. अशा महत्त्वपूर्ण व्यक्तींना समजून घेणं सोपं नसतं. त्यांचा वर्तमान आणि भूतकाळ त्यांना समजून घेण्यास असमर्थता अनुभवतात. ओशोंनी किती छान सांगितलं आहे की, जेव्हा आम्ही त्यांना समजून घेऊ शकत नाही तेव्हा आम्ही त्यांची पूजा करू लागतो अथवा त्यांना विरोध करतो. आम्ही अपशब्द तरी बोलतो अथवा प्रशंसा तरी करतो. दोन्ही पूजाच आहेत. एक शत्रूची आहे, एक मित्राची आहे.

ओशोंच्या तेजस्वी नजरेने कृष्णाला आपल्या वर्तमानासाठी पाहिलं. दुःख, निराशा, उदासीनता, वैराग्य यांसारख्या गोष्टी कृष्णाने या पृथ्वीवर केल्या नाहीत. पृथ्वीवर जगणाऱ्या उल्हास, उत्सव, आनंद, गीत, नृत्य, संगीताला कृष्णाने विस्तारित केलं. कृष्णाने या 'संसारा'तल्या सर्व गोष्टींना त्यांच्या वास्तविक अर्थानेच स्वीकारलं.

कृष्णाच्या बहुआयामी व्यक्तिमत्त्वाला आणि रहस्यपूर्ण कृतींना ओशोंनी सहज, सुंदर आणि सरळ सोप्या भाषेत कथित केलं. त्यांच्या या दृष्टीची कशाशीही तुलना होऊ शकत नाही. कृष्ण चोरी करण्यात कुशल, तर महावीर बेकार, असफल. कृष्ण निपुणतेने लढू शकतो तर बुद्ध लढूच शकत नाही. जीझस कधी बासरी वाजवतील अशी नुसती कल्पनाही आपण करू शकत नाही; पण कृष्ण फासावर लटकू शकतो. कृष्णाला जीझसच्या व्यक्तिमत्त्वात आपण बघूच शकत नाही.

हे संपूर्ण ज्ञान, हा ऊहापोह मोठ्या प्रवचनांच्या माध्यमातून, प्रश्नोत्तरातून तशा रूपातून उलगडत जातो. मनुष्यमनात उमटणाऱ्या तमाम जिज्ञासा आणि कुतूहलाला, त्या आतुरतेला शांत केलं गेलं आहे. प्रेम, नैतिकता, पत्नी, प्रेयसी, स्त्री-पुरुष विवाह, आध्यात्मिक संभोग, राधा-कृष्ण संबंध आणि हजारो प्रश्नांना यात सहजतेने सामावलं गेलं आहे, समाधान केलं गेलं आहे. प्रतीक आणि यथार्थाच्या तराजूत तोलत मानवी संवेदनांना आणि शरीराच्या जैविक आवश्यकतांना तथा मन, बुद्धी आणि शरीर यात्रेत स्त्री-पुरुषाच्या पूर्णतेचा युक्तिसंगत ऊहापोह ठोस मानसशास्त्राच्या पार्श्वभूमीवर केला गेला आहे. राधा आणि कृष्ण, कृष्ण आणि सोळा हजार गोपिका यांच्यातल्या नैतिक-अनैतिक परिभाषा उदाहरणाने इतकी पारदर्शकतेने उलगडत जातात की, तर्काची साखळी शिथिल होऊन जाते. कृष्णाची पार्श्वभूमी, त्यात विवाह, स्त्री-पुरुष संबंध, प्रेम आणि सामाजिक पार्श्वभूमीत हे विचार देश-कालाच्या सीमारेषा तोडून व्यक्तीला एक नवा अर्थ देतात. या सर्व संबंधांत जवळीक, आकर्षण, ऊर्जा, वाहणे, तृप्ती, तरलपणा आणि सृजनतेला अतिशय सुंदरतेने सादर केलं आहे.

या विस्तृत चर्चेत कृष्णाशी जोडल्या गेलेल्या समस्त पात्रांना सोडून कृष्णापासून फ्रॉइडपर्यंतच्या मानसशास्त्रीय गोष्टी आणि गांधींपर्यंतचं दर्शन सामावलं गेलं आहे.

कृष्णाला एक भव्य कॅनव्हास समजून आमचं वर्तमान, वर्तमान जीवनातल्या रंगांना आणि भविष्यातल्या चित्राला अतिशय सुंदरतेने रेखाटलं गेलं आहे. कोणतीही गोष्ट बाहेरून समाविष्ट केलेली नाही. आपल्या विशिष्ट शैलीतून ओशोंनी आपल्या मनाच्या गाभ्यापर्यंत पोचविली आहे. कृष्णाच्या पक्ष अथवा विपक्षतेत नेण्याचा आग्रह नाही; पण ओशोंच्या नजरेत आलेल्या कृष्णाला जाणणं, बघणं, समजणं आणि अनुभवणं ही जिज्ञासा या पुस्तकातून साध्य होते. जिथे एका बाजूने शांतता मिळते, तिथेच त्या सर्वव्यापी व्यक्तिमत्त्वाबद्दल मौलिक चिंतनाची सुरुवात होते. विनासायास एक टोक, एक पदर हाती येतो.

ओशोंनी या आपल्या पुस्तकात कुठेही पुजाऱ्याची भूमिका घेतलेली नाही. विविध छटांचा केवळ विस्तार केला आहे. ज्याला जी छटा आवडेल, त्याच छटेचा विचार करून त्याने आनंद उपभोगावा. कृष्णाचा जीवनपट इतर आराध्य व्यक्तींसारखा सपाट आणि आदर्शाच्या शिखरावर विराजमान होणारा नाही. उलट अत्यंत अकल्पित ढंगात चढाव-उतारांनी आणि रहस्यांनी भरलेला असूनही आपल्या पृथ्वीवर उभा आहे. त्याची केवळ पूजा नाही तर त्याला जगताही येऊ शकतं. संसाराचं बंधन आणि मनाची गाठ सुटू शकते.

हे सर्व सांगताना ओशो सावध करतात की त्याचं अनुकरण करताना सावधानता पाळा. कारण प्रत्येकाचं जीवन अमूल्य आहे आणि अनुकरणामुळे पतन होऊ शकतं.

कृष्ण पूर्णत्वाचं प्रतीक आहे. मनुष्य समाजासाठी आनंदाचा एक सुंदर आविष्कार आहेत, जिथे कोणत्याही गोष्टीला पूर्वग्रहामुळे नाकारता येत नाही. एक सहज, सकारात्मक, प्रेमपूर्ण जीवनाला 'उत्सव' करणारे कृष्ण ज्यांचं हे रूप, चित्र या पुस्तकात साकार होतं, ते सर्वथा नवं आणि आनंददायी आहे.

– डॉ. दामोदर खडसे

प्रस्तावना

'कृष्ण हे अमृत आहे. जो कुणी या अमृताचा स्वाद घेईल तो चिरंजीव होईल' असं बोधवाक्य झाल्यास त्यात अतिशयोक्ती नाही.

चिरंजीव होणं म्हणजे शरीरराने जीवित राहणं असं मला म्हणायचं नाही. ते तर कृष्णसुद्धा नाही राहिले. पण जे ज्ञान त्यांना समाजासाठी द्यायचं होतं, ते देण्यासाठी शरीर हे एक माध्यम होतं. ते ज्ञान आत्मसात करण्यासाठी आपल्यासाठीही शरीर हे एक माध्यम आहे. अनेक शरीरं घ्यावी लागतील, तेव्हा कुठे कण कण होऊन ते ज्ञान झिरपत जाईल.

एक कथा आठवत आहे.

एक कीर्तनकार कृष्णाचं वर्णन करत होते. बालकृष्ण. यशोदा कृष्णाला कशी सजवायची, किती अलंकार घालायची त्याला आणि किती गोजिरं रूप होतं त्याचं...

हे कीर्तन चालू असताना एक चोर तिथे आला. त्याने ते कीर्तन मनोभावे ऐकलं. त्याला वाटलं की इतके अलंकार लेऊन जर एक बालक गाई चारायला जंगलात जातो, तर एकदाच चोरी करावी आणि आयुष्यभराची ददात मिटवून टाकावी.

कीर्तन संपलं तशी चोराने कीर्तनकाराचा पाठलाग केला. किर्तनकाराने विचारलं, "तुला काय हवं आहे?" चोर म्हणाला, "मला त्या मुलाचा पत्ता हवा आहे जो इतके सारे अलंकार घालून जंगलात गाई राखायला जातो. मी एक चोर आहे आणि मला आता एकदाच चोरी करून माझी गरिबी मिटवून टाकायची आहे." कीर्तनकाराने घाबरून त्याला गोकुळाचा पत्ता दिला. म्हणाला, "रोज पहाटे सूर्योदय होताना तुला एक मंजुळ बासरी ऐकू येईल आणि मग एक सावळा छोटासा बालक जो अलंकाराने मढलेला असेल आणि त्याच्याबरोबर एक गोरा लहान बालक असेल. जा. शोध."

चोर खरंच गेला आणि पहाट होण्यापूर्वी एका झाडावर चढून बसला. पहाट झाली आणि त्याला मंजुळ बासरीचे स्वर ऐकू आले आणि मग खरंच दोन बालक येताना दिसले, एक सावळा आणि एक गोरा. सावळ्याच्या अंगावर कीर्तनकाराने वर्णिलेले अलंकार होते, अगदी हुबेहूब. चोर त्याच्या समोर गेला. त्याला बघून तो विसरून गेला की तो का आला आहे. सम्मोहित झाला. हरवला. बालक कृष्ण म्हणाला, "तू का आला आहेस मी जाणतो. तू माझे अलंकार घेणार आहेस, तर मीच तुला ते देतो आहे. आणि त्या बदल्यात मी तुझं चित्त चोरणार आहे. कारण मी सुद्धा चोर आहे. मला चित्तचोर म्हणतात." आणि बालक अदृश्य झाला.

चोराच्या खांद्यावरच्या झोळीत अलंकारच अलंकार होते. तो धावत कीर्तनकाराकडे

पोहोचला. त्याने झोळी दाखवली. ते बघून कीर्तनकार हैराण झाला. म्हणाला, "मलाही घेऊन चल." दोघे परत तिथे पोहोचले. झाडावर जाऊन बसले. पहाट झाली. चोराला बासरी ऐकू आली, पण कीर्तनकाराला नाही ऐकू आली. चोराने पुन्हा दोघा बालकांना बघितलं, कीर्तनकाराला कुणीही दिसलं नाही. कीर्तनकार म्हणाला, "हे प्रभू, असं का?" आवाज आला, "तू सांगितलेल्या गोष्टीवर या चोराने विश्वास ठेवला. तू इतकी वर्षं गोष्ट सांगत आहेस, पण ते फक्त कथन आहे. त्यात विश्वास नाही."

कण कण झिरपायला अनेक जन्म घ्यावे आगतील. अथवा, जर घडायचं असेल तर ते एका क्षणातही घडेल. विश्वासावर अवलंबून आहे.

कृष्ण म्हणजे अमृत आहे, या श्रद्धेवर अवलंबून आहे. आणि श्रद्धा कोणताही चमत्कार घडवून आणू शकते. मग तो रंगसावळा सखा जीवनाचं अमृत होऊन जाईल आणि शरीर की अशरीर हा भेद राहणार नाही.

– **स्वाती चांदोरकर**

पुस्तकाविषयी

महत्त्वपूर्ण व्यक्ती काळाच्या आधी जन्म घेतात. कृष्ण आपल्या काळापेक्षा कमीतकमी पाच हजार वर्षं आधी जन्माला आले. भूतकाळात जाऊन कृष्णाला समजून घेणं योग्य नाही. कदाचित भविष्यात कृष्णाला समजण्याची योग्यता आमच्यात येऊ शकते. ज्यांना समजण्याची योग्यता आमच्यात नाही, आम्ही त्यांची पूजा करू लागतो; परंतु आता तो काळ जवळ येतो आहे, जो सांगेल की कृष्णाची पूजा नाही तर त्याला जाणणं सुरू होत आहे. कृष्णाला अनुसरणं सुरू होईल.

कृष्ण या पृथ्वीवरच्या जीवनाला पूर्णत: स्वीकारतात. ते कुणी परलोकात जगणारं व्यक्तिमत्त्व नाही. या पृथ्वीवर, याच लोकात जगणारं व्यक्तिमत्त्व आहे. बुद्ध, महावीरांचा मोक्ष या पृथ्वीपासून कुठेतरी दूर आहे. कृष्णाचा मोक्ष याच पृथ्वीवरचा आहे. इथेच आणि आत्ताच.

ज्या दिवशी विज्ञान त्या सर्व दु:खांना, जीवनात ज्यांना दु:ख म्हटलं जातं, त्या दु:खांना वेगळं करेल, त्या दिवशी कृष्णाची बासरी सार्थकी लागेल. त्या दिवशी कृष्णाचं गीत आणि नृत्य सार्थकी लागेल. त्या दिवशी आयुष्य म्हणजे सुख आहे, जे सर्वांगाने नाचेल आणि त्याची फुलं बहरतील.

त्याग हा भविष्य घडवू शकत नाही. कृष्णांना अनुसरण्याने भविष्यात दु:ख कमी होत जातील आणि सुख वाढत जाईल. म्हणून मी असा विचार करतो की कृष्णांचं मोल रोज रोज वाढत जाणार आहे.

भूतकाळातील धर्म ही संकल्पना दु:खदायक होती. आयुष्याला, जीवनाला समग्र रूपाने स्वीकारणारा धर्म अजून जन्माला यायचा आहे. अशा धर्माचा संस्थापक कृष्णच असू शकतात.

एकमेव कृष्ण असे आहेत जे समग्र जीवनाचा स्वीकार करतात. म्हणून सर्व अवतारांना अंशात्मक अवतार म्हणतात. फक्त कृष्णांना पूर्ण अवतार म्हटलं जातं.

अनुक्रमणिका

१

'भगवान श्री, श्री अरविंदांच्या कृष्णदर्शनाबद्दल काही सांगणं झालं नाही. तुम्ही अहमदाबादला सांगितलं होतंत की, जास्तकरून मानसिक प्रक्षेपण असू शकतं, तर अरविंदांचं कृष्णदर्शन मानसिक प्रक्षेपण आहे की अतिमानस अनुभूती आहे?'

दुसरा प्रश्नही आहे – अर्जुन जर केवळ निमित्तमात्र आहे, तर ते यंत्रमात्र होतात. त्यांच्या वैयक्तिकतेचं काय?'

कृष्णदर्शन अथवा ख्राइस्टचं दर्शन अथवा बुद्ध-महावीरांचं – दोन प्रकार संभव आहेत. एक, ज्याला आपण मानसिक प्रक्षेपण म्हणू, म्हणजे वस्तुतः समोर कुणीही नसतं; पण आमचं मन. मनाची वृत्ती आकार घेते. आमचा विचार आकार घेतो. आम्हीच बाहेरील रूपाचेही निर्माता असतो. मानसिक प्रक्षेपणाचा अर्थ असा की वस्तुतः ते प्रक्षेपण, ते रूप, ती आकृती त्यामागे कुणीही नसतं. मनाची हीसुद्धा क्षमता आहे. मनाची अशीही शक्तीही आहे. रात्री जसं आपण स्वप्नं बघतो, तसं उघड्या डोळ्यांनीही स्वप्नं बघतो. तर ही अशी एक संभाव्यता आहे.

दुसरी संभाव्यता. कृष्ण दर्शनाची की, कृष्णरूपाच्या दर्शनाची संभाव्यता नाहीये, कृष्ण-आकृतीच्या दर्शनाची संभाव्यता नाहीये, दुसरी संभाव्यता कृष्ण-चेतनेत, तशा विचारात बुडून जाण्याची, कृष्ण-चेतनेच्या साक्षात्काराची आहे. जसं मी काल सांगितलं की एक सागररूप कृष्ण आणि एक लहररूप कृष्ण, लहररूप कृष्णाचा उपयोग त्यांच्या सागररूपाचा अनुभव घेण्यासाठी केला जाऊ शकतो; त्यांची चित्रं, त्यांची मूर्ती, प्रतीक यांचा उपयोग त्यांच्या सागररूप दर्शनासाठी केला जाऊ शकतो. पण जेव्हा त्यांचं सागररूपदर्शन झालं, तेव्हा कृष्णाची प्रतिमा विलीन

अनंत सागररूप चेतनेचे प्रतीक : कृष्ण!

होऊन जाईल. त्यांची आकृती हरवेल. शून्य होईल. त्यांच्या प्रतिमेचा उपयोग होऊ शकतो. त्यांच्या विराट दर्शनाच्या प्राथमिक बिंदूंसारखं. पण जर कुणाला विराटाचं दर्शन होत नाही, कृष्णाच्या प्रतिमेचंच दर्शन होतं, तर मग ते केवळ मानसिक प्रक्षेपण आहे.

तर ज्यांना कृष्ण-चेतनेचं दर्शन होईल. त्या चेतनेचा अनुभव आकृतीचा अनुभव नाहीये. या चेतनेचा अनुभव रूपाचा अनुभव आहे. हे केवळ नाममात्र असेल की असा माणूस, जो कृष्णावर प्रेम करतो, अथवा कृष्णाच्या आकृतीसोबत त्याने यात्रा केली आहे म्हणून त्या अनुभवाला कृष्ण-चेतनेचा अनुभव म्हणेल. कुणा दुसऱ्या माणसाला हाच अनुभव आला असेल. हाच अनुभव असणार – बुद्धाच्या आकृतीबाबतही असंच होणार. जीझस, महावीर... कृष्णाबरोबर चालणारा त्याचा अनुभव म्हणेल... पण हा अनुभव सागररूपाचा आहे. अरविंद ज्या अनुभवाबद्दल बोलतात ते कृष्णाची आकृती आणि कृष्णाच्या व्यक्तित्वाच्या अनुभवाबद्दल बोलतात. ते म्हणतात, साक्षात कृष्ण त्यांच्यासमोर साकार झाले. असा अनुभव प्रक्षेपण आहे. मेंटल प्रोजेक्शन! मोठा आनंद आणि सुख आहे त्यात. पण हा आहे आमच्या मनाचा विस्तार. ही आमच्या मनाचीच इच्छा आहे, हा आमच्या मनाचाच खेळ आहे. आमच्या मनानेच पसरवलंय आणि जाणलं आहे.

मनाने आम्ही सुरुवात करू शकतो, पण शेवट नाही होता कामा. मनाने आम्ही सुरू करूही पण अंत तर अ-मन इथे व्हायला हवा. ही मजेशीर गोष्ट आहे की जिथपर्यंत रूप आहे तिथपर्यंत मन असतं, आकृती आहे, मन असतं. जिथे रूप-आकृती नसते, तिथे मन हरवतं. तिथे मन असण्याचा प्रश्न नाही. मनाचं अन्न आहे आकृती, रूप, सगुणता! सगुण हरवलं की मनही हरवलं आणि ज्या कृष्ण-दर्शनाबद्दल मी बोलतो आहे ते मन असताना होणं शक्य नाही. मन

हरवल्यानंतरच होतं.

तर कुणी कधी असं सांगितलं आहे की हो, मी कृष्णाला व्यक्तिरूपात जाणलं आणि ओळखलं आहे आणि बघितलं आहे– हे ते आपल्या विराट चेतनेला पडद्यावर आपल्या मनातील आकृतीला प्रोजेक्ट करत आहेत. जसा सिनेमा असतो, पडद्यावर काहीही नसतं, कोरा असतो पडदा, पण प्रोजेक्टर चित्रं उमटवतो त्यावर. असाच आम्ही आमच्या मनाचा उपयोग प्रोजेक्टरसारखा करू शकतो, करतो. पण हा अनुभव आध्यात्मिक अनुभव नाहीये, मानसिक अनुभव आहे. यातून सुख मिळेल. कारण कृष्णाला जाणणं, बघणं तृप्तिदायी असेल. पण हे सुख आहे, आनंद नाहीये आणि ना सत्याची अनुभूती आहे.

अरविंद पंडित होते, म्हणून मी जर म्हणत आहे की त्यांचा जो अनुभव आहे, ते प्रोजेक्शन आहे, असं नाही, अनुभवाची जी पद्धत आहे, ती प्रोजेक्शनची आहे. अनुभवाचं ते जे चित्रण करतात, वर्णन करतात ते प्रोजेक्शनचं आहे आणि जर सागररूप कृष्णाचा अनुभव असेल, तर तो अनुभव कधी हरवणार नाही. एकदा अनुभव आला की आला. त्यानंतर कोणताच अनुभव बाकी राहणार नाही. झाडांत, दगडांत, लोकांमध्ये सर्वत्र कृष्ण दिसू लागतील. पण प्रोजेक्शन येईल आणि जाईल. तो एक क्षण उगवेल आणि मावळेल, हरवेल.

हीसुद्धा लक्षात घेण्यासारखी गोष्ट आहे की प्रोजेक्शनचा जो अनुभव आहे, मानसिक चित्रं बघण्याचा – तो अरविंद पंडित होते म्हणून बघू शकले असं नाही. कारण पंडित चित्रं बघण्यासाठी असमर्थ असतात. अरविंदांची एक अजूनही दिशा आहे, जी काव्याची दिशा आहे. ते पंडितच नव्हे, तर महाकवीही आहेत आणि रवीन्द्रनाथांइतकेच प्रगल्भही आहेत. त्यांना नोबेल मिळालं नसेल, पण तेही तितकेच प्रभावी आहेत. त्यांची कविता कठीण आहे, सहज समजण्यासारखी नाही. 'सावित्री' जगातल्या श्रेष्ठतम काव्यामधलं एक काव्य आहे. पंडित प्रोजेक्शन नाही बघू शकत पण महाकवी बघू शकतो आणि अरविंदांमधला जो कवी आहे तो कृष्णाला बघणं सोपं करतो. त्यांचं कविहृदय तसं करू शकतं – तेवढी क्षमता आहे, जर त्यांच्या जीवनात शुष्क तर्कच असता केवळ तर हे शक्य नव्हतं. कारण अभिव्यक्ती तर तर्काने, बुद्धीने शब्दांत करावी लागते; परंतु केवळ शब्द कोणतीही पलीकडची बातमी आणत नाहीत.

शब्दांचा प्रयोग आम्ही दोन तऱ्हेने करू शकतो. एक, जेव्हा शब्दांचा अर्थ शब्दांच्या सीमेच्या अलीकडे असतो. शब्द जितका मोठा, अर्थही तितका मोठा आणि दुसरं म्हणजे शब्दप्रयोग आम्ही असा करू शकतो, जो क्वचित केला जातो, जेव्हा अर्थ मोठा असतो आणि शब्द लहान असतो. अरविंदांबरोबर उलटं आहे. त्यांचे शब्द खूप मोठे आहेत आणि अर्थ लहान आहे. शब्दाहून जर अर्थ जास्त

असेल तर तो पलीकडे, वरचढ ठरतो आणि गर्भित होतो आणि जेव्हा शब्द अर्थाहून जास्त असेल तर जास्तीत जास्त भाषाशास्त्रात प्रवेश करतो. अरविंदांचा कोणताही शब्द गर्भित नाहीये, त्यात कोणतीही सूचकता नाहीये. असं नाही की प्रत्येक क्षणी शब्द-शब्दांच्या पलीकडची सूचना देतात. अरविंदांच्या शब्दांचा सर्व उपयोग असा आहे की शब्द पूर्ण सूचना देतात, जितका अर्थ त्यात आहे, कदाचित अर्थाहूनही जास्त आणि त्याला कारण आहे.

जसं मी तुम्हाला सकाळी सांगितलं की अरविंदांचं सर्व शिक्षण अशा काळात झालं. अशा ठिकाणी झालं जेव्हा डार्विनने सर्व व्यापून टाकलं होतं. तशीच फिलॉसॉफी हीगलवरही होती. हीगलनेही मोठमोठ्या शब्दांचा वापर केला, ज्यात तेवढा अर्थ नव्हता. पण इतके जटिल आणि मोठे शब्द वापरले त्याने की हीगलला वाचताना जो पहिला परिणाम होतो तो खूप गूढ आहे. असं वाटतं की खूप गहिरं काही सांगतो आहे. कारण नेहमी, आम्हाला जे कळत नाही, अशा गोष्टी आम्हाला गहिऱ्या वाटतात. गूढ वाटतात. प्रत्यक्षात त्या तशाच असतात असं नाही. पण जसजसं अध्ययन, हुशारी वाढत गेली तसंतशी हीगलची प्रतिमा लहान होऊ लागली. कारण मग समजू लागलं की यांना सांगायचं आहे ते अगदी कमी आहे, पण त्यासाठी फार मोठं वळण घेऊन ते सांगतात. अरविंदांचंही तसंच आहे.

अभिव्यक्त तर बुद्धिरूपातून करावी लागेल; पण जर अभिव्यक्ती निरंतर आपल्या पार पलीकडची असेल तर हे समजतं की त्या माणसाने शब्दांच्या पलीकडचंही काही जाणलं. पण जर सर्व शब्दांत सामावलं जात असेल तर मात्र हे समजत नाही आणि अरविंदांना वाचल्यानंतर जाणवतं की हा स्वाद केवळ शब्दांचा आहे, अनुभवाचा जराही नाही. अनेकदा जर एखादा माणूस काहीच बोलत नाहीये, तरीही त्याचं अस्तित्व अनुभूतीचा स्वाद जाणवून देतं, असं घडतं. अभिव्यक्ती तर बुद्धिगत असेलच, पण जर, जेव्हा अनुभूतीची अभिव्यक्ती असेल, तर तेव्हा ती बुद्धीला भूतकाळात आणि अतिक्रमण करणारीही असू शकते. असते. प्रत्येक वेळी सूचना देते की काही सांगण्यायोग्य होतं, जे सांगता येत नाही. अरविंदांना बघून असं वाटतं की जे काही सांगण्यासारखं होतं, त्याहून जास्त ते सांगू शकले. यावरून मला रवीन्द्रनाथांची आठवण येते. तुम्हालाही त्यावरून समजेल.

रवीन्द्रनाथांच्या मृत्यूपूर्वी त्यांच्या एका मित्राने त्यांना सांगितलं की तुम्ही तर तुमचं गाणं गायलात. आता तुम्ही शांत चित्ताने, सुखाने, परमात्म्याला धन्यवाद देत जगाचा निरोप घेऊ शकता. रवीन्द्रनाथांनी डोळे उघडले, म्हणाले, 'किती चुकीचं बोलतो आहेस! मी तर परमात्म्याला सांगतो आहे की आत्ता कुठे सूर सापडला आहे,

बैठक बसवतो आहे. मृदंगाला ठोकून, सतारीला तारा लावून आणि निरोप घ्यायची वेळ आली? मी अजून गायलो कुठे? लोकांना जी माझी गाणी समजली, ती तर केवळ सुरांना ठोकून, पिटून जुळवलेली होती. आता सूर लागलेत, तर माझी जायची वेळ आली. अजून मी ते कुठे सांगितलंय जे मला सांगायचं आहे.'

हेच जर कुणी अरविंदना सांगितलं असतं तर अरविंद असं म्हणू शकले नसते. त्यांना जे सांगायचं होतं ते त्यांनी पूर्ण सांगितलं. योग्य तऱ्हेने, ढंगाने आणि व्यवस्थित. अरविंद आणि रवीन्द्रांमध्ये रवीन्द्र जास्त रहस्याकडे झुकणारे आहेत. अरविंद स्वच्छ, सरळ सांगणारे आहेत.

अजून एक विचारलं आहे. ते असं की अर्जुन केवळ निमित्तमात्र आहे आणि जे होणार होतं, तेच घडलं, तर मग अर्जुनाच्या व्यक्तिमत्त्वाचं काय? तो तर निव्वळ एक साधन?

हे समजण्याचा प्रयत्न केला तर अगदी सहज काही सत्य दिसतील. जर कुणाला साधन बनवलं तर त्याचं व्यक्तिमत्त्व नष्ट होतं; पण जर कुणी व्यक्ती साधन बनली तर तिचं व्यक्तिमत्त्व खुलतं, नष्ट होत नाही. जबरदस्तीने कुणी कुणाला साधन बनवतं, तर त्या माणसाचा आत्मा मरतो. पण जर कुणी आपणहून समर्पित होतं, सर्व काही सोडून देतं आणि साधन बनतं, तर त्याचा आत्मा पूर्णपणे खुलतो. व्यक्तिमत्त्व नष्ट होत नाही तर परिपूर्ण होतं. जो खरा फरक आहे, तो हा नव्हे. जर कुणी जबरदस्तीने माझ्या हातात बेड्या ठोकतं तर मी गुलाम होतो, परंतु जर मी स्वत:हून बेड्या घालून घेतो तर मी गुलामगिरीचाही नियंता होतो. निर्धारक होतो. डायजोनिज जे निरंतर सांगायचा ते मी तुम्हाला सांगतो.

एका जंगलातून डायजोनिज जात असतो. नग्न फकीर, खुशखुमार माणूस. काही लोकं गुलामांना घेऊन बाजारात विकण्यासाठी जात असतात. त्यांना डायजोनीज दिसतो वाटेत. त्यांना वाटतं हा माणूस जर पकडता आला तर उत्तम किंमत मिळेल आणि असा गुलाम आत्तापर्यंत बाजारात कधी विक्रीसाठी आलेलाही नाही. अगदी महावीरांसारखं शरीर कुणापाशी होतं सर्व फकिरांमध्ये, तर ते डायजोनिजजवळ होतं. मी तर नेहमी म्हणतो की महावीर नग्न उभे राहू शकले, कारण इतकं सुंदर शरीर की ते झाकण्यात काही अर्थच नव्हता. तसाच डायजोनिज. ते विचार करू लागले की आपण आठ जण आहोत, पण तरी याला पकडणार कसं? हा तर आम्हा आठही जणांना लोळवू शकतो. तरीही त्यांनी हिंमत केली आणि लक्षात ठेवा, जे दुसऱ्यांना दबावाखाली आणतात ते नेहमी स्वत: आतून दुबळे असतात. जे स्वत: दुबळे नसतात, तेच इतरांना भयभीत करत नाहीत. मेक्याबोलीने लिहून ठेवलंय की कुणी तुमच्यावर हल्ला करण्याआधी तुम्ही हल्ला करा. हाच सुरक्षिततेचा श्रेष्ठतम मार्ग आहे.

त्यांनी डायजोनिजवर हल्ला केला, पण डायजोनिज प्रतिकार न करता त्यांच्यामध्ये डोळे बंद करून हात जोडून उभा राहिला. म्हणाला, 'काय करायचं आहे?' 'तुला गुलाम करायचं आहे.' 'तर मग इतका जोर करण्याची आवश्यकता काय? साधं सांगितलं असतंत, मी मान्य केलं असतं. बंद करा हे सर्व. कुठे आहेत तुमच्या साखळ्या?' घाबरून त्यांनी साखळ्या काढल्या. डायजोनिजने हात पुढे केले. म्हणाला, 'बांधा.' ते म्हणाले, 'हे तुम्ही काय करताय? आम्ही तर गुलाम बनवायला आलो होतो. तुम्ही आपणहून होताय?' डायजोनिज म्हणाला, 'मला हे गुपित समजलं आहे की या जगात स्वतंत्र होण्याचा एकच मार्ग आहे की तो असा, की गुलामीसुद्धा मनापासून मान्य केली पाहिजे. आता आम्हाला कुणी गुलाम म्हणू शकत नाही. आता काही उपाय उरलाच नाही तुमच्यापाशी. तुम्ही काहीही करू शकत नाही.'

डायजोनिजला बांधून ते चालू लागले, तसा डायजोनिज म्हणाला, 'विनाकारण या साखळ्यांचं ओझं तुम्हाला होत आहे. काढून टाकून द्या या साखळ्या. मी तर येतोच आहे तुमच्याबरोबर. एकच लक्षात ठेवा की तुम्ही वेळेच्या अगोदर पळून जाऊ नका, मी पळून जाणारा नाही.' तर त्यांनी साखळ्या काढल्या. जो आपणहून येतो आहे, त्याला बांधून नेण्यात काय अर्थ? डायजोनिज दिमाखात चालत होता आणि ते घाबरलेले की एखाद्या गावात, रस्त्यात हा काही त्रास तर देणार नाही ना? आणि जे जे डायजोनिजकडे बघत होते, रस्त्यातून जाताना त्यांना डायजोनिज म्हणत होता, 'बघता काय? हे माझे गुलाम आहेत, ते मला सोडून पळून जाणार नाहीत.' आणि ते हतप्रभ झालेले.

बाजारात पोहोचले सगळे. बाजारात जो गुलामांच्या विक्रीचा धंदा करायचा त्याला ते जाऊन भेटले. म्हणाले, लवकरात लवकर याला विकून टाक. याच्यामुळे आम्ही अडचणीत सापडलो आहोत. तर विक्री करणारा एका चौथऱ्यावर उभा राहून ओरडू लागला, 'एक शानदार गुलाम आला आहे विक्रीसाठी आहे कुणी खरीदार?' तर डायजोनिज जोरात ओरडला, 'चूप नासमज! तुला ओरडता येत नाही तर मी आवाज लावतो.' तो घाबरला कारण कुणा गुलामाने एवढ्या जोराने त्याला कधी दम भरला नव्हता. डायजोनिज ओरडला, 'आज एक मालक या बाजारात विक्रीसाठी आला आहे. कुणाला विकत घ्यायचा असेल तर घ्या.'

ज्या यांत्रिकतेने आम्ही यंत्र बनवत जातो, जिथे आमचा नाइलाज आहे, गुलामासारखं तिथे तर व्यक्तिमत्त्व मरतं. पण कृष्ण अर्जुनाला असं नाही सांगत आहेत की तू यंत्र बन. कृष्ण अर्जुनाला सांगत आहेत की तू समज. या जगाच्या प्रवाहात तू व्यर्थ लढू नकोस. या प्रवाहाला समजून घे. विरोध करू नकोस, प्रवाहात वाहून जा. तेव्हा तू पूर्णपणे खुलशील. जर कुणी स्वतःच या जगाला समर्पित

करतो, सत्याला समर्पित करतो, विश्वयात्रेला समर्पित करतो, तर तो यंत्रवत् नाही, तो आत्मवान आहे. कारण समर्पणाहून मोठी अजून कोणतीही घोषणा आपल्या मालकत्वाची या जगात नाही.

हे नीट समजून घ्या.

समर्पणाहून अजून मोठी कोणतीही घोषणा आपल्या स्वामित्वाची या जगात नाही; कारण जर मी समर्पित होतो, तर याचा अर्थ मीच माझा मालक आहे आणि समर्पण करत आहे. म्हणून अर्जुन यंत्रवत् होत नाही, आत्मवान होतो आहे.

'भगवान श्री, आम्ही पुन्हा अरविंदाच्या कृष्णदर्शनावर परतून येत आहोत. तुम्ही म्हणालात की ते त्यांचं आत्मप्रक्षेपण वाटतं. पण तुम्ही एकदा सांगितलं होतंत की, आजही लामा-पद्धतीनुसार एक असा दिवस येतो की काही अधिकारी लामा बुद्धाशी आजही संपर्क साधतात. अजूनही एकदा जेव्हा तुम्ही गांधींसंबंधी बोलत होतात, तेव्हा कुणीतरी तुम्हाला विचारलं होतं की, असं गांधींबद्दल कसं काय बोलता? गांधींनी असं म्हटलं होतं? तर तुम्ही सांगितलं होतंत की, 'हे मी गांधींना विचारूनच बोलत आहे'. अजून एक, लामा पद्धतीबद्दल असंही वाचनात आलं आहे की आजही तिबेटमध्ये काही वर्षांअगोदर असे लामा होते जे जिवंत अवस्थेत सूक्ष्म शरीराने दुसऱ्या स्थानावर पोहोचून स्थूलरूपात आपलं दर्शन देत आणि पुन्हा परतून आपल्या स्थानावर येत. या बाबतीत काही जाणू इच्छितो.'

दोन-तीन गोष्टी आहेत. ज्या हिमालयाच्या पर्वतरांगांमध्ये आम्ही बसलो आहोत, त्याच हिमालयाच्या एका शिखरावर बुद्धपौर्णिमेच्या दिवशी एका विशिष्ट क्षणी बुद्धांच्या व्यक्तित्वाचं दर्शन होतं असं मी म्हटलं आहे. पाचशे लामा त्या शिखरावर असू शकतात. त्यातला एक जर कमी झाला तर एका नव्या लामाला जागा मिळते; पण यात आणि कृष्णदर्शन, जे अरविंदांना झालं, यात मूलत: फरक आहे. कृष्णदर्शनासाठी अरविंद प्रयत्नपूर्वक आहेत. या दर्शनात बुद्ध प्रयत्नपूर्वक आहेत, लामा नाहीत. लामा केवळ हजर आहेत.

हा फरक नीट समजून घ्या.

हे बुद्धवचन आहे की बुद्धपौर्णिमेला अमुक पर्वतावर, रात्री या समयी ते प्रकट होतील. हे बुद्धांचं जे सागररूप आहे, या रात्री, या वेळी पुन्हा लहर बनेल. पण यात

लामा काही करत नाहीत.

दुसरा फरक असा की अरविंदांचं दर्शन एकटे असताना घडलेलं दर्शन आहे. प्रोजेक्शनमध्ये. यात फरक आहे. हे पाचशे लोक एकत्र दर्शन घेतात. प्रोजेक्शन नेहमी खासगी असतं. त्यात दुसऱ्याला सामावलं जात नाही. अरविंदांना ज्या कृष्णाचं दर्शन होत आहे. तुम्ही म्हणाल, आम्हालाही घ्या आत खोलीत, आम्हाला घडवा दर्शन, तर ते नाकारतील. पण पाचशे लोकांसमोर एखादी गोष्ट प्रकट होत असेल, तर त्याला माणसाच्या मनाचं प्रोजेक्शन नाही म्हणता येत आणि पाचशे लोक बघतात; हो, हीच वेळ, याच वेळी, ठिकाणी जे दिसतं, जे ऐकलं जातं, पाचशे जण साक्षीदार होतात. अरविंद एकटेच साक्षीदार आहेत. याआधीही जे मी म्हणालो की कृष्णदर्शनात अरविंदांचे प्रयत्न आहेत. पूर्ण प्रयत्न की कृष्णदर्शन कसं होईल. पण लामा– त्यात प्रयत्न नाहीयेत. एक वचन आहे, जे पूर्ण होतं.

लामांची निवड खूप कठीण निवड आहे आणि त्यांचे नियमही अजब आहेत. एक लामा मरतोही... आता आज जे दलाई लामा आहेत, ते आधीच्या दलाई लामाचा आत्मा आहे. मागचा दलाई लामा मरतो, तर तो आपलं व्यक्तित्व मागे सोडून जातो की पुढे या या शरीरामध्ये मी प्रकट होईन. तुम्ही शोधा आणि अजब गोष्ट म्हणजे एक लहानशी खूण, सूत्रं सोडून जातात. त्या खुणेची पूर्ण तिबेटातल्या गावागावांतून बँड वाजवत घोषणा होते. त्या सूत्राचं जो उत्तर देईल, एक मूल... कठीण आहे हे फार! दलाई लामा मरेल, तर किती वर्षांनंतर तिबेटातल्या गावागावांतून ते सूत्र फिरवत जाईल, हेही सूचित करून जाईल. कोणत्या खुणा त्या मुलावर असतील हेही सांगून जाईल आणि याचं उत्तर त्या दलाई लामाशिवाय कुणाकडेच नाही. तो उत्तर लिहून ठेवून जाईल, जे बंदिस्त असतं आणि जेव्हा कुणी मूल त्याचं उत्तर देईल आणि सर्व खुणा जुळतील तेव्हा ते बंदिस्त पाकीट उघडलं जातं. त्यात जर तेच उत्तर असेल जे त्या मुलाने दिलं, तर ती साक्ष असते की, ते मूल दलाई लामाच्या योग्य आहे आणि त्याला दलाई लामाच्या जागेवर बसवलं जातं. हा त्याचाच आत्मा जे उत्तर लिहून दिलं होतं, ते सांगतो आहे. तर तिबेटमधल्या लामांच्या परंपरेची स्वत:ची अजब सूत्रं आहेत. हा जो एक माणूस रिकामा होतो, त्या रिकाम्या माणसाला शोधण्याचे नियम आहेत. आणि अनेक तऱ्हेचे प्रयोग त्या माणसावर करून हे शोधण्याचा प्रयत्न होतो की तो माणूस संमोहित तर करत नाही ना? जर असं होतंय, तर तो पात्र नाही. म्हणून 'कलेक्टिव्ह हिप्नॉटिझम'चा काही उपयोग नाही.

मग काही करता येत नाही. केवळ ही पाचशे लामा माणसं एका विशिष्ट वेळेला, एका खास क्षणी मौन बाळगून उभे राहतात आणि घटना घडते. ना काही सुचवलं जातं, ना काही बोललं जातं. हा अतिशय भिन्न मामला आहे. अरविंदांच्या

कृष्णदर्शनाचा मामला नाहीये.

दुसरी गोष्ट, जसं मी म्हणालो की अशा आत्म्यांचं, ज्यांचं शरीर सुटलं आहे पण जे अजून सागररूप नाही झाले आहेत, संबंध स्थापित करता येतात. अशरीरी ज्यांचं व्यक्तित्व आहे, त्यांच्याशी संबंध स्थापित करता येणं कठीण नाहीये.

कृष्ण अशरीरी आत्मा नाहीये. सागररूप झालेले आहेत. गांधी अशरीरी आत्मा आहेत. साधारण रूपात जी माणसं मरण पावतात, त्या सर्वांशी संबंध स्थापित करता येतात. त्याचे वेगळे नियम, विधी, कला आहे. तंत्र आहे. कठीण काही नाही त्यात. अनेकदा असे आत्मे आपल्या आप्तांशी संबंध स्थापित करण्याचा प्रयत्न करतात. आम्ही घाबरतो, त्रासतो. ज्यांच्यावर आम्ही अमाप प्रेम केलं आहे, त्यांना अशरीर रूपात बघून आम्ही प्रेम करणं पसंत करत नाही. आम्ही ज्यांना खूप प्रेम, जे आम्हाला खूप हवेसे वाटत होते, त्यांनाही अशरीरी रूपात जर ते दाराशी आले तर आम्ही दार बंद करू, ओरडू. कारण आम्ही केवळ शरीरच ओळखलं आहे. त्याहून गहिरी ओळख आम्हाला नाही.

जे आत्मे शरीराच्या बाहेर आहेत, नव्या जन्माच्या शोधात आहेत, त्यांच्याशी संबंध स्थापित करता येणं अगदी सरळ-सोपं आहे. ना त्यात प्रोजेक्शनचा प्रश्न आहे, ना त्यात त्यांचं प्रकट होणं आहे, केवळ त्यांच्याकडे शरीररूपी यंत्र नाही राहिलेलं. बाकी त्यांच्याकडे सर्व यंत्र आहेत. इथे आम्ही इतके जण बसलेलो आहोत. असं नाही की इतकेच आहोत, इथे जेवढे दिसतात, इथे तेही हजर आहेत जे दिसत नाहीयेत आणि त्यांच्याशी लगेचच तत्काळ इथेच संबंध स्थापित करता येईल. केवळ तुम्ही स्वीकार करा. दारं बंद करा आणि तीन माणसांनी डोळे बंद करून तिघांनीही हात जोडून इतकीच प्रार्थना करा की, जर या खोलीत कुणी आत्मा आहे तर त्यांनी तशी सूचना द्यावी. तुम्ही ज्या सूचना द्याल, तशा ते देऊ लागतील. हे कठीण नाहीये कारण आत्मे चोवीस तास सर्वत्र हजर आहेत आणि असे आत्मेही आहेत की, जे काही तुम्ही सांगाल ते करण्यास तत्पर आहेत. ज्यांना उत्सुकता आहे की तुम्ही त्यांच्याशी संबंध स्थापित करावा, जे आतुर आहेत, तेही काही सांगू इच्छितात, पण त्यांच्याकडे शरीर हे माध्यम नाहीये सांगण्यासाठी. ही कठीण गोष्ट नाहीये, सरळ साधी प्रेतात्म-विद्येचा हा भाग आहे.

हे जे विचारलं गेलं आहे की, जसं म्हटलं जातं, एका शरीरातून आत्मा दूर जाऊन परत येऊ शकतो का? नक्कीच येऊ शकतो. कारण शरीराने आमचं असणं, शरीरात आमचं असणं आहे. त्यात बाहेरची यात्रा संभव आहे. त्याचे आपले मार्ग, आपल्या विधी आहेत. शरीरातून बाहेर पडून, दूर जाऊन, पुन्हा परतून येता येतं. अनेकदा अचानक असं होतंही. जे तुम्हाला समजत नाही. ध्यानाच्या एखाद्या गहिऱ्या क्षणी तुम्हाला अचानक असा अनुभव येऊ शकतो की, तुम्ही शरीराच्या बाहेर येऊन

तुमचं शरीर बघत आहात. यात अजून विस्तारही आहेत. पण ती वेगळी गोष्ट. त्यावर पुन्हा कधी बोलू. प्रेतात्म-विद्येवर सर्व काही बोलता येईल.

'भगवान श्री, रहस्य-विद्येअतिरिक्त बौद्धिक स्तरावरही आत्मा समजण्याचं आणि पुनर्जन्म याचं काही प्रमाण आहे का? म्हणजे दार्शनिक रूपातही आम्ही हे सिद्ध करू शकतो का? साधनेत न जाता, की आत्मा आहे आणि पुनर्जन्मही आहे!

भगवान श्री, जो आत्मा शुद्ध असताना मरतो, त्यांनाही पूर्वजन्म माहीत असतो का? या प्रेतात्म्यांना समजतं आपल्या पूर्वजन्माबद्दल, तर ते सगळे शुद्ध असताना मेलेले असतात?

जी व्यक्ती मरते, केवळ तिचं शरीर मरतं, चित्त मरत नाही. मन मरत नाही, ते तिच्याबरोबर जातं. काही काळ जसे सकाळी आम्ही जागे होतो तर रात्री पडलेलं स्वप्न काही काळ आठवत राहतं. दुपारपर्यंत विसरलं जातं. स्वप्नातून अचानक जाग आली की स्वप्नाचा शेवटचा भाग लक्षात राहतो, जरी ते स्वप्न आम्ही बेशुद्धीत बघितलेलं असतं. पण झोपेतून उठताना थोडे शुद्धीत आलेलो असतो, त्यावेळेस जितकं स्वप्न उरतं, तेवढं जागं झाल्यावरही आठवतं.

प्रेतात्मा – जसं कुणी व्यक्ती शरीर सोडते, थोडा काळ प्रत्येक व्यक्तीचा आठवणीचा काळ भिन्न भिन्न असेल – आपले प्रियजन, नातलग आठवतात. त्यांना विसरण्यासाठी, अनेक उपाय केले गेले आहेत. माणूस मरताक्षणी त्याचं शरीर आम्ही स्मशानात नेऊ इच्छितो. त्याची ओळख, अस्तित्व आम्ही लगेचच नष्ट करू इच्छितो. कारण आता काही अर्थ नाही त्याने आम्हाला लक्षात ठेवण्यात. आणि जोपर्यंत हे शरीर ठेवू शकू, तितका काळ तो आम्हाला लक्षात ठेवेल, कारण याच शरीराच्या माध्यमातून त्याच्या सर्व आठवणी आमच्याशी निगडित आहेत. हे शरीर जड आहे. ते आम्ही घेऊन जातो. एकदम माणूस मेला की काही काळ त्याला समजतच नाही की आपण मेलो. कारण आत तर काही मरत नाही. त्याला काहीतरी गडबड वाटते. शरीर वेगळं, मी वेगळा... हां, जे ध्यानात असताना मरतात, त्यांना त्रास होत नाही कारण हा अनुभव त्यांनी आधी घेतलेला असतो. मेल्यावर त्या माणसाला संभ्रमात पडायला होतं की, ही माणसं का रडत आहेत, काय झालंय? का ओरडत आहेत? मी तर आहे. केवळ जाणवतं ते एकच की, शरीर वेगळं झालं आहे. मी जरा वेगळा झालो आहे. बाकी तर मेलेलं काहीही नाही.

याच शरीराच्या माध्यमातून आमच्या आठवणी संलग्न आहेत, म्हणून आम्ही

लगेचच स्मशान गाठतो की ते शरीर जाळून अथवा पुरून टाकू. ते शरीर नष्ट झाल्याबरोबर आठवणींचं जाळं आमच्यापासून विच्छिन्न होऊन जातं आणि स्वप्नातून उठलेला माणूस जसं थोड्याच वेळात ते स्वप्न विसरून जातो, तसाच मृत्यूमधून उठलेला माणूस, अथवा ज्याला आम्ही जीवन म्हणतो, त्यातून उठलेला माणूस थोड्याच वेळात सर्व काही विसरून जातो. तो किती वेळात ते विसरतो याचा आम्ही काही हिशेब मांडून दिवस ठरवलेत. ज्यांची स्मृती अगदी दुबळी आहे, त्यांना विसरण्यास तीन दिवस लागतील. ज्यांची स्मृती उत्तम आहे, त्यांना तेरा दिवस लागतील. हा अगदी सामान्य हिशेब आहे. पण प्रगाढ स्मृतीचा माणूस एक वर्ष घेईल विसरण्यासाठी. म्हणून एक वर्षापर्यंत मृताचे काही संस्कार आपण करत राहतो. वर्षभर मृताशी काही संबंध आम्ही ठेवतो, कारण संबंध राहू शकतो. परंतु सामान्यपणे असं होत नाही. तीन दिवसांत सर्व तुटून जातं. काहींचं तर त्याहूनही आधी... ते व्यक्ती-व्यक्तीवर अवलंबून आहे. वर्षभर फार कमी आत्मे राहतात आत्मरूपात. फारच, शीघ्र, नवीन जन्म ग्रहण करतात.

शुद्धीत जो मरतो, तो कधी मरतच नाही, ही पहिली गोष्ट. कारण त्याला माहीत असतं की केवळ शरीर संपतंय. आणि जो इतका शुद्धीत असतो, त्याचे ना कोणी नातलग असतात, ना कुणी प्रियजन, ना कोणी परके. तो आठवणींच्या ओझ्याने वाकलेला नसतो आणि जो मरताना इतका शुद्धीत असतो, तो नवा जन्मही शुद्धीत घेऊ शकतो. जसं मी म्हणालो की मृत्यूनंतरही काही दिवस आम्हाला आठवत असतं की आम्ही कुठून आलो, जन्मानंतरही मुलाला काही दिवस आठवत असतं की तो कुठून आला. हा जो प्रेतात्मा जीवनाचा अनुभव मध्ये आला, त्याच्या आठवणी मुलाकडे असतात. पण हळूहळू तो त्या विसरतो. त्याला वाचा फुटेपर्यंत सर्व काही विसरलं जातं. क्वचित एखाद्या मुलाच्या आठवणी तीव्र असतात ज्या वाचा फुटली तरी असतात. स्मृतीच्या अद्भुत संभावनेमुळे हे होतं– पण क्वचितच!

या संदर्भात एक प्रश्न विचारला गेला आहे की, रहस्यात्मक अनुभूती अतिरिक्तही पुनर्जन्माचं काही दार्शनिक प्रमाण आहे?

दार्शनिक प्रमाण तर केवळ तार्किक असतं. तर्काच्या आधारावर, तर्काची एक खराबी आहे. जितक्या वजनाचा तर्क एका पक्षात दिला जाऊ शकतो, ठीक तेवढ्याच वजनाचा तर्क विपक्षातही दिला जाऊ शकतो. जे तर्काला जाणतात ते तर्काला वेश्या म्हणतात. कुणाही बरोबर उभा राहतो. त्याचं स्वतःचं मत नाही.

तर ज्यांनी तर्काने आणि दर्शनाने सिद्ध करण्याचा प्रयत्न केला आहे पुनर्जन्म आहे असं, ठीक याच्या विरुद्ध तितक्याच तर्काने सिद्ध केऊ जाऊ शकतं की पुनर्जन्म नाहीये. तर्क वकिलीसारखा आहे. स्वतःचा काही हिशेब नाही. म्हणून तर्काने काहीही निष्पन्न होत नाही. म्हणून दर्शनशास्त्र कधी ठरवू शकणार नाही की

पुनर्जन्म आहे की नाही. चर्चा होऊ शकेल, पण सिद्ध काहीही होणार नाही.

जे मी आधीच मान्य केलेलं असतं, तेच तुम्ही तर्काने सिद्ध करता. एक मित्र आहे, मोठ्या विद्यालयात प्रोफेसर आहे आणि पुनर्जन्मावर शोधकार्य करत आहे. मला भेटवण्यास कुणी त्यांना घेऊन आलं. भेटल्याबरोबर ते मला म्हणाले की, शास्त्रीय दृष्टिकोनातून मी हे सिद्ध करू शकतो की पुनर्जन्म आहे. मी त्यांना म्हणालो की, हे शास्त्रीय होणार नाही, कारण काय सिद्ध करायचंय हे तुम्ही आधीच ठरवलं आहेत. शास्त्रज्ञ याचा अर्थ असा की, तुम्ही असं म्हणा, की मी हे जाणू इच्छितो, की पुनर्जन्म आहे अथवा नाही. तुम्ही म्हणता की तुम्ही सिद्ध करू इच्छिता की पुनर्जन्म आहे, तर तुमच्या मनात आधीच सिद्ध झालं आहे की पुनर्जन्म आहे. आता उरली केवळ चर्चा, पुरावे. पुरावे गोळा करता येतात आणि हे जग इतकं अद्‌भुत आहे की सर्व पक्षांसाठी इथे पुरावे उपलब्ध होतात. त्यात काही कठीण नाही.

दर्शन कधी सिद्ध करू शकणार नाही पुनर्जन्म आहे अथवा नाही. तर प्रश्न बदलू या. असं विचारू या की विज्ञान काही सांगू शकतं की पुनर्जन्म आहे अथवा नाही? जे मानतात पुनर्जन्म आहे ते मानत जातात; जे मानत नाहीत, ते तसंच मानत राहतात. कुणीही एकमेकांना हे पटवून देऊ शकत नाही – की आहे, अथवा नाही. तर्काबरोबरही अशी नपुंसकता आहे. तुम्ही त्यालाच पटवून देऊ शकता ज्याला आधीच पटलेलं आहे. एका हिंदूला तुम्ही पटवून देऊ शकता की पुनर्जन्म आहे, कारण ते त्याला पटलेलंच आहे. पण एका मुसलमानाला पटवून दाखवा तर समजेल. तर्क त्याच्याशीच खेळू शकतो जो आधीच सिद्धान्ताला मान्य करून चुकला आहे. प्रश्न वेगळा विचारा की विज्ञान सांगू शकतं का की पुनर्जन्म आहे?

हां, विज्ञान कोणताही पक्ष घेत नाही. वैज्ञानिक, शास्त्रीय चित्त याचा अर्थच असा आहे की तो नि:पक्ष आहे. ज्याच्यासाठी दोन्ही शक्यता खुल्या आहेत. तर शास्त्राने शोध घ्यायला सुरुवात केली. फार वर्षं नाही झालेली. पन्नासएक वर्षं झाली आहेत. युरोप आणि अमेरिकेत सायकिक सोसायटीज निर्माण झाल्या आणि त्यांनी हे काम करण्यास सुरुवात केली. बुद्धिमान लोक ज्यांच्यापाशी शास्त्रीय बुद्धी आहे, रहस्यवादी नव्हे, रहस्यवादी तर म्हणतात 'आहे' पण प्रमाण नाही त्यांच्यापाशी. ते म्हणतात, 'हे माझं डोकं दुखण्यासारखं आहे. मलाच समजतं, तुमचं डोकं दुखेल. तुम्हालाही समजेल. पण माझ्या डोकेदुखीचा तुम्हाला पत्ता लागणार नाही.'

मागील पन्नास वर्षांत युरोपमध्ये काही लोक असे झाले. ऑलिवर लॉज, ब्रॉड, राईन आणि त्यांनी काही दिशा शोधण्यास सुरुवात केली. हे सर्व वैज्ञानिक मनाचे आहेत. काही काम करायला त्यांनी सुरुवात केली आणि हळूहळू ते काम प्रामाणिक

होत आहे. त्या कामाचं निष्पन्न गहिरं आहे आणि त्याचं निष्पन्न पुनर्जन्म असतो या दिशेने आहे, प्रगाढ होत जात आहे आणि नाही असतच्या दिशेने क्षीण होत जात आहे. जसं प्रेतात्म्यांच्या संबंधात स्थापित करू शकले आहेत की योग्य व्यवस्थेने, युक्तीने सर्व तऱ्हेच्या वैज्ञानिक अनुषंगाने की काहीही धोका नाहीये. अनेक गोष्टी धोक्याने सिद्ध झाल्या आहेत. पण त्यांचा काही प्रश्न नाही. जर एक गोष्ट जरी धोक्याची नाही असं सिद्ध करते तरीही प्रामाणिक आहे.

तर प्रेतात्म्यांच्या संदर्भात स्थापित केलं गेलं आहे शास्त्राच्या अनुषंगाने की, आधारानेही की आत्मा शरीर बदलतो. तशा सूचना मिळाल्या. सायकिक सोसायटीजचे सदस्य, ज्यांनी आयुष्यभर काम केलं, मरताना त्यांनी वचन दिलं की मेल्यानंतर आम्ही पूर्ण प्रयत्न करू सूचना देण्याचा. यात एक-दोघं सफल झाले. निश्चित सूचना दिल्या मृत्यूनंतर. त्यातून काही प्रमाण गोळा झाले.

आणि मनुष्याच्या व्यक्तित्वात काही नवीन दिशांचा अनुभव – जसं 'टेलिपथी'. दूरश्रवण. दूरदृष्टी, दूरसंवाद यावर पुष्कळ काम झालं. हजारो मैल दूर बसलेल्या व्यक्तीला मी इथे बसून निरोप देऊ शकतो. कोणत्याही बाह्य उपकरणांचा उपयोग न करता. तर याचा अर्थ असा होतो की शरीरच नाही, अशरीरी ढंगातूनही संवाद संभव आहे.

'हे मनच असेल, आत्मा नसेल, अशीही शक्यता असू शकते!'

ते मन जरी असलं तरीही शरीराहून भिन्न काही होणं सुरू होतं आणि शरीराहून भिन्न होणं एकदा हा विचार शास्त्रात आला, तर फार दूर नाहीये आत्म्याचं असणं. कारण वाद आहे तो शरीराहून भिन्न आत काही आहे का? एकदा हे नक्की झालं की शरीराच्या आत, शरीराहून भिन्न मनही आहे, तरीही यात्रेला प्रारंभ झाला आणि विज्ञानाची यात्रा अशीच सुरू होईल. आधी मनच असेल. मग हळूहळू आम्ही आपल्यापर्यंत विज्ञानाला घेऊन जाऊ शकू. पण मन आहे.

टेड नावाचा एक माणूस आहे. ज्याला अद्‌भुत अनुभव सायकिक सोसायटीजमध्ये आले. अद्‌भुत अनुभव असा आहे की हा माणूस जर न्यू यॉर्कमध्ये बसला आहे, त्याने मला कधीही बघितलेलं नाही, माझा फोटो-चित्रंही बघितलेलं नाही, माझ्याबद्दल कधी काही ऐकलेलं नाही, पण जर तुम्ही त्याला सांगितलंत की माझ्याबद्दल विचार करा, तर तो डोळे बंद करेल, माझ्यासंबंधी ध्यान करेल, अर्ध्या तासाने डोळे उघडेल, तर त्याच्या डोळ्यांमधून माझं चित्र उतरवलं जाऊ शकेल. अशा तऱ्हेची हजारो चित्रं उतरवली गेली आहेत आणि माझ्या खऱ्या चित्राशी ते चित्र जर जुळवलं

तर हैराण व्हायला होतं. जवळ जवळ, म्हणजे केवळ फेंटनेसचा फरक होऊ शकतो, याहून जास्त फरक नाही. पण चित्र माझंच असतं.

याचा अर्थ काय?

याचा अर्थ असा की, त्याचे डोळे कसे ना कसे मला बघण्यास समर्थ झाले. न केवळ बघण्यास समर्थ, तर जसं तुम्ही समोरासमोर बघता, तुमचे डोळे माझं चित्र बनवतात, तसं हजारो मैल दूर अज्ञात, अपरिचित माणसाचं चित्र त्याचे डोळे बनवतात.

टेलिपथीचे तर अनेक प्रयोग झाले आहेत आणि आता स्पेस ट्रॅव्हल सुरू झालं आहे. चंद्रावर पोहोचलो, मंगळावरही आणि अजून दूरचे प्रवास सुरू होतील. जिथे यात्रेकरू वर्षांनी परतून येतील. मंगळावर जाण्यास-येण्यासही वर्ष लागेल. या दरम्यान जर यंत्रांनी जराशीही चूक केली, तर आम्ही त्या यात्रेकरूंशी काहीही संबंध ठेवू शकणार नाही की ते कुठे गेले, काय झालं? वाचलेत की नाही? म्हणून रूस आणि अमेरिका, जिथे अंतरिक्ष यात्रेवर गहन संशोधन चालू आहे. टेलिपथीसाठी उत्सुक आहेत. यंत्रं बिघडली तरी टेलिपथीद्वारे बातमी समजेल. एक पर्याय हवा. यंत्रांचा भरवसा नाही.

तर विज्ञान हळूहळू माणसांचं शरीरच नव्हे, तर शरीराच्या आत काही अशरीरीही आहे, या दिशेने पावलं उचलू लागलं आहे आणि एकदा हे नक्की झालं की आत काही अशरीरीही आहे, तर मग पुनर्जन्माचा दरवाजा उघडेल. दर्शनाने जे शक्य नाही झालं, रहस्यवादी जे शक्य करू शकले नाहीत सर्वांना समजावणं, ते विज्ञान शक्य करू शकेल. तसं होतं आहे.

'भगवान श्री, असा प्रयोग झाला आहे की काचेच्या पेटीत मरणाऱ्या माणसाला झोपवलं गेलं. यावर काही सांगण्यासारखं आहे?'

असा प्रयोग अनेक ठिकाणी करण्याचा प्रयत्न केला गेला, पण परिणामकारक नाही झाला. असा विचार आहे – स्वाभाविक आहे कारण विज्ञान जेव्हा असा विचार करतं, तर ते पदार्थाच्या भाषेत विचार करतं. जर शरीर मरतं, तर शरीराच्या आत शरीराहून अतिरिक्त काही आहे, जे निघून जातं, तर वजन कमी व्हायला हवं. पण असं होऊ शकतं की जे निघून जातं ते वजनरहित असेल, अथवा इतक्या कमी वजनाचं की आमच्याकडे त्याचा मापदंडच नाही. जसं सूर्यकिरणं– वजन आहे? एका पारड्यात अंधार आणि एका पारड्यात सूर्यकिरणं तोलू. जर सूर्यकिरणं आहेत तर पारडं थोडं झुकायला हवं. पण वजन नाहीये, तर ती सूर्याची किरणं नसतील,

कारण त्यांच्यात वजन आहे. जर एका वर्गाची, वर्गमैलाची सर्व सूर्यकिरणं एकत्रित केली तर एक तोळा इतकं वजन होतं. पण हे कठीण आहे. आता किती आत्मे किती वजनाचे असतील... वेळ आहे अजून...!

तर असा प्रयोग अनेक ठिकाणी केला गेला. मरणाऱ्या माणसाला काचेच्या पेटीत बंदिस्त केलं, अगदी एक छोटं-कणभरही छिद्र नाही–तो मेला. जितकं वजन जिवंतपणी होतं याहून कमी वजन व्हायला हवं, कारण काहीतरी बाहेर पडलं त्या शरीरातून. दुसरं म्हणजे जे बाहेर पडलं आहे, त्याला काढण्यासाठी, बाहेर जाता यावं म्हणून काच तुटायला हवी, पण दोन्ही संभव नाही झालं. सूर्याची किरणं, एक्सरेची किरणं निघून जातात, काच बाधा बनत नाही, तर मग माणसांना का त्रासात टाकता की त्याला निघण्यासाठी काही तोडावं लागतं. एक्सरे किरणं तुमच्या हाडामांसातून पार जातात, चित्रं घेऊन येतात आणि काही तुटत नाही. छेद जात नाही, तर मग आत्म्याला कसं कठीण पडणार? लॉजिकली कठीण वाटत नाही आणि जगात खूप काही वजनरहित आहे. आणि ज्याला आम्ही वजन म्हणतो, प्रत्यक्षात ते वजन नाहीये, ते गुरुत्वाकर्षण आहे.

तुमचं वजन समजा चाळीस किलो आहे, तर चंद्रावर तुमचं वजन चाळीस किलो नसेल. तेच तुम्ही, पण चंद्रावर तुमचं वजन आठ पटींनी कमी होईल. म्हणून इथे तुम्ही सहा फूट उंच उडी मारू शकता, तर चंद्रावर आठ पटीने जास्त उंच उडी मारू शकता. कारण चंद्राची गुरुत्वाकर्षणाची क्षमता पृथ्वीच्या क्षमतेपेक्षा आठ पटींनी कमी आहे आणि सर्व वजन हे जमिनीच्या ओढीचं वजन आहे. तर असं होऊ शकतं की जमीन आत्म्याला खेचू शकत नसेल. म्हणून मग त्याचं वजनही नसेल. जर आम्ही कधी अशी जागा बनवली जिथे गुरुत्वाकर्षण नसेल तर कुणाचंच, कशाचंच वजन नसेल.

चंद्रावर पण जी माणसं जातात त्यांचाही धोकादायक अनुभव असतो, तो वजनरहित होण्याचा. जसं पृथ्वीचं आवरण सुटतं, दोनशे मैलांपर्यंत पृथ्वी खेचते, त्यानंतर तिचं गुरुत्वाकर्षण संपतं आणि माणूस वजनरहित होतो. म्हणून अंतरिक्षयानात पोटाला बांधलेला पट्टा जरा जरी सुटला तर माणूस फुग्यासारखा लटकू लागेल. त्याचं डोकं यानाच्या छपराला टेकेल. मग खाली येणं कठीण होऊन जाईल.

तर आत्म्यावर गुरुत्वाकर्षण लागू पडतं अथवा नाही – प्रयोग केले जातात. पण माझ्या मतानुसार पदार्थांवर जे नियम काम करतात ते पदार्थांच्या सघनतेमुळे काम करतात. आत्मा जर आम्ही नीट समजून घेतला तर विरलतेचा अंत आहे तो. म्हणून त्यावर कोणतेही नियम काम करत नाहीत आणि जोपर्यंत नवे नियम आम्हाला मिळत नाहीत तोपर्यंत पदार्थांचे नियमच आम्ही आत्म्याच्या शोधाच्या संदर्भात वापरू शकतो, तोपर्यंत विज्ञानाचं उत्तर आत्म्याच्या संदर्भात नकारात्मक

राहील. वजन नाहीये; पण हे जे मी सायकिक सोसायटीजबद्दल सांगितलं, राईन, मायर्स, ओलिव्हर, लॉज आणि ब्रॉड, ही सर्व मंडळी विज्ञानाच्या प्रतिष्ठित पदार्थांना मापण्याची पद्धत सोडून आत्म्याच्या अज्ञात मापदंडांचा शोध घेत आहेत. आशा आहे की हळूहळू काही सूत्रं नि:सृत होतील आणि विज्ञान त्याबाबत साक्ष देऊ शकेल. ज्या गोष्टींची साक्ष रहस्यवादींनी नेहमी दिलेली आहेत, पण प्रमाण देऊ शकले नाहीयेत.

'तुम्ही म्हणालात की अर्जुनाने स्वत:ला कृष्णाला समर्पित केलं म्हणून यंत्रवत् न होता स्वतंत्र झाले. विवेकानंदांनीही स्वत:ला रामकृष्णांना समर्पित केलं तरी ते यंत्रवत् राहिले, आत्मवान नाही होऊ शकले याचं कारण काय?'

कारण आहे, रामकृष्ण आणि विवेकानंदांमध्ये जो संबंध आहे, पहिली गोष्ट म्हणजे हा संबंध गुरू-शिष्य असा आहे. कृष्ण-अर्जुन, गुरू-शिष्य अशा संबंधांत नाहीयेत. दुसरी गोष्ट म्हणजे कृष्णाचे संपूर्ण प्रयत्न अर्जुनाच्या द्वारे जगाला काही संदेश पोहोचवण्याचा नाहीये. अर्जुनालाच संदेश देण्याचा आहे. रामकृष्णांचे प्रयत्न विवेकानंदांना संदेश देण्याचे नाहीत, तर विवेकानंदांद्वारे जगाला संदेश देण्याचे आहेत. कृष्णाला तर माहीतच नाही की ते जे सांगत आहेत, ती गीता बनेल. आकस्मिक घटना आहे की गीता बनली. कृष्णाने तर सहजी युद्धभूमीवर सांगितलं असणार. कल्पनाही नसेल की ते वक्तव्य इतकं मौल्यवान होईल आणि युगानुयुगं माणसं त्यावर विचार करतील. केवळ अर्जुनासाठी, त्याने बदलावं म्हणून. दोन माणसांमधलं बोलणं. आणि माझा असा अनुभव आहे की या जगात जितकं काही महत्त्वपूर्ण आहे तो नेहमी दोन माणसांमधला संवाद आहे. म्हणून लिहिणारा तितका खोलवर जाऊ शकत नाही, तितकी गहनता लेखनाला मिळत नाही, जितकी बोलणाऱ्याच्या संवादात असते. म्हणून जगात जे काही श्रेष्ठ आहे ते बोललं गेलेलं आहे.

आम्ही सकाळी बोलत होतो, अरविंदांनी कधी काही बोललं नाही, सर्व लिहिलं आहे. कृष्ण, जीझस, बुद्ध, महावीर, रमण, कृष्णमूर्ती हे बोलत होते. बोलणं हे व्यक्तिगत आहे, आम्ही कुणाशी तरी बोलतो. लिखाण हे व्यक्तिगत नाही. आम्ही कुणासाठी तरी लिहीत नाही; पत्रं सोडून. लिखाण घेणारा कोण आहे हे आम्हाला माहीत नसतं, तर कृष्ण अर्जुनाशी समोरासमोर बोलत आहेत. जगाचा इथे प्रश्न नाही. दोन मित्रांमधला संवाद आहे. रामकृष्णाचं वेगळं आहे. जसं मी सकाळी म्हणालो, ते विचारात घेतलं तर समजेल.

रामकृष्णांना अनुभव तर मिळाला, पण त्यांच्यापाशी वाणी अजिबात नव्हती. त्यांना आयुष्यभर हाच खेद होता की कुणी असा मिळावा जो मला वाणी देईल. रामकृष्ण अशिक्षित होते. त्यांनी जाणलं तर खूप, पण सांगणार कसं? शब्द नाहीत, सुविधा नाहीत, व्यवस्था नाही, तर असं हवं कुणीतरी. विवेकानंदांपाशी तर्क आहे, वाणी आहे, अभिव्यक्ती आहे. रामकृष्णांपाशी तर्क नाहीये, वाणी नाहीये, अभिव्यक्ती नाहीये पण अनुभव आहे. रामकृष्णांचं वक्तव्य जे आज आमच्यापाशी आहे ते सुधारित करून आलेलं आहे. कारण ते गावरान होते, बोलताना शिव्याही द्यायचे. त्या शिव्या वगळाव्या लागल्या. मला नाही वाटत की शिव्या गाळल्या हे योग्य झालं. ते जसे बोलले ते तसंच ठेवायला हवं होतं. त्यात काय झालं शिव्या असल्या तरी? पण आमच्या मनातली ही भीती. साधू आणि शिव्या? परमहंस! म्हणून शिव्या गाळून रामकृष्णांना आमच्यासमोर सादर केलं गेलं.

रामकृष्णांपाशी संदेश देण्यासाठी सुविधा नव्हती. विवेकानंद जेव्हा रामकृष्णांपाशी आले तेव्हा त्यांना आशा वाटली की, ही व्यक्ती माझ्या आत जे घडलं ते जगापर्यंत पोहोचवू शकेल. म्हणून विवेकानंदांना साधन बनावं लागलं.

आणखी एक घटना सांगतो.

विवेकानंदांना समाधीची मोठी आकांक्षा होती, तर रामकृष्णांनी त्यांना समाधीचा प्रयोग समजवला, करवून घेतला. रामकृष्ण महिमाशाली होते, त्यांची उपस्थिती कुणासाठीही समाधी बनू शकत होती. त्यांचं अस्तित्व कुणालाही समाधीत नेऊ शकत होतं. त्यांच्या स्पर्शानेही खूप काही होत असे. इतकं जिवंत व्यक्तिमत्त्व होतं. ज्या दिवशी पहिल्यांदा विवेकानंदांना समाधीचा अनुभव प्राप्त झाला, त्यांनी काय केलं? त्या आश्रमात काळू नावाचा एक माणूस होता. दक्षिणेश्वर मंदिरापाशीच तो राहायचा. अतिशय भोळा माणूस. मंदिराच्या जवळपास जोपर्यंत भोळीभाबडी माणसं राहत होती तोपर्यंत मंदिरं सुरक्षित होती. काळू दिवसभर पूजा करत राहायचा, कारण त्याच्या घरात जगभरातले देव-देवी होते. शेकडो देव. जिथे जो देव सापडेल, घेऊन यायचा. सकाळी पूजेला सुरुवात केली की ती संपेपर्यंत संध्याकाळ व्हायची.

विवेकानंदांनी अनेकदा त्याला समजावलं की फेकून दे हे देव. भगवान तर अदृश्य आहे. सर्वत्र आहे. अनेक तर्क दिले त्याला. पण सरळ साध्या माणसाला तर्कही देता येत नाहीत. तो हसत असे. म्हणत असे, 'ठीक आहे. पण आता घेऊन आलोच आहे तर त्यांचं आगतस्वागत तर करायलाच हवं ना!' 'हा दगड, तो दगड. कुठे टिळा लाव, कुठे फुलं वाहा, लहान शंकर, मोठा शंकर, ना जाणो काय काय! हे काय केलंस तू? संपूर्ण दिवस यात घालवतोस. घंटा वाजव, उदबत्तीच लाव. तुझा सगळा वेळ यात जातो आहे.' काळू म्हणे, 'इतरांचा वेळ ज्यात वाया जातो आहे, माझा यात जातो आहे आणि काही खास फरकही पडत नाही. मग हरकत

काय आहे?'

ज्या दिवशी विवेकानंदांची प्रथम समाधी लागली, अचानक आत ऊर्जाशक्तीचा उगम झाला आणि विवेकानंदांनी पहिला विचार केला तो हा की, जर या ऊर्जाक्षणी मी काळूला सर्व देव फेकून द्यायला सांगतो, तर तो थांबवू शकणार नाही. टेलिपथी! इथे त्यांनी असा विचार केला आणि तिथे त्या साध्याभोळ्या काळूला संदेश मिळाला. त्याने सर्व देव बांधले आणि ती पोटली घेऊन तो गंगेकडे निघाला. हे तर विवेकानंदांनी बंद खोलीत आपल्या मनात असं म्हटलं, पण जेव्हा ऊर्जा जागृत होते – लक्षात ठेवा, जेव्हा ऊर्जा जागृत होते तेव्हा चुकूनही तिचा उपयोग करू नका, नाहीतर मोठं नुकसान होईल. जागृत होऊ दे, तिचं जागृत होणं हाच तिचा उपयोग. विवेकानंदांनी उपयोग केला आणि ज्या काळूला ते तर्काने पटवून देऊ शकले नाहीत, ते त्यांनी आडवळणाने घडवलं. रामकृष्ण त्याला म्हणाले, 'वेड्या, आत घेऊन जा.' तो म्हणाला, 'सर्व अर्थहीन आहे.' रामकृष्ण म्हणाले, 'काळू, हे तू बोलत नाहीयेस. कुणी वेगळं बोलतंय. तू आत जा. मी त्या सैतानाला बघतो, जो हे बोलत आहे.'

ते धावत आत गेले. त्यांनी विवेकानंदांना हलवलं. म्हणाले, 'बास, ही तुझी शेवटची समाधी. आता पुढे तुला समाधीची आवश्यकता नाही. ही तुझी समाधीची चावी मी आता माझ्यापाशी ठेवणार आहे. मरण्याआधी तीन दिवस तुला मी परत करेन.' विवेकानंद खूप रडले, मला समाधी द्या. रामकृष्ण म्हणाले, तुझ्याकडून अजून खूप काम करवून घ्यायचं आहे. आता तू समाधीत गेलास तर निघूनच जाशील आणि जे हवं आहे काम व्हायला ते करू शकणार नाहीस. मी जे जाणलं आहे, ते तुला जगापर्यंत पोहोचवायचं आहे. तू स्वार्थी बनू नकोस. तुला वृक्ष बनायचं आहे, वटवृक्ष, ज्याच्या सावलीत हजारो लोक विश्राम करू शकतील. म्हणून ही चावी माझ्यापाशी राहील. मी माझ्या मृत्यूपूर्वी तीन दिवस अगोदर तुला ती देईन.

पण यात मी जे सांगू इच्छितो की, ज्या समाधीची चावी अशी ठेवता येते, ती समाधी मानसिकतेहून जास्त काही नाही. जी समाधी दुसऱ्याच्या होकार-नकारावर अवलंबून आहे ती समाधी गहिऱ्या मानसापेक्षा जास्त असू शकत नाही. मनाच्या पलीकडची असू शकत नाही आणि ज्या समाधीत काळूला मूर्ती फेकून देण्याचा विचार येऊ शकतो ती समाधी जास्त आत्मिक असू शकत नाही. काही कारण नाही तसं.

तर विवेकानंदांना जी समाधी घडली ती मानसिक आहे. शरीराहून वरचढ, पण आत्म्याहून निम्नतम. आणि रामकृष्णांची जी पीडा होती, त्यासाठी विवेकानंदांना थांबवणं आवश्यक होतं. आज रामकृष्णांना आम्ही जाणतो ते केवळ विवेकानंदांमुळे. पण त्यासाठी विवेकानंदांना मोठं आत्मबलिदान द्यावं लागलं. पण या विशाल

जगासाठी असं आत्मबलिदान आवश्यक, अर्थपूर्ण आहे. आणि रामकृष्णांना विवेकानंदांना मानसिकतेवर थांबवावं लागलं, ते पुढे जाऊ नयेत म्हणून. रामकृष्णांची यात्रा विवेकानंदांच्या खांद्यावर बसून झाली आहे. म्हणून मी मानतो की विवेकानंद साधन झाले. पण अर्जुन कृष्णाचं साधन नाहीये.

आता आम्ही ध्यानाला बसू.

◆

२

'अरविंदांना कृष्णदर्शन झालं. योगी लेले यांच्या संपर्कातही ते होते आणि पाँडेचेरी प्रयोगाचा निर्णय भविष्यातली पिढी करणार नाही का?
एलिसबेलीबद्दल तुमचे विचार काय आहेत, जेव्हा तो असं म्हणतो की त्याला संदेश मिळतात. हे संदेश कोण आणि कसे देतं? तुमचेही अशा कुणा गुरूंशी संबंध आहेत?'

अरविंदांचं कृष्णदर्शन कारागृहातल्या भिंतीआड, स्वयंमध्ये आहे. कृष्णदर्शन आहे तर ते कुणाला समजणार की कृष्णदर्शन झालं? कोण ओळखतं की कृष्ण दिसत आहेत? जर ओळखणारा आहे तर तो प्रोजेक्शन, प्रक्षेपण आहे. जर कुणी म्हणतं की मला कृष्णदर्शन झालं, तर याचा कमीत कमी अर्थ असा की मी कृष्ण नाही हे नक्की. ज्याला दर्शन होतं, तो भिन्न होतो.

नाही, ज्या विशाल सागररूपी कृष्णाबद्दल मी बोलतो, ते असं नाही की मला कृष्णदर्शन झालं, ते असं आहे की मी नाही उरलो आणि जो उरला तो कृष्ण आहे. त्याला कृष्ण म्हणा, जीझस म्हणा, बुद्ध म्हणा, काही फरक पडत नाही. ही आमची पारिभाषिक शब्दावली आहे की आम्ही कोणत्या शब्दावलीत जन्म घेतला. मग एकदा कृष्णदर्शन झालं आणि ते प्रक्षेपण नसेल, तर परतून येणं असंभव आहे. मग ते दर्शन हरवणं हे अशक्य आहे. आणि मजेची गोष्ट अशी आहे की अरविंदांची सर्व साधना त्यानंतर सुरू होते. ज्या योगी लेलेंबद्दल विचारलं आहेत ते त्यानंतर भेटले आहेत. ते भेटणं आणि नंतर ध्यान शिकणं आणि त्यांनी लेलेंकडून ध्यान शिक्षण प्राप्त केलं. ज्या व्यक्तीला अजून ध्यान शिकायचं आहे त्यांना कृष्णाचं विशालतेचं दर्शन झालं हे मान्य करता येत नाही. आणि जर कृष्णाचं दर्शन झालं तर मग ध्यान

शिकण्याच्या सहजतेचे प्रतीक : कृष्ण!

शिकून काय करणार? कुणापाशी जाणार शिकायला?

आणि मजेची गोष्ट अशी की जे ध्यान ते लेलेंकडून शिकले, ती अगदी छोटीशी प्रक्रिया होती. आणि हेही तुम्ही ऐका की त्यानंतर त्यांची ध्यानात कोणतीही प्रगती झाली नाही, जितकं ते लेलेंकडून शिकले, तेच शेवटचं. केवळ तीन दिवस ते लेलेंबरोबर ध्यानाला बसले. साक्षीभावाचा एक छोटासा प्रयोग होता तो. ज्यात लेलेंनी सांगितलं की, तुम्ही बस फक्त बसा आणि आपल्या विचारांकडे बघा. तुमच्या विचारांना असं समजा की तुमच्या डोक्याच्या चहुबाजूंनी ते विचार फिरत आहेत आणि तुम्ही मध्ये बसून ते बघत आहात. तीन दिवस सतत ते विचारांचं दर्शन करत राहिले. कुणीही करावं आणि बघत राहावं तर विचार क्षीण होत जातात, शांत होत जातात. मन निर्विचार होतं. त्यांनी विचारांना बघायला सुरुवात केली आणि ते भयंकर विचार बघून ते घाबरले. यानंतर ते लेल्यांकडून काहीही शिकले नाहीत. अरविंदांची सर्वांत मोठी चूक हीच होती. हे प्राथमिक चरण होतं. साक्षीभाव पहिलं चरण आहे. तो अद्वैतभाव नाहीये. साक्षीभावाच्या माध्यमातून अंततः अद्वैतभावाची उपलब्धी होते. पण पावलं पुढे उचलावी लागतात. साक्षीभावही मिटून जायला हवा, कारण जोपर्यंत मी कुठल्या तरी गोष्टीचा मी साक्षी आहे तोपर्यंत द्वैत राहतं. एक वेळ यावी लागते की मी उरू नये, ना ते उरू ज्याचा मी साक्षी आहे. एक वेळ यायला हवी जेव्हा केवळ शुद्ध चेतना उरेल आणि त्या चेतनेत हे ठरवणं कठीण होईल की सब्जेक्ट कोण आहे आणि ऑब्जेक्ट कोण आहे. कोण जाणतो आहे आणि कोण जाणलं जातो आहे. जोपर्यंत हे स्वच्छ आहे की कोण जाणतंय आणि कोण जाणलं जातंय, तोपर्यंत द्वैत आहे. आणि तोपर्यंत मनाच्या बाहेर जाता येत नाही. तोपर्यंत मनाचं अतिक्रमण होत नाही. तर मी तर असं म्हणणार नाही की अरविंदांचा अनुभव वास्तविक अनुभव होता. कारण जो येतो आणि जातो, हे

वास्तविक नाही. हे स्वप्नवत् आहे. प्रोजेक्शन आहे. जो येतो आणि येतोच, मग जात नाही, तो अनुभव वास्तविक!

ध्यानाच्या बाबतीतही ते साक्षीभाव साधनेपलीकडे गेले नाहीत. आणि ज्यांच्याकडून ते शिकले, त्यांच्याशी त्यांनी नंतर काही संबंध ठेवलेही नाहीत. त्या व्यक्तीकडे संभावना होत्या अजूनही पुढे घेऊन जाण्याच्या, पण पुन्हा जेव्हा अरविंद लेल्यांना भेटले, तोपावेतो ते स्वत: गुरू झाले होते. आणि त्या भेटीत अरविंदांचं लेलेंशी वागणं अगदी आश्चर्यकारक आहे. त्यांचे सर्व प्रयत्न असे होते की या माणसाकडून आपण काही शिकलोच नाहीत.

पण अनेकदा असं झालं आहे, केवळ अरविंदांच्या बाबतीतच नाही, तर बऱ्याच जणांच्या बाबतीत की अगदी थोडासा अनुभव घेऊन थांबले आहेत तरीही सिद्ध झाले आहेत. आनंदपूर्ण होतं आणि मन तिथेच थांबतं. म्हणून आध्यात्मिक साधनेत अडचणी ना बाहेरील संपत्तीमुळे येतात, ना बाहेरील संबंधांमुळे येतात. त्या अडचणी आतल्या प्राथमिक अनुभवांमुळे येतात. ते इतके सुखी आहेत, आनंदपूर्ण आहेत की तिथेच थांबतात. आणि विश्रामाला मुक्काम समजण्याची चूक अनेक जण करतात. विश्राम सुखद असेल तर त्यालाच मुक्कामाचं ठिकाण मानलं जातं मनाकडून.

आणि अरविंदांनी जितकी साधना दुसऱ्यांना सांगितली आहे, ती लेल्यांनी सांगितलेल्या साधनेइतकीच, इंचभरही पुढे गेलेली नाही. म्हणून मी म्हणतो की ते या साधनेपुढे गेले नाहीत. पण लेले बिचारे साधे, सरळ गृहस्थ. अरविंद जटिल बुद्धीचे, निष्णात व्यक्ती. जे लेलेंनी दोन शब्दांत सांगितलं, तेच अरविंदांनी हजारो पानांत सांगितलं.

आणि मी मानतो की अरविंदांनी तेही गमावलं. तुम्हाला आश्चर्य वाटेल, लेलेंनी स्वत: अरविंदांना काय सांगितलं ते ऐकून. लेले म्हणाले, 'तू भ्रष्ट झाला आहेस. जे तुला मिळालं होतं, ते तू हरवून बसला आहेस आणि तू बकवास करू लागला आहेस. तू सिद्धान्तवादी गोष्टींत अडकला आहेस. त्यात अनुभवाचा संबंध नाही. कृपा करून या लिखाणाच्या-वाचण्याच्या जाळ्यात अडकू नकोस. अजून तू तिथे पोहोचला नाहीस, ज्याची सुरुवात तू केली होतीस.' पण अरविंदांनी या बोलण्याकडे लक्ष दिलं नाही. आणि अरविंद लक्ष देत नाहीत तर भक्त का देतील?

मी जे म्हणालो की मौल्यवान गोष्टींचा शोध व्यक्तीकडून होतो म्हणून त्याच्याकडून चुका होण्याची संभावना जास्त असते. याचा अर्थ नाही की ती चूकच असते. शक्यता असते. दुसरंही मी म्हणालो की परंपरेने ज्या गोष्टी येतात, त्या गोष्टी खराब होण्याची संभावना जास्त असते; पण त्यांच्या या दुर्गंधीच्या मागे सत्याचं असणं खूप संभव आहे. कारण हजारो हजारो वर्षं लोक विनाकारण घाणीला ओढून

आणू शकत नाहीत. हां, एखाद्या हिऱ्यासाठी दगडधोंड्यांना ओढत आणू शकतात; पण असं होऊ शकतं की तो हिरा हरवला आहे आणि दगडधोंडेच दिसत आहेत.

जे मी म्हणालो, त्याचमुळे दुसरी गोष्ट समजावू इच्छितो. अरविंद ज्या अतिमानसेबद्दल बोलतात, त्यांचे संकेत वेदात उपलब्ध आहेत. या देशात एक अनैतिक कृत्य चालत राहिलेलं आहे. या देशात जी माणसं काही नवीन गोष्टी शोधून काढतात, त्यांच्याकडे इतकी हिंमत नसते, हे सांगण्याची की मी हे शोधलं. ही गोष्ट, हा शोध माझा आहे. का? कारण त्यांना माहीत आहे की नवीन गोष्ट चूक असण्याची शक्यता आहे. म्हणून या देशाची ही परंपरा बनली आहे की नवीन गोष्ट शोधली जरी तरी त्याला जुन्या शास्त्रांचा आधार द्या. नेहमी असं सांगा की हे वेदात आहे, उपनिषदेत आहे, ब्रह्मसूत्रात आहे. म्हणून वेद, उपनिषद, ब्रह्मसूत्रं यांचा आपला काय अर्थ आहे हे ठरवणं कठीण होऊन बसलं आहे. जुन्या दुकानांच्या क्रेडिटचा लाभ घेणं आहे हे, वेगळं काही नाही. वेदात आहे की नाही हा प्रश्न नाही. पण दयानंद याच सूत्रात काही वेगळं दाखवतील, जे त्यांना सिद्ध करावयाचं आहे. अरविंद त्याच सूत्रात काही वेगळं दाखवतील जे त्यांना सिद्ध करावयाचं आहे. वेद, ब्रह्मसूत्र, उपनिषद या तिघांची इतक्या वाईट तऱ्हेने – त्यांना इतकं कठीण केलं आहे – आणि अशीच गत गीतेचीही केली आहे. प्रत्येक व्यक्ती हेच सिद्ध करू पाहते, की ती जे काही सांगत आहे तेच वेदात, उपनिषदेत, गीतेत सांगितलेलं आहे. म्हणून एक अजब मानसिक व्यभिचाराची स्थिती या देशात निर्माण झाली आहे. बौद्धिक व्यभिचार! गोष्टींना सरळ न सांगता, लादल्या जातात. हा लादण्याचा आग्रह इतका वाढला आहे, कारण त्याच बळावर उभं राहता येतं. माझं मानणं आहे की हेही आत्मविश्वासाची कमतरता असणं आहे. जर अरविंदांना सत्याचा अनुभव आला आहे आणि जर वेद त्याच्या उलट सांगत आहेत, तर वेद गेले खड्ड्यात, वेदांशी काय घेणं-देणं? जर त्यांना सत्य दिसलं आहे तर ते स्वच्छ सांगू शकतात की हे सत्य आहे! हे मी बघितलं आणि जाणलं. पण जर आतून साशंकता असेल, तर मग वेदांचा आधार घेण्यापलीकडे दुसरा रस्ता नाही. वेदांच्या खांद्यांवर बसावं लागेल. गीतेच्या खांद्यांवर बसावं लागेल. उपनिषदांच्या खांद्यांवर बसावं लागेल. सर्वांना आपल्या पाठी उभं करून मग दाखवावं लागेल की मी जे जाणलं, तेच जाणलं.

हेही लक्षात घ्या की वेदांचा ऋषी कुणाचा आधार शोधत नाही. उपनिषदाचा ऋषी कुणाचा आधार शोधत नाहीत. त्यांचं वक्तव्य सरळ आहे. ते सांगतात हे असं आहे. पण मग भारतात बौद्धिक पतनाची मोठी कहाणी आहे, ज्यात कुणी अशी हिंमत दाखवत नाही की असं आहे, असं मी जाणतो. ते सगळे वेद, उपनिषद,

ब्रह्मसूत्रांवर अवलंबून आहेत. सरळ वक्तव्य हरवत गेलं. अरविंद या साखळीची शेवटची कडी आहेत.

त्यापेक्षा रमण जास्त इमानी आहेत. कृष्णमूर्ती जास्त इमानी आहेत. चूक जरी करायची असेल तर ती वेदांवर थोपवू नका, आपल्या शिरी घ्या. योग्य शोधायचं असेल तरीही ते आपल्या शिरी घ्या. हा निर्णय तर होऊ शकेल उद्या की जे जाणलं त्यात काही सार होतं की नव्हतं!

म्हणून माझं मानणं आहे की भारतात दर्शनाचा इमानी विकास नाही होऊ शकला जसा पश्चिमेत झाला. कारण सुकरात जर सांगतो तर स्वत: सांगतो. कान्ट, विट्गिंस्टिन, काही सांगतात तर ते स्वत:च्या अधिकारात सांगतात. यापैकी कुणीही असं म्हणत नाही की जे मी सांगतो ते योग्य आहे; कारण सुकरातने तसं सांगितलं आहे. म्हणून पश्चिमेत इमानदारीने दर्शन निर्माण झालं आणि याच इमानदारीने विज्ञानही निर्माण झालं. कारण विज्ञान कृतघ्नतेने निर्माण होऊ शकत नाही. भारतात विज्ञान निर्माण नाही होऊ शकलं, कारण एका गहिऱ्या कृतघ्नतेत आम्ही फसलेलो आहोत. इथे हे ठरवता येणं कठीण आहे की कोणता माणूस काय म्हणतो आहे. कारण आम्ही दुसऱ्याची वाणी बोलतो आणि प्रत्येक माणूस दुसऱ्या शास्त्रावर उभा आहे.

मी तर म्हणेन की अरविंदांचा हा आग्रह की, वेदातही हेच आहे. एक आत्महीनतेचा बोध आहे, त्यातूनच निर्माण झालेला आहे. यात अनुभवाच्या गोष्टी फार नाहीयेत, त्यात खूप सहज आधार शोधण्याच्या गोष्टी आहेत आणि या देशाचं मन वेदांनी प्रभावित झालेलं आहे. महावीर, बुद्ध यांनी प्रभावित झालेलं मन आहे. परंपरानुगत आहे मन. म्हणून जर कुणी असं एकदा सिद्ध करतं की, अगदी छोटीशी गोष्ट ही, की वेदात आहे, तरी आम्ही स्वीकारतो. मग त्या माणसाला वेगळं तपासून बघण्याची गरज आम्हाला वाटत नाही. वेदांच्या आधारे तो माणूस... पण हा आधार का हवा? सत्याला आधाराची गरज काय? मला जर काही दिसत असेल तर मी म्हणेन, मला दिसतं. माझं दिसणं ही माझ्या आत्मविश्वासाची गोष्ट आहे. वेदांमुळे मी चूक अथवा बरोबर नाही असू शकत. माझ्यासाठी तर, माझ्यामुळे वेद चूक आणि बरोबर असू शकतील, ही वेगळी गोष्ट! कुणी मला विचारेल की तुम्ही असं म्हणता, पण महावीर तर असं सांगतात, तर मी म्हणेन, महावीर चूक असतील. कारण मी हे कसं नक्की म्हणू की महावीरांनी असं सांगितलं होतं की नव्हतं? मी खातरी देऊ शकतो की मी हे नक्की सांगितलं. सगळं जग जरी म्हणालं की मी चूक, तरीही मी म्हणेन, जग चूक असेल कारण मला तर असं दिसतंय. मी केवळ मला जे दिसतं त्याची साक्ष देऊ शकतो, जगाला काय दिसतं याची साक्ष देऊ शकत नाही.

पण ही युक्ती सोपी आहे. सुविधापूर्ण! आपल्या व्यक्तित्वाला सरळच्या सरळ सत्यासमोर उभं करण्यासाठी हजारो वर्षं लागतील. इतिहासाला हजारो वर्षं लागतील हे सांगायला की तुम्हाला काही मिळालं होतं की नव्हतं? पण वेदांच्या आधारे तत्काळ सोपं जातं. वेद खरे तर तुम्हीही खरे. एक छोटीशी गोष्ट–

एक फ्रेंच काउंटेस, शाही खानदानी कुटुंबातली बाई, प्रत्येक गोष्ट आपल्या मर्जीनुसार झाली पाहिजे अशा स्वभावाची, सवयीची. चीनमधून एक ॲश ट्रे घेऊन आली होती. त्या ॲश ट्रेचा जो रंग होता तोच रंग हॉलमध्ये असायला हवा असं तिनं सांगितलं. मोठमोठाले चित्रकार आले, पण रंगात थोडाफार फरक पडत होता. तो चिनी रंग होता, तो मिळतही नव्हता. शेवटी एक चित्रकार आला. तो म्हणाला, मी हा रंग करेन पण माझी एक अट आहे की पूर्ण महिनाभर या खोलीत कुणीही यायचं नाही. मान्य झाली अट. एका महिन्यासाठी त्याने दार बंद केलं आत जाऊन. महिन्यानंतर त्याने दार उघडलं आणि सर्वांना आत बोलावलं. आत जाऊन बघितलं तर ॲश ट्रेच्या रंगासारख्या सर्व भिंती रंगल्या होत्या. त्या बाईने त्याला लाखो रुपये बक्षीस म्हणून दिले. मरताना त्या चित्रकाराने आपल्या आत्मवृत्तात लिहिलं आहे की एकच मार्ग होता. आधी मी भिंती रंगवल्या आणि त्याच रंगात ॲश ट्रेही रंगवला. तेव्हा मेळ जमला.

हे अरविंद, दयानंद सगळे आधी भिंती रंगवतात आणि मग ॲश ट्रे रंगवतात. आधी आपला सिद्धान्त बनवतात, मग वेद दाखवतात. मग संस्कृत, ग्रीक आणि लॅटिन, अरबी जितक्या पुरातन भाषा आहेत या सर्व काव्यभाषा आहेत, विज्ञान भाषा नाहीत. काव्य भाषेचा एक फायदा आहे. एकाच शब्दाचे अनेक अर्थ होतात आणि धोकाही आहे. अनेकार्थ आहेत त्यामुळे हे पक्कं कळत नाही, नक्की कोणता अर्थ घ्यायचा? मूळ स्वरूपात त्या शब्दाचा जो वापर केला गेला, ज्या अर्थाने तो अर्थ कालांतराने राहतोच असं नाही. काव्यासाठी छान भाषा आहे, कारण जितके अर्थ तितके रंग काव्यास येतात. प्रत्येक वाचक आपला अर्थ लावतो. आणि वेगवेगळी माणसं प्रभावित होऊ शकतात. पण विज्ञान असं चालत नाही. विज्ञान योग्य, समर्पक हवं. 'अ'चा अर्थ 'अ'च हवा. तर पुरातन भाषा वैज्ञानिक भाषा नाहीयेत आणि म्हणून विज्ञान रोज आपली नवी भाषा तयार करतं.

तुम्हाला आश्चर्य वाटेल की फिजिक्स, जे या काळी सर्वांत विकसित विज्ञान आहे. त्याने हळूहळू शब्द वापरणं बंद केलं आहे आणि गणिताचे फॉर्म्युले वापरण्यास सुरुवात केली आहे. कारण ते परफेक्ट असतात. माणसांनी जे शब्दप्रयोग केले ते संदिग्ध आहेत. त्याचे अनेक अर्थ असू शकतात आणि उपयोग करणारा आपला स्वतःचा अर्थ लावू शकतो. म्हणून आइनस्टाईनची पुस्तकं तोच माणूस समजू शकतो ज्याने उच्च गणिताला समजून घेतलं आहे. तिथे भाषेचं ज्ञान उपयोगी

नाही, गणितातलं ज्ञान असणं अनिवार्य आहे. कारण भाषा गणित बनत आहे. आणि आइनस्टाईनसारख्या माणसांचा असा विचार आहे की भविष्यातली विज्ञानाची भाषा खुणांची – सिम्बॉलची – भाषा असेल. त्यातूनच योग्य गोष्ट सांगितली जाईल.

तर ही जी सुविधा आहे या देशात, ही सर्वत्र आहे जिथे जिथे जुने ग्रंथ आहेत आणि ते ग्रंथ जुन्या भाषेत आहेत आणि ही भाषा काव्याच्या जवळपास निर्मित झालेली आहे. म्हणून तुम्हाला आश्चर्य वाटेल हे ऐकून की भारतातले वैद्यक ग्रंथ कवितेत लिहिले गेलेले आहेत. हे विचार करण्यासारखं आहे. खरं तर कविताच लिखाणाची, बोलण्याची पद्धत होती. त्याचं कारण आहे. लिखाण हे खूप नंतर आलं आणि पठण, स्मृतिशास्त्राला मनात ठेवत असे. तसं ठेवावं लागत असे. कविता लक्षात ठेवणं सोपं आहे. गद्य लक्षात ठेवण्यास कठीण आहे. कवितेत एक स्वर, यमक, जे लक्षात ठेवता येत असे. म्हणून सर्व वेद पुराण, गीता काव्यात उपलब्ध आहे. हजारो वर्षं लक्षात ठेवावं लागलं. पण पुढे त्यातला अर्थ हरवला. स्वतःचे अर्थ लावले जाऊ लागले. पण मी असं मानतो की माणसांनी असे अर्थ लावू नयेत. हे बालीश आहे. यात मोठं प्रयोजन नाही. वेदांचा आधार का घ्यावा? वेदांनी ठेका घेतला आहे का? का लोकांना हेच सिद्ध करायचं आहे की मागच्या पिढीतल्या काळातल्या माणसांनी जे काही वेदात सांगितलंय, ते योग्य आहे?

आणि मी जे म्हणालो की पाँडेचरीत जे प्रयोग होत आहेत ते अध्यात्मच्या क्षेत्रातले व्यर्थतम् प्रयोग आहेत, भविष्याला हे सिद्ध ठरवण्याची आवश्यकता नाही. ते तर अध्यात्माच्या प्रक्रियेला समजून आजही ठरवता येईल. एक माणूस जर आगीवर पाणी तापवत असेल, तर भविष्यात मुलाला हे सांगण्याची आवश्यकता नाही की त्याची वाफ होईल. हे आत्ताही ठरवू शकतो की वाफ बनेल. आगीच्या ऐवजी जर बर्फ असेल तर पाण्याचा बर्फ होईल हेही आत्ताच सांगता येईल. त्यासाठी भविष्यात मुलांवर हे सोडून देण्याचा प्रश्न येत नाही. अध्यात्म हेही एक विज्ञान आहे. ते ज्योतिषशास्त्र, हस्तरेषा विज्ञान नाहीये. अध्यात्माचं स्वतःचं गणिती सूत्र आहे. म्हणून उलट प्रतिक्रियांनी काहीही साध्य होणार नाही.

जगातले समस्त विकास वैयक्तिक आहेत. उपलब्धता ब्रह्मांडगत आहे. पण गती, विकास वैयक्तिक आहे. जगात समस्त चेतनेची अभिव्यक्ती वैयक्तिक आहे. मूळ स्रोत समष्टिगत आहे, अभिव्यक्ती वैयक्तिक आहे. सागर समष्टी आहे, लाट नेहमी व्यक्ती आहे. जिथे जिथे चेतना दिसेल, तिथे तिथे आम्हाला व्यक्ती दिसेल. हो, जेव्हा व्यक्तीची चेतना हरवेल तेव्हा समष्टी चेतनेचा अनुभव सुरू होईल. पण मी माझी चेतना हरवून अनुभव घेऊ शकेन. माझ्या अनुभवाबरोबर तुमचा अनुभव नसेल.

एक पुराण काळातलं सूत्र लक्षात घेणं गरजेचं आहे.

ज्यांनी सर्वप्रथम असं सांगितलं की सर्वांमध्ये एकच आत्मा आहे. आणि जे असं मानतं की अनेक आत्मा आहेत, ते म्हणाले, की जर एक माणूस मेला तर सर्वांनीच मरून जायला हवं. एक माणूस दुःखी झाला तर सर्वांनीच दुःखी व्हायला हवं. त्यांचा युक्तिवाद बरोबर आहे. जर सर्वांमधे एकच चेतना आहे, तर व्यक्ती-व्यक्तींमध्ये भिंत असू शकत नाही. तर मग जर मी दुःखी असेन तर तुम्ही सुखी कसे असणार? जर माझी चेतना तुमच्याशी जोडलेली आहे तर माझं दुःख तुमच्यात प्रवेश करेल. मी मेलो तर तुम्हालाही मरावं लागेल. या तर्काच्या आधारावर लोक मानत होते की आत्मा एक नाहीये. मला हा तर्क योग्य वाटत नाही. कारण वीज-घरात वीज आहे आणि सर्व बल्ब त्यामुळे पेटतात. पण जर एक बल्ब फुटला तर सर्व बल्ब फुटत नाहीत. वीजच जर बंद पडली तरच सर्व बल्ब बंद होतील. मेन स्वीच ऑफ केला तरच. पण प्रत्येक बल्बला स्वतःचं बटण आहे आणि एकेक बटण बंद केलं तर एकेक बल्ब बंद होईल.

लाटा वेगवेगळ्या आहेत, त्याच्या खाली जोडला गेलेला समुद्र एक आहे. म्हणून असं नाही म्हणता येत की जर एक लाट लोप पावली तर सर्वच लाटा लोप पावतील. लाट उसळेल, ती थांबवता येत नाही. जर आम्ही याच्या उलट विचार करू लागलो की समष्टी-चेतना, ब्रह्म-चेतना, परमात्मा उतरून येतो, तर माझ्यात आणि तुमच्यात काय फरक राहतो? मेन स्वीच ऑफ झाला.

म्हणून अरविंद जी कल्पना करत आहेत – कल्पना म्हणतो आहे, कल्पना सुखद आहे. अनेक कल्पना सुखद असतात. पण सुखद आहेत म्हणून कल्पना बरोबर नसतात. ही फार सुखद कल्पना आहे की परमात्मा आम्हा सर्वांवर अवतरेल. पण जर मी ठरवतो आहे की मला अज्ञानीच राहायचं आहे, तर अरविंदांमध्ये एवढी ताकद नाही की माझ्यावर परमात्म्याला उतरवू शकतील, ना परमात्म्याची तशी ताकद आहे. इतकं स्वातंत्र्य तर मला मिळेल ना की मी अज्ञानी राहू. आणि ज्या दिवशी अज्ञानी राहण्याचं स्वातंत्र्य राहणार नाही, त्या दिवशी ज्ञानाचं मूल्य काय असेल? त्या दिवशी ज्ञान म्हणजे एक परवशता असेल, गुलामी असेल.

अरविंदांची जी कल्पना आहे ती दिसायला सुखद, पण आतून भयावह आहे. नाही, मी असं बघत नाही. आजपर्यंतचा मनुष्यजातीचा इतिहास असं म्हणत नाही. इतिहास हेच सांगतो की व्यक्ती चेतना उठते आणि परमात्मा चेतनेत विलीन होते. जेव्हा लीन होते तेव्हा परमात्मा चेतनाही उतरून येते. मग हे ठरवणं कठीण जातं की थेंब सागरात मिसळला की सागर थेंबात. पण पडतो नेहमी थेंबच. आजपर्यंत सागराला थेंबात पडताना कुणी बघितलेलं नाही. पडल्यानंतर हे ठरवता येणं कठीण आहे की कोण कोणात पडलं. अरविंद अशी इच्छा करत आहेत की सागर

थेंबात पडो. तसं चुकून झालंच तर थेंब नाकारेल कारण थेंबाला थेंब असण्याचा हक्क आहे. सागर नाकारत नाही कारण एका थेंबाने त्याला काहीही फरक पडत नाही, त्याला ते समजतही नाही. पण थेंबाला समजतं, की मी सागरात पडलो. मी सागर झालो.

तर मी हे मान्य करायला तयार नाही की ब्रह्मांड चेतना माणसावर पडेल, जसं अरविंदना वाटतं आणि समस्त मनुष्यजातीच्या विरोधातलीही ही गोष्ट आहे म्हणून भविष्यावर नाही सोडणार. आणि एका अर्थी अरविंद भूतकाळ झाले आहेत. अजूनही काही वक्तव्य होती त्यांची जी चुकीची ठरली.

ते म्हणाले होते की, मी शरीररूपातून अमृत आहे. आणि मजेची गोष्ट अशी होती की जे अंधश्रद्धाळू आहेत त्यांचे भक्त, त्यांना अजूनही वाटतं की परमात्मा त्यांच्यावर उतरेल. चेतना उतरेल. ते आजही मानतात की अरविंद शरीररूपाने अमर आहेत. त्यांचा मृत्यू होऊ शकत नाही. आणि अरविंदांचे असे विचार होते की परमात्मा केवळ आत्म्यावर नाही, तर शरीरावरही उतरेल. हे जे भौतिक शरीर आहे ते परमात्मरूप बनेल, तर मग मृत्यू कसा येणार? म्हणून अमृत्यूच्या बऱ्याच गोष्टी लोकांनी केल्या आहेत; पण त्या आत्मिक अमरत्वाच्या गोष्टी आहेत. अरविंद हे पहिले गृहस्थ आहेत पृथ्वीवरचे जे भौतिक अमरत्वाच्या गोष्टी करत होते.

या तऱ्हेच्या गोष्टी करण्यात एक फायदा आहे की जोपर्यंत मी मेलेलो नाही, तोपर्यंत तुम्ही मला हरवू शकत नाही आणि मी मेलो तर तुम्ही मला कसं हरवणार? अरविंद जोपर्यंत जीवित होते तोपर्यंत हा युक्तिवाद बरोबर होता. अरविंद मृत्यू पावले, यात काही आश्चर्य नाही. पण त्यांच्या आश्रमात माँ नावाची बाई होती. ती त्यांचा मृत्यू मानायला तयार नव्हती आणि तीन दिवस त्यांचं कलेवर सोडायला तयार नव्हती. जे योग्याचं शरीर असतं ते मेल्यानंतर सडत नाही. पण नंतर जेव्हा दुर्गंधी येऊ लागली तीन दिवसांनंतर तेव्हा मात्र घाईघाईने पुरावं लागलं. कारण हा जो समज आहे की 'योगी' हा देश कुणालाही योगी म्हणत नाही. योग्याच्या शरीराला मृत्यूनंतर दुर्गंधी येता कामा नये. पण दुर्गंधी येऊ लागली. ते जर समाजाला समजलं तर समाज म्हणेल नाहक त्याला योगी समजलो, हा माणूस योगी नव्हता.

हा जो आमचा अंधविश्वास आहे. विचारणीय आहे. किती वेड्यासारख्या गोष्टी करतो आपण. मी कधीच मानत नाही की योग्याच्या शरीरात काही विशेष घडतं. ते सडेलच. कारण ज्याचं शरीर सडणार नाही, तो मरेलच कसा? आमचं वृद्धत्व जे आहे ते एका एका अवयवांचं संपणं – सडणंच तर आहे. जेव्हा योगी म्हातारा होईल आणि तोपर्यंतचे शरीराचे जर सर्व नियम पाळतो, बालपण, तारुण्य,

म्हातारपण, मरण. तर मग मृत्यूनंतर शरीर सडणार नाही? सडेल. त्याने काही फरक पडत नाही. त्याच्या आतला आत्मा, तो ज्ञान उपलब्ध करू शकला की नाही, याचा त्याच्या शरीराच्या कुजण्याशी काहीही संबंध नाही. आणि आत्मा तर दोन्ही तऱ्हेने तुमच्या आत आहे. तुम्ही योगी असा अथवा योगी नसा. आत्म्याच्या अस्तित्वात तर काही फरक पडत नाही. केवळ आत्मिक बोधात फरक पडतो की योगी जाणतो की मी आत्मा आहे. आणि तुम्ही ते जाणत नाही. पण या बोधामुळे शरीराचं कुजणं, न कुजणं; काहीही संबंध नाही. योगी आजारीही पडतो. मग आम्हाला काही बाकी कहाण्या निर्माण कराव्या लागतात.

मृत्यूपूर्वीचे सहा महिने अगोदर महावीरांना मुरडा हा आजार झाला होता. जैनांसाठी मग काहीतरी कहाणी तयार करावी लागली. कारण महायोग्याला मुरड्याचा आजार? आणि तोही अशा योग्याला ज्याने महाउपास केलेले. त्यांना हा आजार तर आमचं काय होणार? कथा तर अशी आहे की महावीरांनी बारा वर्षांत तीनशे पासष्ट दिवस जेवण घेतलं. कधी तीन महिन्यांनी, कधी दोन महिन्यांनी... त्यांना मुरडा? माझ्या मते त्यांना होणारच. कारण हा जो अनाचार झाला, तर पोटाला नुकसान पोहोचणारच. माझं तर मानणं आहे की, संगती आहे की मुरडा होण्याला. पण काही जण आहेत जे म्हणतात, मुरडा झाला तर तो महायोगी कसा काय? मग काहीतरी कहाणी बनवावी लागली. हा साधा मुरडा नाहीये. गोशालकने मंत्राद्वारे फेकलेला मुरडा, जो महावीरांनी झेलला. जेव्हा योगी आजारी पडतो, तेव्हा असं म्हणावं लागतं की कुणाचं तरी आजारपण त्याने घेतलंय. हा तर अन्याय आहे. योग्याला त्याचं स्वतःचं आजारपणही तुम्ही घेऊ देत नाही.

आम्ही किती मूर्खासारख्या गोष्टींत अडकलो आहोत. काही अर्थच नाही. अरविंद मृत पावले. शरीर सडलं. कृतघ्नता झाली. पण आधी तर म्हटलं जायचं की तुम्ही असं कसं म्हणता, अरविंद जिवंत आहेत! पण आजतागायत पृथ्वीवर शरीररूपी अमरत्व संभव झालेलं नाही. त्याचं कारण आहे. जसं बुद्ध म्हणाले – योग्य म्हणाले, की जी गोष्ट जोडण्याने बनली आहे ती तुटणार. त्या जोडाचीही सीमा असते. एक दगड मी फेकतो, तर तो पडेल कारण माझ्या हाताची ताकद आहे फेकण्यासाठी. असा कोणताही दगड नाही की मी फेकेन आणि तो पडणार नाही. अंतर कमी-जास्त होऊ शकतं पण तो पडेल. जन्म होईल, मृत्यू होईल. हो, असा योगी शरीर अमरत्वाला उपलब्ध होऊ शकतो जन्मलाच नसेल. स्वयंभू. एकदम अवतरेल जमिनीवर! आई-वडिलांशिवाय जन्मेल. गंमत आहे एका टोकाशी मानता की जन्म आई-वडिलांमुळे मिळेल आणि दुसरं टोक मृत्यू. ते मानत नाहीत. या जगात दोन्ही बाजू सदोदित एकत्र आहेत. जो आई-वडिलांपासून जन्मेल, तो मरेलच. दोन शरीर जे निर्माण करतील ते शरीर. शरीराच्या नियमांद्वारेच चालेल.

आणि शरीर नियमांनीच मरेल. इतकं साधं गणित आहे; पण जोपर्यंत अरविंद मरत नाहीत, तुम्ही तसं म्हणू शकत नाही.

मी म्हणतो. मी तसं म्हणू शकतो. त्यासाठी त्यांच्या मरणाची वाट बघत बसण्याची आवश्यकता नाही. कारण हे साधं गणित आणि विज्ञानाचं सूत्र आहे. कल्पनांचा व्यत्यय त्यात येत नाही. त्यांच्या अनुमानास काही अर्थ नाही आणि गंमत अशी आहे की मेल्यानंतर कुणाला सांगणार? त्यांच्याशी विवाद करण्यासाठी काही मार्ग नाही. आणि तुम्ही म्हणता की पाँडेचरीत जे होत आहे, हे नंतरच्या पिढ्या ठरवतील. तर मग ही पिढी मूर्ख ठरेल तिथे गेल्यानंतर. त्याचं काय? त्यांना मूर्ख बनू दे?

नाही, भविष्यासाठी थांबता येणार नाही. ही माणसंसुद्धा महत्त्वाची आहेत, जी तिथे बसून काम करत आहेत. त्यांनाही हे समजणं गरजेचं आहे की तुम्ही जे करत आहात, त्यावर पुन्हा एकदा पुनर्विचार करा. परमात्मा माणसापर्यंत कधीही उतरत नाही. व्यक्तीच परमात्म्यापाशी जाते.

एलिस बेलीच्या संदर्भात प्रश्न विचारला आहे. एलिस बेलीला असं वाटतं की कुणी मास्टर तिबेटमधल्या गुहेमध्ये बसून, हिमालयातल्या कुठल्याशा शिखरावरून त्याला संदेश देत आला आहे.

याची खूपशी शक्यता आहे. त्यात सत्य आहे.

प्रत्यक्षात असे आत्मा आहेत, शरीर तर नाहीये, पण ज्यांची अनुकंपा अजूनही या जगावर आहे असे आत्मे आहेत, जे अशरीरी जगातून या जगासाठी अव्याहत संदेश पाठवण्याचे प्रयत्न करतात. आणि जर त्यांना माध्यम उपलब्ध झालं, तर ते त्याचा उपयोग करतात.

बेलींनाच असा अनुभव सर्वप्रथम आला असं नाही. ए. पी. सिनेट यांनीही अशाच माध्यमाचं काम याआधी केलं होतं. लीडबीटर, कर्नल अल्काट, एनी बेझंट, ब्लावटस्की या सर्वांनी या तऱ्हेच्या माध्यमात काम केलं होतं. एक मोठा इतिहास आहे याचा. अशा आत्म्यांशी संबंध ठेवून, आत्मिक विकासाच्या प्रवासात, जे आमच्यापेक्षा वरच्या पायरीवर आहेत, खूप काही जाणून घेऊ शकतो आणि खूप काही संदेशित करता येऊ शकतं.

अशाच प्रकारचा प्रयोग, मोठा प्रयोग – जो अयशस्वी झाला, तो ब्रह्मवादींनी जे कृष्णमूर्तींबरोबर करू इच्छिलं. व्यवस्था केली गेली होती की कृष्णमूर्तींना त्या आत्म्यांच्या जवळ संपर्कात आणलं जावं, जे संदेश देण्यासाठी आतुर आहेत; पण ज्यांना माध्यम मिळत नाहीये आणि कृष्णमूर्तींची पहिली पुस्तकं 'अॅट दी फीट ऑफ द मास्टर', 'लाइव्ह ऑफ अल्क्यानी' ही त्याच सुमाराची पुस्तकं आहेत. ही पुस्तकं त्यांनी बेशुद्धीत लिहिली आहेत. अद्भुत पुस्तकं आहेत; पण कृष्णमूर्ती या पुस्तकांचे

ते लेखक आहेत हे अमान्य करतात. ते लेखक नाहीतही. ते केवळ माध्यम आहेत. कुणा आत्म्याने दिलेले संदेश त्यात संग्रहित केले गेले आहेत.

बेलीचंही हेच म्हणणं आहे. पश्चिमेमधले मानसशास्त्रज्ञ हे अमान्य करतील. कारण मानसशास्त्रज्ञांकडे स्वीकार करण्यासारखा यात पुरावा नाहीये. त्यांना हे माहीत नाही की माणसाच्या या शरीरानंतर अजूनही एक शरीर असतं; या शरीरानंतरही काही उरतं बाकी. मी मनोविज्ञान म्हणत नाहीये, मी मानसशास्त्र म्हणतो आहे. ऑफिशियल सायकॉलॉजी, जी ऑक्सफर्ड, केंब्रिज आणि हार्वर्डमध्ये विद्यार्थ्यांना शिकवली जाते. ते जे मनोविज्ञान आहे, त्या मनोविज्ञानाला याचा पत्ता नाहीये की मनुष्य अशरीरी स्थितीतसुद्धा राहू शकतो आणि अशरीरी स्थितीतसुद्धा निरोप देता येतो आणि असे अनेक आत्मे आहेत जे संदेश देतात, केवळ याच काळात असं नाही.

महावीरांच्या जीवनातही असे अनेक उल्लेख आहेत. महावीर एका गावाच्या वेशीवर मौन उभे आहेत. एक गुराखी आपल्या गायींना त्यांच्याजवळ ठेवून, असं सांगून गावात गेला की, 'जरा माझ्या गायींकडे लक्ष ठेवा, मी थोड्या वेळात येतो.' ते मौन उभे आहेत म्हणून हो-नाही काहीच म्हणू शकले नाहीत. तो गुराखी परतून आला. बघतो तर गायी जंगलात निघून गेल्या आहेत आणि हरवल्या आहेत. गुराख्याला वाटलं हा माणूस धूर्त दिसतो. गायींची चोरी करवली याने. तर त्याने महावीरांना मारलं, त्यांच्या कानात खिळे ठोकले. म्हणाला, 'बहिरा आहेस?' तरीही ते गप्पच होते.

तर कथा आहे की, इंद्राने येऊन विचारलं की मी तुमची रक्षा करू? हा इंद्र म्हणजे कुणी व्यक्ती नाहीये. अशरीरी आत्मा आहे, ज्याला या साध्या सरळ माणसावर झालेला अन्याय सहन झाला नाही; पण महावीर म्हणाले, 'नाही.' ही मजेशीर गोष्ट आहे की, महावीर त्या गुराख्याला 'नाही' म्हणू शकले नाहीत; पण इंद्राला म्हणाले. तर निश्चितच हे 'नाही' आत बोललं गेलं. नाही तर गुराख्याला सांगता आलं असतं. त्यात कुठे अडचण होती? म्हणून हे जे इंद्राशी बोलणं झालं ते आतून, सायकिक, ॲस्ट्रल आहे. त्यांनी ओठही हलवले नाहीत. ते बंद आहेत. ही बोलणी वेगळ्या पातळीवर झाली. नाहीतर त्यांचं मौन तुटलं असतं. ते बारा वर्षांसाठी मौन होते. जिथे वाणीशिवाय, शब्दही न बोलता, बोलता येतं आणि जिथे कानांशिवाय ऐकता येतं अशी व्यक्तित्वं आहेत, जी अशरीरी आहेत.

महावीरांनी नकार दिला कारण तुझ्याकडून रक्षण घेतलं की मी पारतंत्र्यात जाईन. मला असुरक्षितच राहू दे. पण ती माझी स्वतंत्रता तर आहे! मी तुझ्याकडून रक्षण घेतलं की मी तुझ्याशी बांधला जाईन. खरं तर महावीर हे सांगत आहेत की गुराखी मला तेवढं नुकसान पोहोचवू शकत नाही, जितकं तुझी मदत घेतल्यानंतर

माझं नुकसान होईल. मारू देत त्याला. काही हरकत नाही.

बुद्धांना जेव्हा ज्ञान प्राप्त झालं तेव्हा देव आले अशी कथा आहे. कारण ज्ञान प्राप्त झाल्यानंतर सतत सात दिवस ते काही बोलले नाहीत. त्यांना ज्ञान प्राप्त झालं पण वाणी हरवली. नेहमी असं होईल. ज्ञानप्राप्तीनंतर वाणी हरवेल. अज्ञानात बोलणं खूप सोपं आहे. कारण भीती नाहीये की काय बोलताय. बुद्धांना ज्ञान प्राप्त झालं, वाणी हरवली. सात दिवस ते गप्प राहिले. देव त्यांच्या आजूबाजूला हात जोडून उभे राहिले, प्रार्थना करत राहिले, 'बोल'. सात दिवसांनंतर ते ऐकू शकले. देव सांगत होते की जर तुम्ही बोलला नाहीत तर जगाचं फार मोठं नुकसान होईल. गप्प राहू नका. बोला!

हे देव-देवता म्हणजे कुणी व्यक्ती नाहीयेत. हे ते आत्मा आहेत, जे आतुर आहेत की एका व्यक्तीला ज्ञान उपलब्ध झालं. आत्मा जे स्वत: सांगू इच्छितात पण त्यांच्यापाशी शरीर नाही, माध्यम नाही. या व्यक्तीपाशी शरीर आहे आणि याला असं मिळालं आहे जे सांगण्यासारखं आहे, हा सांगू शकतो आणि पृथ्वीवर असं क्वचित घडतं. अगदी क्वचित. तर ते आत्मे प्रार्थना करत आहेत. बुद्धांना समजावण्यात अतिप्रयास पडतो त्यांना. पण बुद्धांचा ते माध्यम म्हणून उपयोग करू शकत नाहीत. त्यांचा संदेश आणि बुद्धांची वाणी – असं नाहीये. बुद्धांचा स्वत:चा संदेश आणि स्वत:चीच वाणी आहे.

एलिस बेलीसारखी व्यक्ती चुकीचं बोलत नाहीये. पण ते सत्य आहे हे सिद्ध करता येणं त्यांच्यासाठी कठीण आहे. ते केवळ माध्यम आहेत. माध्यम इतकंच सांगू शकतो की माझ्या आतल्या आंतरआकाशात मला असं ऐकू येतं. पण हे सिद्ध कसं करणार? हा माझ्या मनाचा खेळ नाही हे कसं सिद्ध करणार? कठीण आहे फार. म्हणून बेलीला मनोवैज्ञानिक हरवू शकतात.

आणि शेवटचा प्रश्न असा विचारला आहे की माझा अशा कुठल्या मास्टराशी, गुरूशी संबंध आहे का?

नाही, मी उधार कामं करत नाही. माझा संबंध केवळ माझ्याशी आहे. जे काही मी सांगतो ते मी सांगतो. ते चूक-बरोबर सर्व जबाबदारी माझी आहे. कोणा 'मास्टर'शी माझं काहीही देणं-घेणं नाही. ना मी कुणाचा शिष्य आहे, ना कुणाला शिष्य बनवेन. स्वच्छ मला जे दिसतं ते मी सांगतो, म्हणून मला काही सिद्ध करण्याची आवश्यकता नाही की 'मास्टर' असतात, की नसतात. मी फक्त सांगितलं की शरीर संपल्यानंतर वाईट आत्माही असतात, ज्यांना आम्ही प्रेत म्हणतो. चांगले आत्मेही असतात ज्यांना आम्ही देवता म्हणतो. पश्चिमेमध्ये 'देवता'ला 'मास्टर' म्हणू लागले आहेत. या देवतांनी नेहमी संदेश पाठवले आहेत. ते आजही संदेश पाठवण्यासाठी उत्सुक आहेत. प्रेतात्म्यांनीही संदेश पाठवले

आहेत. जर तुमची स्थिती तशी असेल की प्रेतात्मा तुम्हाला संदेश देऊ शकतील, तर नक्की देतील आणि अनेकदा माणसांनी अशी कृत्यं केली आहेत, जी त्यांनी केलेली नाहीत. कुणीतरी करवली आहेत. वाईट माणसांनी केली आहेत. वाईट आत्म्यांनी ती करवली आहेत. म्हणून जेव्हा न्यायालयात एखादी व्यक्ती असं सांगत असेल की हा खून मी केलेला नाही, माझ्या अतिरिक्त झाला आहे, तर नक्की सांगता येत नाही तो माणूस खोटं बोलत आहे. हे होऊ शकतं, असे आत्मे आहेत. ज्यांनी अव्याहत खून करवून घेतले आहेत. जमिनीवर अशी घरं आहेत जिथे त्यांचा वास आहे की त्या घरात जे काही होईल, ते त्यांच्याकडून हत्या करवून घेतील. अनेक बदले असतात. पिढ्यान् पिढ्याच नाही तर जन्मोन् जन्म!

एका तरुणाला माझ्याकडे आणलं गेलं. दोन-तीन वर्षांपूर्वी त्याने एक घर विकत घेतलं. तो जसा त्या घरी राहू लागला, त्या मुलात काहीतरी बदल होऊ लागला. त्याचं व्यक्तिमत्त्व बदललं. तो सौम्य, विनम्र होता. ते बदललं, हरवलं. तो दंभी, अहंकारी, हिंसक, तोडफोड करण्यास, जरा काही झालं की भांडण करण्यास आतुर असा झाला. हे अगदी अचानक त्या घरात राहायला गेल्यापासून झालं. हळूहळू झालं असतं तर समजलं नसतं. त्या घरातून तो बाहेर पडला की पूर्ववत होत असे. तो सांगू लागला मला, 'मी स्वत: त्रासलो आहे. आत्ता मी ठीक आहे. पण घरी गेलो की मी एकदम वेगळा होतो. गडबड होते काहीतरी.'

त्याला संमोहित केलं. विचारलं तर अकराशे वर्षांची मोठी, लांबलचक गोष्ट! कुणी एक माणूस अकराशे वर्षांपूर्वी त्या शेताचा मालक होता जिथे आत्ता ते घर आहे आणि अकराशे वर्षांत त्याने पस्तीस खून करवले. तो म्हणाला, जोपर्यंत याच्याकडून मी हत्या करवून घेत नाही तोपर्यंत मी याला सोडणार नाही. आणि अकराशे वर्षांपासून तो निरंतर त्या परिवारातल्या लोकांची हत्या करवून घेत आला, ज्या परिवारातल्या माणसाने त्याची हत्या केली होती, अकराशे वर्षांपूर्वी. आणि त्याची हत्या करताना ज्या दहा-पंधरा लोकांनी मदत केली होती, त्यांची हत्याही कोणत्या ना कोणत्या रूपात, ते कुठेही जन्म घेवोत – तो करवत होता.

वाईट आत्मेही आपला संदेश पोहोचवण्याचा प्रयत्न करतात. अनेकदा तुम्ही असा विचार करत असाल की तुम्ही करत आहात. तुम्ही करत नसता. अनेकदा तुम्ही चांगलं कृत्य करता, जे तुमच्याकडून केलं जातं, ते तुम्ही करत नसता. कारण तुम्हालाही आश्चर्य वाटतं, की हे तुम्ही केलंत? दुसऱ्यांचं सोडून द्या. दुसरे मानतच नाहीत की कुणी काही चांगलं केलं, पण तुम्ही स्वत:ही हे मानू शकत नाही की इतकं चांगलं काम मी करू शकत होतो? त्यातही काही संदेश काम

करत राहतात.

मी मध्ये कृष्णमूर्तींबद्दल सांगितलं. एक खूप मोठा प्रयोग केला गेला होता ज्यांना आम्ही देवलोकातले आत्मे म्हणू. त्यात अनेक आत्मे एकत्र येऊन एका व्यक्तीत एका अशा चेतनेचा जन्म करू इच्छित होते – जसे बुद्ध, महावीर अथवा कृष्ण अशी मोठी चेतना या व्यक्तीत प्रवेश करू शकेल. अशी कोणती तरी चेतना आतुर आहे. खरं तर बुद्धांचंच एक आश्वासन प्रतीक्षा करत आहे, नीट समजून घ्या की 'मीच मैत्रेय नावाने पुन्हा एकदा परतून येईन.' तर मैत्रेय नावाचा बुद्धावतार आतुर आहे. पण त्या योग्यतेचं शरीर उपलब्ध होत नाहीये. एक, शंभरएक वर्षांची निरंतर श्रमव्यवस्था एका अशा व्यक्तीचा शोध घेत होती, जिच्यात मैत्रेय प्रवेश करू शकेल. तीन-चार व्यक्तींवर प्रयत्नही केला गेला, पण असफल झाला. सर्वाधिक प्रयत्न कृष्णमूर्तींवर केले गेले, पण नाही होऊ शकलं. आणि ते न होण्याचं कारण अतिमेहनत. सगळे जण इतके प्रयत्नशील झाले, इतका दबाव टाकण्यात आला की स्वाभाविकपणे कृष्णमूर्तीचं स्वतःचं व्यक्तित्व विद्रोही झालं. त्याने शेवटी नाकारलं.

आणि यानंतरची चाळीस वर्षं कृष्णमूर्ती या विरोधी प्रतिक्रियेतून बाहेर पडू शकले नाहीत. ते त्याविरुद्धच बोलत राहिले. ती पीडा, तो घाव एकदम भरला गेला नाही. पण थोडी चूक झाली. कृष्णमूर्तींसारख्या लायक माणसाला दुसऱ्याच्या आत्म्याच्या प्रवेशासाठी राजी नाही करता येत. थोडा दुर्बल आत्मा निवडायला हवा होता. मग तसा आत्मा शोधला गेला. पण तो त्या प्रवेशासाठी योग्य नव्हता. ते पात्र लहान पडतं आणि मैत्रेयचा आत्मा त्यात प्रवेश करू शकत नाही. आणि जे पात्र मोठं आहे, तो स्वतः आपल्या आत्म्यात इतका गहिरा आहे की तो कुणा दुसऱ्याच्या आत्म्याला प्रवेश का देईल? का मान्य करेल? म्हणून लहान वयात कृष्णमूर्तींना कसं तरी मान्य करायला लावलं, पण जसजसं त्यांचं वय वाढलं आणि त्यांचं ज्ञान वाढलं आणि त्यांच्या स्वतःच्या चेतनेचा जन्म झाला, तसतसा विरोध वाढत गेला. एक मोठा प्रयोग असफल झाला आणि आजही मैत्रेयचा आत्मा भटकत आहे. सांगता येत नाही की मैत्रेयचा आत्मा उतरून येण्यासाठी किती काळ लागेल. कारण आता कोणतं मोठं आयोजनही नाहीये त्यासाठी. अकस्मात आयोजनचं काम करू शकेल. भूतकाळात अशाच आयोजनाने नेहमी कार्य केलं आहे. बुद्धांसाठी, महावीरांसाठी कुणाला राजी करावं लागलं नाही. गर्भ उपलब्ध झाला, प्रवेश झाला. पण इतके श्रेष्ठ गर्भ उपलब्ध होणं आता कठीण झालं आहे.

'गीतेचे सातशे एक श्लोक, त्यांचं पारायण करण्यासाठी कमीत कमी चार तास लागतात, तर मग कुरुक्षेत्रावर दोन

सेनांमध्ये मध्येच जेव्हा कृष्ण-अर्जुनाचा संवाद झाला, तेव्हा चार तास युद्ध स्थगित केलं गेलं?

'बिलकूल ठीक. बसा.'

'तुम्ही म्हणालात की जास्तीत जास्त एक वर्ष शरीर सोडून दिल्यानंतर आत्मा दुसरा जन्म घेतो. आज सांगितलंत की अकराशे वर्षं हत्या करवत राहिला प्रेतात्मा?'

हां, हे विशेष स्मृती असणारे आहेत. मी ते म्हणालो ते साधारण स्मृती असणाऱ्यांबद्दल. कर्झनने आपल्या संस्मरणात एक घटना लिहिली आहे. त्याच्याकडे एक विशेष स्मृतीचा माणूस राजस्थानमधून आणण्यात आला. राजस्थानी भाषेपलीकडे त्याला कोणतीच भाषा येत नव्हती. तीस भाषा बोलू शकणारी माणसं कर्झनच्या व्हॉईसरॉय भवनात बसवली गेली. आणि त्यांना सांगण्यात आलं की, त्यांनी त्यांच्या त्यांच्या भाषेतलं एक वाक्य मनामध्ये ठेवावं. मग तो राजस्थानी एकदम गावठी, पहिल्या माणसापाशी गेला. त्या माणसाने आपल्या भाषेतला वाक्याचा पहिला शब्द त्याला सांगायचा आणि मग जोरात घंटा वाजवायची. मग तो दुसऱ्यापाशी जाईल. त्यानेही तसंच करायचं. असं सर्व तीस जणांनी करायचं. मग तो राजस्थानी सर्व भाषांमधल्या वाक्यांचा पहिला शब्द घेऊन पहिल्या माणसाकडे जाईल. तो दुसरा शब्द सांगेल, जोरात घंटा वाजवेल. असं तीस जणं करतील. अशी घंटा वाजत राहील आणि वाक्य पूर्ण होईल प्रत्येकाचं आणि प्रत्येक शब्दानंतर तीस शब्दांचं अंतर असेल. आणि हे पूर्ण झाल्यानंतर त्या राजस्थानी अडाणी माणसाने प्रत्येक शब्द वेगळा करून प्रत्येकाचं पूर्ण वाक्य त्या त्या भाषेतलं सांगितलं. जर असा माणूस प्रेत होतो, तर अकराशे वर्षंसुद्धा फार कमी आहेत. तो अकरा लाख वर्षंही लक्षात ठेवू शकेल. विशेष स्मृतीची गोष्ट आहे ही!

आणि तुम्ही जे विचारत आहात, फार महत्त्वाचा प्रश्न आहे. योग्य विचारताय की तास लागले चार! चार तास युद्ध थांबेल? शक्य वाटत नाही. कुणीतरी निदान विचारलं असतं की हे काय चाललंय? आम्ही इथे युद्ध करण्यासाठी आलो आहोत. एवढी मोठी गीता ऐकण्यासाठी नाही आलोत. हा कोणता गीता-पाठ-यज्ञ नाहीये की चार तास चालू राहील?

चार तास विचार करण्यासारखं आहे.

जर आम्ही इतिहासतज्ज्ञांना विचारू तर ते म्हणतील की काही गोष्टी असतात अशा, गीता थोडीच सांगितली असेल, मग नंतर तिचा विस्तार केला गेला.

म्हणतील की गीता प्रक्षिप्त आहे. असं वाटतं की महाभारत आधी लिहिलं गेलं आणि मग कुणा कवीने ही संधी साधून आपली पूर्ण कविता त्यात घातली. पण ती त्या जागी सांगितली नसणार. युद्धाच्या ठिकाणी इतका मोठा संदेश देण्यासाठी वेळ नाही, मार्ग नाही.

मी काय म्हणेन? ना मी असं मानत की गीता प्रक्षिप्त आहे, ना ती आधी संक्षिप्त होती, मग विस्तारित झाली. एक उदाहरण सांगतो लहानसं, म्हणजे समजेल.

विवेकानंद जर्मनीत ड्यूसनच्या घरी पाहुणे म्हणून राहत होते. आणि ड्यूसन पश्चिमेमध्ये त्या दिवसात भारतीय ज्ञानाचा मोठ्यातला मोठा पंडित होता. तेवढ्या तोडीचा एखाददुसराच. मॅक्समूलरचं नाव घेता येईल. पण अनेक गोष्टींत मॅक्समूलरपेक्षा ड्यूसनची अंतःदृष्टी गहिरी आहे. पश्चिमेमध्ये उपनिषदांना समजणारा तोच पहिला माणूस आहे. गीता समजणाराही तोच पहिला माणूस आहे. ड्यूसनचा अनुवाद वाचूनच शापेनहॉर रस्त्यावर नाचला होता. म्हणाला होता की, हे पुस्तक वाचण्यासारखं नाही, नाचण्यासारखं आहे. आणि शापेनहॉर सामान्य माणूस नाहीये. असाधारण रूपाने उदास माणूस आहे. उदास, दुःखवादी. त्याचं मानणं असंच होतं की सुख म्हणजे केवळ पुढे येणाऱ्या दुःखात स्वतःला टाकण्याची योजना आहे. जसं मासा पकडण्यासाठी आम्ही आकड्याला कणीक लावतो. कणीक सुख आहे. खरी गोष्ट काटा आहे, जे दुःख आहे. कणकेमध्ये फसाल, काटा टोचेल, तर सुखाचं मूल्य कणकेएवढंच. असा शापेनहॉर ड्यूसनचा अनुवाद वाचून नाचला होता.

जर्मन भाषेतलं एक पुस्तक ड्यूसन वाचत होता, अथक मेहनत घेत घेत. अर्धं पुस्तक वाचून झालं होतं. विवेकानंदांना तो म्हणाला, 'अगदी अद्भुत पुस्तक आहे.' विवेकानंद म्हणाले, 'चार तासांसाठी मला दे वाचायला.' 'पण तुम्हाला तर जर्मन जास्त येत नाही.' 'ज्यांना जास्त जर्मन येतं त्यांना समजेल?' 'तशी आवश्यकता नाही. उलटही होऊ शकतं की, ज्यांना कमी जर्मन येतं ते समजतील.' 'तुम्ही दोन-तीन दिवसांचे पाहुणे आहात. पंधरा दिवस तर मी मेहनत घेऊन चुकलो आहे, तरी अर्धच वाचू शकलो.' 'मी ड्यूसन नाहीये. मी विवेकानंद आहे.' शेवटी ड्यूसनने त्यांना पुस्तक दिलं. एका तासात वाचून विवेकानंदांनी पुस्तक परत केलं. 'काय? वाचून झालं पण पुस्तक?' 'फक्त वाचलं नाही, समजलंही.' ड्यूसन सहजासहजी मान्य करणारा नव्हता. त्याने पाच-दहा प्रश्न विचारले. जेवढा भाग त्याचा वाचून झालेला होता त्याला अनुसरून. आणि जेव्हा विवेकानंदांनी उत्तरं दिली, समजावलं तेव्हा ड्यूसन दंग झाला. 'तुम्हाला समजलंही? हा चमत्कार कसा काय झाला?' 'वाचनाचे साधारण प्रकारही आहेत आणि असाधारण पद्धतीही आहेत.'

आम्ही साधारण प्रकारे वाचन करतो म्हणून आयुष्यात दहा-पंधरा पुस्तकंही वाचली, समजली तरी खूप झालं. अजून प्रकारही आहेत. आणि असाधारण प्रकारांच्या पायऱ्या आहेत अनेक. अशी माणसंही आहेत जी पुस्तक फक्त हातात धरतात आणि डोळे बंद करतात आणि पुस्तक फेकून देतात. पण हा प्रकार सायकिक आहे, अतिआंतरिक!

मी जे मानतो, ते तुम्हाला सांगतो. कृष्णाने ही गीता प्रकट वाणीने अर्जुनाला सांगितलेली नाही. हे सायकिक कम्युनिकेशन आहे. हा संवाद कुणाला समजलेलाच नाही. आजूबाजूच्या योद्ध्यांना काहीही समजलेलं नाही. अन्यथा तिथे नुसती गर्दी झाली असती. कमीत कमी पांडव तर जमलेच असते. चार तास गीता चालू आहे, तर तिथे काहीही घडू शकलं असतं. कौरवही जमले असते. आक्रमण झालं असतं. काहीही... पण नाही. हा संवाद केवळ कृष्ण आणि अर्जुनामध्ये घडला. आतलं बोलणं होतं, आतून विचारलं गेलं. संजयला मात्र हे समजलं.

ही पण एक मजेशीर गोष्ट आहे. इतक्या दूरवर बसलेल्या संजयला समजलं आणि त्याने धृतराष्ट्राला सांगितलं. धृतराष्ट्र अनेक मैलांवर बसलेला, विचारतोय की काय चाललंय युद्धभूमीवर? संजय त्याला सांगतोय. सगळे कुरुक्षेत्रावर जमलेत, अर्जुन द्विधा झाला आहे. कृष्ण त्याला समजावतो आहे. टेलिपथी कम्युनिकेशन! तर दोन माणसांनी प्रथम गीता ऐकली. अर्जुनाने आधी आणि नंतर संजयने. त्यानंतर धृतराष्ट्र. त्यानंतर ऐकली जगाने. मग सर्वत्र पसरली. आम्ही म्हणतो तर चार तास लागतात. पण तेव्हा चार क्षणातही सांगितली गेली असेल. शक्यता आहे. क्षणही लागला नसेल, हेही शक्य आहे.

'भगवान श्री, जैन इतिहासाच्या आधारे जैनांचे बाविसावे तीर्थंकर नेमिनाथ. कृष्णाचे चुलतभाऊ होते. घोर तपश्चर्येनंतरच ते हिंदूंच्या घोर अंगिरसऋषींच्या नावाने प्रचलित झाले आणि अध्यात्म ज्ञानाच्या परंपरेत ते गुह्य ज्ञानाच्या क्षेत्रात श्रीकृष्णाशी सांधले गेले. तुमची या संदर्भातली मतं, दृष्टिकोन काय आहे? असा संबंध असतो का? कारण तुम्हीच म्हणालात की कृष्णाचं असणं आंतरिक कारणांवर अवलंबून होतं. ती आंतरिक कारणं काय होती? गुह्यज्ञानाच्या संदर्भात?'

नेमिनाथ कृष्णाचे चुलतभाऊ आहेत आणि ही कथा त्या काळातली आहे जेव्हा हिंदू आणि जैन अशा दोन धारा झाल्या नव्हत्या. हिंदू आणि जैन महावीरांनंतर स्पष्ट रूपात भिन्न झाले. वेगळ्या धारा बनल्या. नेमिनाथ कृष्णाचे चुलतबंधू आहेत आणि

जैनांचे बाविसावे तीर्थंकर आहेत; पण कृष्ण आणि नेमिनाथ यांच्यामध्ये कशाही प्रकारचा गुह्यज्ञानाचा संबंध नाहीये. त्याचं कारण आहे. कारण नेमिनाथ अगदी विभिन्न प्रकारच्या परंपरेचे हक्कदार आहेत. जैनांची जी चोवीस तीर्थंकरांची परंपरा आहे ज्यात त्यागाचा दृष्टिकोन, दिशा याचा या पृथ्वीवर सर्वाधिक प्रयोग त्यांनी केला. इतकी मोठी परंपरा, साखळी अजून कुठेही दिसत नाही.

जैनांचे पहिले तीर्थंकर ऋग्वेदच्या समकालीन, अथवा थोडे पूर्वकालीन. कारण ऋग्वेदात पहिल्या तीर्थंकरांबद्दल इतके सन्मानपूर्वक शब्द आहेत, जे समकालीन लोक समकालीनासाठी कधीही इतकी शिष्टता दाखवणार नाहीत. इतके आदरपूर्वक शब्द! अजून माणूस इतका सभ्य नाही होऊ शकलेला. पण तरीही हे नक्की की ते समकालीन आहेत, कारण त्यांचं नाव उपलब्ध आहे आणि आदराने उपलब्ध आहे. वेद ते महावीर हजारो वर्षांचं अंतर आहे. इतिहास निर्णय घेऊ शकत नाही की ती हजार वर्षं किती आहेत. पश्चिमेचा जो मापदंड आहे त्यानुसार हजार-दीड हजार वर्षांचं अंतर असेल. कारण ख्रिश्चन मोठे पक्षपाती आहेत की पृथ्वी बनून, जीझसच्या चार हजार वर्षं अगोदर सृष्टी बनली. म्हणजे सहा हजार वर्षंच झाली. तर मग हिंदू आणि जैनांच्या कालगणनेला काही अर्थ नाही.

म्हणून ज्या लोकांनी प्रथम पश्चिमेच्या कालगणनेचा हिशेब करून विचार करण्यास सुरुवात केली तेव्हा सर्व गोष्टी हजार, दीड हजार वर्षांत बसवणं खरं ठरलं नाही आणि आता तर ख्रिश्चनांनाही आपल्या कालगणनेची पद्धत सोडून द्यावी लागत आहे; पण अंधविश्वास सोडून देणं फार कठीण आहे. जमिनीत आता अशी हाडं मिळाली आहेत जी लाखो वर्षं जुनी आहेत. एक मजेशीर गोष्ट सांगू? एका ख्रिश्चन थिऑलॉजियनला ही जुनी हाडं मिळाली तेव्हा तो काय म्हणाला? तो म्हणाला, 'देवासाठी सगळं शक्य आहे. जेव्हा त्याने पृथ्वी बनवली तेव्हा त्याने अशी हाडं तिच्यात मिसळवली जी लाखो वर्षं जुनी वाटतील.' माणसाचं मन!

पण आता विज्ञानाची ही कालगणना मोठी होत आहे. टिळकांनी तर सांगितलं की वेदांना कमीत कमी नव्वद हजार वर्षं झाली. हजारो वर्षं वेद केवळ स्मरणात ठेवले गेले. मग हजारो वर्षं झाली लिहून. त्यात ऋग्वेदामध्ये जैनांचा पहिला तीर्थंकर आहे उल्लेखलेला. आणि चोविसावा तीर्थंकर तर ऐतिहासिक प्रमाणात पंचवीसशे वर्षं जुना आहे. ही जी चोवीस तीर्थंकरांची मोठी परंपरा आहे, ही पृथ्वीवर त्यागाची डायमेन्शनमध्ये सर्वांत मोठी परंपरा आहे. याच्याशी सामना या पृथ्वीवर कुणीही करू शकणार नाही. कारण आता ही डायमेन्शन हळूहळू क्षीण होत चालली आहे. म्हणून ही गोष्ट सार्थक वाटते की आता पंचविसावा तीर्थंकर होणार नाही. नेमिनाथ या परंपरेतले बाविसावे तीर्थंकर होते. कृष्णाचे चुलतभाऊ. कधी कधी त्यांची भेटही होत

असे. नेमिनाथ कधी निघाले गावातून तर कृष्ण त्यांना सन्मानित करत. हीसुद्धा मजेशीर गोष्ट आहे की कृष्ण सन्मानित करत, नेमिनाथ कृष्णाला सन्मानित करत नसत.

त्यागी कुणाला सन्मानित करेल हे कठीणच. त्यागी फार कठोर होतो. त्याच्यासाठी व्यक्तिसंबंध आणि राग याला काही किंमत नाही. कृष्णासाठी ते चुलतभाऊ आहेत, पण नेमिनाथासाठी कुणी भाऊ वगैरे नाहीत. ते राग-संबंध या जगाच्या बाहेर आहेत. विरागाची दिशा, जिथे असंग होणं आहे, आपलं कुणीही नाही आणि असंही नाही की कृष्णाला त्यांच्याकडून गुह्यगोष्ट मिळाली. कारण ते काही कृष्णाला देऊ शकतच नव्हते. हवं तर कृष्णाकडून काही घेऊ शकले असते. कारण आहे. कारण कृष्ण सर्व दिशा आहे. कृष्ण खूप काही जाणतात जे नेमिनाथ कधी जाणू शकत नाहीत. नेमिनाथ जे जाणतात ते कृष्ण जाणू शकतात, ओळखू शकतात. त्यात काही कठीण नाही.

कृष्णाचं व्यक्तित्व समग्राह्य व्यापून राहतं. नेमिनाथांचं व्यक्तित्व एक दिशा पूर्ण व्यापून, पूर्ण जिंकणारं. म्हणून नेमिनाथ महत्त्वाची व्यक्ती होते कृष्णाच्या युगात. पण इतिहासावर त्यांची छाप नाही. त्यागीची कोणतीही छाप इतिहासावर उमटत नाही. त्याची एकच कथा आहे की त्याने सर्व त्यागलं. कृष्णाचं व्यक्तित्व पूर्ण भारतभर आच्छादलं गेलं. सत्य तर असं आहे की कृष्णाबरोबर भारताने जी उंची बघितली ती पुन्हा दिसली नाही. युद्ध झालं, इतकं मोठं युद्ध महाभारत– पुन्हा तसं युद्ध झालं नाही.

महाभारतासारखं युद्ध केवळ कृष्णाच्या बरोबरीने शक्य झालं आणि लक्षात ठेवा, साधारणपणे लोक असा विचार करतात की युद्ध माणसांना नष्ट करतं. पण भारताने तर कृष्णानंतर कोणतंही मोठं युद्ध केलं नाही. भारताला तर सर्वांत जास्त समृद्ध व्हायला हवं होतं. नष्ट व्हायचं तर काही कारण नाही. पण आज पृथ्वीवर तेच वर्ण-जाती समृद्ध आहेत. ज्या मोठ्या युद्धातून पार पडल्या. युद्ध नष्ट करत नाही. निद्रिस्त ऊर्जेला जागृत करतं. खरं तर युद्धकाळातच एखादी जात-वर्ण स्वत:च्या अस्तित्वाला, असण्याच्या शिखराला स्पर्श करतात. चुनौती, आव्हानाच्या क्षणीच आम्ही पूर्ण जागृत होतो, तर महाभारतानंतर अशा जागरणाचा कोणता क्षण आला नाही की आम्ही आम्हाला पूर्णपणे जाणलं असेल.

मागील दोन महायुद्धे जिथे झाली, एक कथा आहे की ते तुटले, नष्ट झाले. पण ही अपूर्ण कथा आहे. जपान नष्ट झाला, पण केवळ वीस वर्षांत असा जपान कधीही नव्हता, असा प्रकट झाला. जर्मनी तुटून इतस्तत: झाला. दोन युद्ध झाली त्याच्या छातीवर. पहिलं युद्ध झाल्यानंतर पुन्हा वीस वर्षांनी तो दुसऱ्या युद्धासाठी सिद्ध झाला होता. आणि कदाचित पुन्हा तिसरं युद्ध करण्यासाठी दहा-पंधरा वर्षांत

सज्ज होईलही. ही आश्चर्याची गोष्ट आहे की आम्ही युद्धाचा एकच पैलू बघितला आहे की युद्ध सगळं नष्ट करतं. पण दुसरा पैलू नाही बघितला की त्याच्या आव्हानामुळे आमच्यातला जो अंश बेकार पडून आहे, सक्रिय होतो. विध्वंसाच्या छायेत, विध्वंसांच्या बरोबरीने सृजनक्षमता आणि आत्माही निर्माण होतात. हेही जीवनाचे दोन पैलू आहेत एकत्र! आणि कृष्ण जे इतके रागरंजित आहेत नृत्य-गायनात गुंग आहेत, गीत आणि बासरीत जगले आहेत. ते या युद्धाचा स्वीकार करतात. यात स्वीकृतीत कोणताही विरोध नाही आणि इतक्या मोठ्या युद्धाचे ते कारण बनतात.

नेमिनाथसारख्या व्यक्ती इतिहासावर रेषा ओढत नाहीत. म्हणून मजेची गोष्ट आहे की जैनांच्या पहिल्या तीर्थंकरांचं नाव उल्लेख हिंदू ग्रंथात आहे. मग तेविसाव्या तीर्थंकरांचा – पार्श्वनाथांचा उल्लेख हिंदू ग्रंथात आहे आणि बाविसाव्या तीर्थंकरांचा अदमास केला जातो की, घोर अंगिरस म्हणून ज्या व्यक्तीचं नाव उल्लेख आहे, ते नेमिनाथ आहेत. महावीरांचा उल्लेख हिंदू ग्रंथात नाही. खरं तर त्याग याचा अर्थच असा की इतिहासातून अदृश्य निरोप घेणं. त्या घटनाक्रमाचा निरोप घेणं जिथे घटना घडतात, बनतात, बिघडतात. आम्ही अशा ठिकाणी जातो जिथे ना काही बनतं, ना बिघडतं, जिथे सर्व शून्य केवळ!

कृष्णापासून नेमिनाथ शिकू शकतात; पण आवश्यकता नाही. त्यांच्यामागे एकवीस तीर्थंकरांची धारा आहे. मोठ्या अनुभवाचं सार आहे. जिथे ते ज्ञात आहेत, त्या यात्रापथावर त्यांच्यापाशी पर्याप्त पाथेय आहे. त्यांना शिकण्याची आवश्यकता नाही. नमस्कार वगैरे होतात; पण काही दिलं-घेतलं जात नाही. नेमिनाथ कधी काही बोलतात, तर कृष्ण जातात ऐकायला. यात कृष्णाचं मोठेपण दिसून येतं, शिकण्याची सहजता प्रकट होते आणि हे कृष्णच करू शकतात. कारण ज्याला जीवनातल्या प्रत्येक बाजूत रस आहे. तो कधीही शिकण्यास नकार देत नाही. तो कुणालाही गुरू बनवू शकतो; पण नेमिनाथकडून कृष्णाला अंतराळी काही उपलब्ध होत आहे हे आवश्यक नाही. तसं काही कारणही नाही.

'कृष्णाने कोणत्या नास्तिकतेतून इतकी गहिरी आस्तिकता मिळवली?'.

जो गहिरा आस्तिक आहे तो गहिरा नास्तिक असतोच. केवळ उथळ आस्तिक उथळ नास्तिकांच्या विरोधात असतात. भांडण नेहमी उथळपणाबद्दल आहे. आतून काही भांडण नाही. समजूतदार आस्तिक-नास्तिक भांडायला जाणार नाहीत. कारण समज कुठूनही आलेली असो, एकावर येऊन पोहोचते. आस्तिक काय म्हणतो?

आस्तिक इतकंच म्हणतो की परमात्मा आहे. पण जेव्हा आस्तिकता गहिरी होते, तेव्हा परमात्मा दुसरा होऊन राहत नाही. मीच परमात्मा होतो. न समजणारा आस्तिक म्हणतो, 'तिथे आहे परमात्मा.' कुठेतरी दुसरीकडेच. नास्तिक म्हणतो, परमात्मा नाहीच आहे. नास्तिक अजून आत-खोलवर जातो, तर त्याचा अर्थही हाच आहे की कुठे परमात्मा नाहीच. म्हणजेच जे आहे, त्याच्या व्यतिरिक्त परमात्मा नाही. जो आहे, तोच आहे. तो त्याला प्रकृतीचं नाव देतो.

नीत्सेचं एक वचन आहे आणि नीत्से सर्वोत्तम नास्तिक आहे. तितकाच गहिरा जितका कुणी आस्तिक गहिरा असतो. नीत्से म्हणतो की जर कुठे परमात्मा आहे, तर मी सहन करू शकणार नाही, कारण मग माझं काय होईल? मग माझी धारणा काय? कुठे उभा राहतो मी? आणि जर कुणाला परमात्मा व्हायचं असेल, तर तो मीच असल्यास हरकत काय आहे? मीच परमात्मा होईन. हा घोर नास्तिक आहे. गहिरा आस्तिक हेच सांगतो की अतिरिक्त परमात्मा नाहीये. जो आहे तोच परमात्मा आहे.

मी गहिरी आस्तिकता आणि गहिरी नास्तिकता यात कधी फरक बघितला नाही. आस्तिक विधेयवाची शब्दांचा प्रयोग करतो. इतकाच फरक आहे आणि नास्तिक निषेधवाची शब्दांचा प्रयोग करतो, इतकाच फरक आहे. म्हणून जो विधेयवाची आस्तिक होता त्याने बुद्ध, महावीर यांना नास्तिक म्हटलं. पण ते स्वत: मात्र नास्तिक आहेत, असं मान्य करत नाहीत. सांख्य अथवा योग उथळ आस्तिकांना नास्तिक आहेत असं दिसतं; पण सांख्य अथवा योग नास्तिक नाहीयेत. त्या अर्थाने नास्तिक नाहीयेत. ज्या अर्थाने ते तसे दिसतात. केवळ शब्दप्रयोग जे ते करतात ते निषेधाचे आहेत. कृष्णमूर्तीही त्यांना नास्तिक वाटू शकतात कारण त्यांचा शब्दप्रयोग निगेटिव्ह आहे, 'निगेटिव्ह माइंड' यावर ते जास्त जोर देतात आणि आपण पॉझिटिव्ह शब्दांचा प्रयोग तरी करतो अथवा निगेटिव्ह शब्दांचा प्रयोग करतो.

आस्तिक म्हणतो, जे काही आहे ते परमात्मा आहे. हे विधेयात्मक वक्तव्य आहे. नास्तिक म्हणतो, जे काही आहे, ते परमात्मा नाही. निषेधात्मक वक्तव्य! अशीही माणसं आहेत जी दोन्हींच्या खोलतेपर्यंत स्पर्श करतात. उपनिषद म्हणतं, हेही नाही आणि तेही नाही आणि जे आहे, ते म्हटलं गेलं नाहीये. असं नास्तिकही अर्थ म्हणतात आणि आस्तिकही. ना हे, ना ते. आम्ही पूर्ण म्हणतो आणि पूर्ण सांगता येत नाही. म्हणून आम्ही गप्प राहतो. कृष्णाला नास्तिकतेमधून जाण्याची गरज नाही. कारण कृष्ण उथळ आस्तिकतेला धरण्याच्या मागे नाहीत. आतुर नाहीत. प्रत्यक्षात कृष्ण जे आहे, त्याचा इतक्या गहनतेने स्वीकार करतात की त्याला काय नाव दिलं जातंय याने काही फरक पडत नाही. त्याला ईश्वर म्हणा,

प्रकृती म्हणा, अनीश्वर म्हटलं तरी काय फरक पडतो? जे आहे, ते आहे. ही झाडं तरीही हसतील, फुलं फुलतील, ढग येतील, जातील, ही पृथ्वी तरीही राहीलच. हे जीवन राहील, लाटा येतील, जातील. देव आहे अथवा नाही हा केवळ मूर्खांचा विवाद आहे. जे आहे त्यात काय फरक पडणार आहे?

मी एका गावात थांबलो होतो. त्या गावातले दोन वयस्कर माझ्याकडे आले. एक जैन आणि एक हिंदू ब्राह्मण होता. ते मला म्हणाले, 'आम्ही एक प्रश्न घेऊन आलो आहोत. या प्रश्नावर आम्हा दोघांमध्ये गेली पन्नास वर्षं वाद चालू आहे. मी ईश्वर मानत नाही आणि हे सज्जन ईश्वर मानतात. तुमचं काय म्हणणं आहे?' 'तुम्ही वाद पूर्ण केलात. तिसऱ्यासाठी मार्गच कुठे ठेवला आहेत? अर्धं अर्धं वाटून घेतलं आहेत. मी कुठे उभा राहू? चाळीस-पन्नास वर्षं वाद घालत आहात, अजून ठरवू शकला नाहीत?' 'माझा युक्तिवाद मला बरोबर वाटतो. त्यांचा युक्तिवाद त्यांना बरोबर वाटतो. ना मी त्यांना हरवू शकलो, ना ते मला हरवू शकले.' 'तुम्हाला समजतंय? तुमच्या आयुष्यातली चाळीस-पन्नास वर्षं निघून गेली. किती मोठा वाद आहे माणसाच्या जीवनात? आजतागायत कुणी आस्तिक नास्तिकाला समजवू शकला? कुणी नास्तिक आस्तिकाला समजवू शकला? यावरून समजलं नाही की दोघांकडे अर्धा अर्धा युक्तिवाद तर नाहीये. कारण दोघंही आपापल्या युक्तिवादावर ठाम आहात आणि असं तर नाही की सत्याला अर्धं अर्धं धरून ठेवलं आहे? म्हणून दोघांच्याही हातात दोन टोकं दिसत आहेत आणि विरुद्ध टोक कसं कोण मानेल?'

मी म्हणालो की, 'मी तुमच्या वादात पडलो नाही तर सहयोगी होऊ शकेन. कारण जर मी वादात पडलो तर कुठला तरी एक पक्ष घ्यावा लागेल आणि युक्तिवाद करत बसावं लागेल. त्याने काही हशील होणार नाही, तर तुम्ही दोघंही जा आणि बघा की दुसरा जे म्हणतो आहे, त्यातही सत्य असू शकतं का? हा हट्ट सोडून द्या की, जे मी म्हणतो आहे तेच सत्य आहे. दुसरा जे म्हणतो आहे त्याला असत्य मानून चालू नका. त्यातही सत्य आहे का हे शोधा आणि समजा, ठरलं की ईश्वर आहे, अगदी नक्की आहे, तर तुम्ही काय कराल?' 'त्यात करण्यासारखं काय आहे?' 'आणि समजा की ईश्वर नाहीये हे नक्की झालं. ठरलं तर तुम्ही काय कराल?' 'त्यातही करण्यासारखं आहे काय?' 'तर मग व्यर्थ वादात का पडला आहात? तुम्ही ईश्वर नाहीये, तरीही श्वास घेत आहात. यांचा ईश्वर आहे, तरीही ते श्वास घेतात. ईश्वराला तुम्ही मानत नाही, तरीही तुम्ही प्रेम करता. तुम्ही ईश्वराला मानता, तरीही प्रेम करता. तुम्ही ईश्वर मानत नाही, तर ईश्वर तुम्हाला जगाबाहेर फेकून देत नाही. तुमचा स्वीकार करतो. आणि तुम्ही ईश्वर मानता म्हणून तो तुम्हाला सिंहासनावर बसवत नाही. तो त्यांचीही तमा बाळगत नाही आणि

तुमचीही तमा बाळगत नाही. जर अशी परिस्थिती असेल तर या वादाला कितीसा अर्थ आहे?'

नाही, ईश्वर आणि अनीश्वर, आस्तिक आणि नास्तिकांना घेऊन केवळ भाषेची चूक झाली आहे. आणि आमचं अर्धं तत्त्वचिंतन, ते तत्त्वचिंतन नाहीये, भाषाशास्त्रातली चूक आहे. आणि भाषाशास्त्रातल्या चुका अशा आहेत की त्यांना जर आम्ही सत्य मानून चाललो तर पुढे मोठा उपद्रव बनून राहतात. समजा, एक मुका माणूस आहे आणि जो नास्तिक आहे आणि एक आस्तिक मुका माणूस आहे. यांच्यात विवाद कसा होणार? कसं सांगतील ते की मी आस्तिक आहे. मी नास्तिक आहे? एका दिवसाचा विचार करा की चोवीस तासांसाठी आमची भाषा हरवली, तर वाद कसा करणार? धर्म, शास्त्र, सिद्धान्त वगैरे नाही, त्यांना तुम्ही छातीशी सांभाळून ठेवा. केवळ भाषा हरवली, हिरावली गेली, तर कुठे असेल हिंदू, कुठे असेल मुसलमान, कुठे असेल आस्तिक आणि कुठे असेल नास्तिक? आणि भाषेशिवाय तुम्ही तर असाल. ते काय असाल तुम्ही? ते असणं म्हणजेच धार्मिक असणं होय.

एक छोटीशी घटना, मग मी माझं सांगणं बंद करेन. मी असं ऐकलं आहे की मार्क ट्वेन एक मस्करी करायचा. एकदा असं झालं की पृथ्वीवरच्या सगळ्या माणसांनी असं ठरवलं की, जर सगळ्यांनी मिळून एका क्षणी मोठ्यांदा ओरडलं, तर आमचा आवाज चंद्रापर्यंत पोहोचू शकेल आणि जर चंद्रावर कुणी असेल, तर ऐकेल आणि उत्तरही येईल. जर ते लोक एकत्र येतील आणि एकाच वेळेस ओरडतील. कारण चंद्रावर माणसाची नजर अनेक दिवसांपासून आहे. चंद्राशी नातं जोडायचं मन खूप जुनं आहे. मूल जन्माला येत नाही आणि चंद्राशी नातं जुळतं, तर पृथ्वीवरच्या सगळ्या माणसांनी एक दिवस निवडला आणि ठीक दुपारी बारा वाजता सगळ्यांनी एकत्र येऊन मोठ्या आवाजात हुऽऽ करायचं असं ठरलं. चंद्रापर्यंत आवाज पोहोचेल, माणसं असतील तिथे तर प्रत्युत्तर देतील.

तर तो दिवस उजाडला. बारा वाजण्याची आतुरतेने सगळे रस्त्यावर येऊन वाट बघू लागले. डोंगरातून, गावागावांतून, रस्त्यावरून सर्वत्र माणसंच माणसं. ठीक बारा वाजता एकदम शांतता पसरली. कुणीही ओरडलं नाही. कारण प्रत्येकाने विचार केला की तो हुऽऽचा आवाज मला ऐकू दे. संपूर्ण पृथ्वी ओरडणार, अशी संधी पुन्हा मिळणार नाही. तर त्या दिवशी अशी शांतता पृथ्वीभर पसरली, जशी पुन्हा कधीही पसरली नाही.

जर अशी शांतता कधी होईल, तर तेव्हा जे दिसतं ते सत्य आहे. अशी शांतता जर आत पसरेल. भाषा, शब्द हरवतील तर मग जे दिसेल, ते सत्य आहे.

सत्याचा अर्धा भाग आस्तिकांपाशी आहे आणि अर्धा भाग नास्तिकांपाशी आहे आणि अर्धसत्य असत्याहून अतिशय वाईट असतं. कारण असत्याला सोडून तरी

देता येतं; पण अर्धसत्याला सोडताही येत नाही. ते सत्य वाटतं आणि लक्षात ठेवा, सत्य तोडलं जाऊ शकत नाही. कापताही येत नाही. म्हणून जर तुमच्यापाशी अर्धसत्य असेल, तर केवळ अर्धसत्याचा सिद्धान्त होऊ शकतो. सिद्धान्त कापता येतो, सत्य नाही. म्हणून ना नास्तिक सत्य आहे, ना आस्तिक सत्य आहे. दोघंही अर्ध्या अर्ध्या सत्याच्या शब्दांचा पकडून भांडत आहेत, लढत आहेत.

कृष्णाला पूर्ण स्वीकार आहे. म्हणून कृष्णाला आस्तिक म्हणू तर चूक होईल. कृष्णाला नास्तिक म्हणू तर चूक होईल. चूक न करता कृष्णाला काय म्हणावं? कठीण आहे.

◆

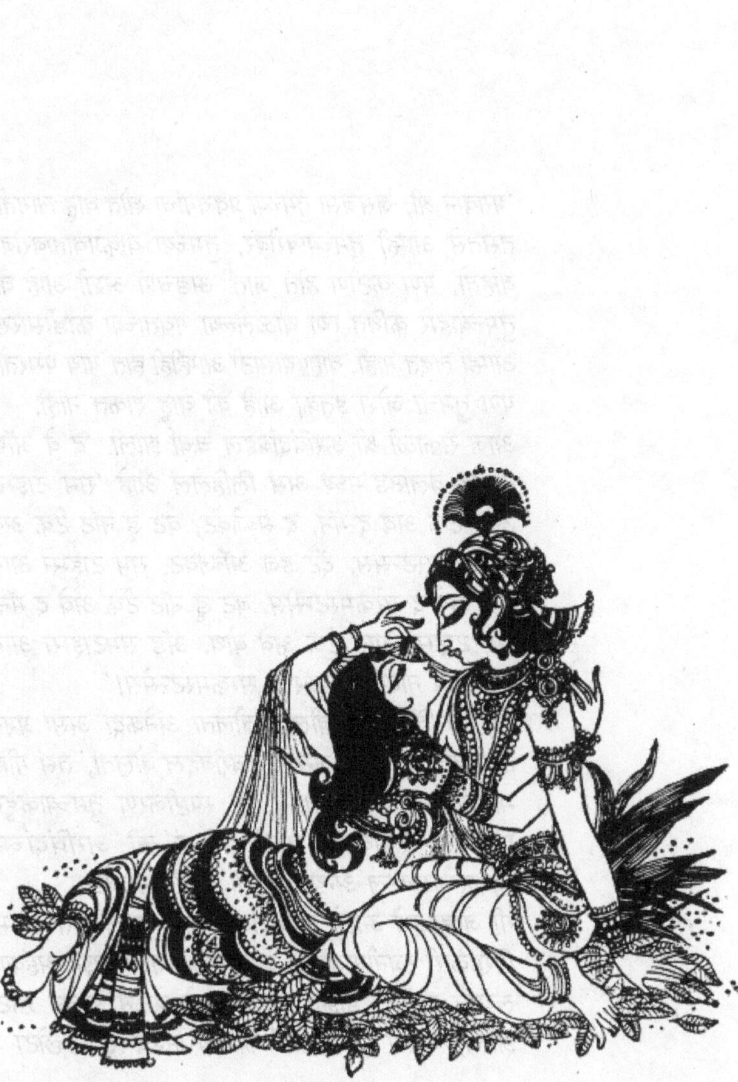

३

'भगवान श्री, जसजसा तुमच्या प्रवचनांचा स्रोत वाहू लागतो. तसतसे आम्ही तुमच्याबरोबर, तुमच्या वाक्प्रवाहाबरोबर वाहतो, पण कठीण होत जातं. अडचण अशी आहे की तुमच्याद्वारे कथित त्या वाळलेल्या गवताच्या काडीसारखे आम्ही लढत नाही. वाहण्यासाठी आम्हीही हात-पाय पसरतो, पण तुमचा जोश इतका आहे की वाहू शकत नाही.

आज सकाळी श्री अरविंदांबद्दल चर्चा झाली. 'द वे ऑफ व्हाइट क्लाउड'मध्ये असं लिहिलेलं आहे 'सम टाइम्स आय टेक अवे द मॅन, द सब्जेक्ट, बट डू नॉट टेक अवे द सरकमस्टन्सेस, दॅट इज ऑब्जेक्ट. सम टाइम्स आय टेक अवे द सरकमस्टन्सेस, बट डू नॉट टेक अवे द मॅन. सम टाइम्स आय टेक अवे बोथ, अँड समटाइम्स आय टेक अवे नीदर मॅन नॉर द सरकमस्टन्सेस!'

श्री. अरविंदांबद्दल बोलता बोलता अनेकदा असा प्रश्न उद्भवतो की तुम्ही जसं पाँडेचरीबद्दल बोलता, तसं मीही मानतो. पण जो खुलासा, जे स्पष्टीकरण तुमच्याकडून मिळालं, त्यावरून असं वाटलं की अरविंदांच्या साक्षात्काराबद्दल अन्य कुणाला का विचारावं?

मी जेव्हा इथे आलो होतो तेव्हा मला वाटलं होतं की मी निरहंकारी रजनीशजींकडे जात आहे आणि माझा अहंकार लयास जाईल. माझा अहंकार इथे येऊन इतका छोटा झाला, कारण मी बघितलं की इथे निश्चयसुद्धा छोटा

स्वभावाचं पूर्ण खुलण्याचं प्रतीक : कृष्ण!

भासेल. पण कृष्ण असे नाहीयेत. कृष्ण तर म्हणतात की अनादीकाळापासून प्राप्त झालेलं जे ज्ञान आहे, ते ज्ञान मी तुम्हाला देत आहे. ही कृष्णाची गोष्ट आहे.

आणि तुमच्या शैलीत काही अडचणी आहेत की तर्काला सोडून तुम्ही जेव्हा तथ्यावर येता तेव्हा सर्व काही वाहू लागतं, आम्हीसुद्धा वाहू लागतो, असा अनुभव येतो.

आणि वेद-उपनिषदांबद्दल तुम्ही जे सकाळी म्हणालात की असं अद्‌भुत करणं कृतघ्नता आहे की वेदांत असं म्हटलं आहे. उपनिषदात असं म्हटलं आहे, कारण हा आत्महीनतेचा अनुभव आहे.

याच संदर्भात प्रथम उपनिषदेत आणि नंतर भगवद्‌गीतेत 'निर्वाण' शब्दाचा विन्यास झाला होता. तोच भाव बुद्धोक्त 'निर्वाण' शब्दातही सापडतो. तरीही या परंपरेच्या देण्याला बुद्धाने स्वीकारलं नाही. कृष्णावतार अनादीकालापासून प्राप्त ज्ञानाला पृथ्वीवर आणण्याचा दावा करतो; पण बुद्धाच्या स्वत:च्या प्रचितीवर आधारित राधाकृष्णन् यांच्या अनुसार उपनिषदांच्या सिद्धान्ताचं बुद्ध प्रवचनात अवतरण आहे, तर कुणाची बौद्धिक प्रामाणिकता विश्वस्त म्हणता येईल? कृपया शंकेचं निरसन करा.

सत्य तर अनादी आहे. अनादीचा अर्थ जुना असा नाही. अनादी म्हणजे ज्याचा प्रारंभ नाही. जुन्याचा तर प्रारंभ असतो. सत्याचा कधी प्रारंभ नसतो. आणि जे जुनं

झालं ते सत्य असू शकत नाही. कारण सत्य तर आजही आहे, या क्षणीही आहे. सत्य ना नवं असतं ना जुनं असतं. जो सत्य नवं आहे असं म्हणतो, ते सत्य उद्या जुनं होईल. सर्व ज्याला आम्ही जुनं म्हणतो ते कधी नवं होतं आणि आज जे नवं आहे ते उद्या जुनं होणार आहे. सत्य अनादी आहे, अनादी म्हणजे प्राचीन नव्हे.

तर जर कृष्ण असं म्हणत असतील की 'मी तेच सत्य सांगतो आहे, जे अनादी आहे.' तर याचा अर्थ कृष्ण तेच सत्य सांगत आहेत जे आहेच. ज्यांनी आधी सत्य जाणलं, ते हेच सत्य जाणलं असणार. जे आज सत्य जाणत आहेत, ते हेच सत्य जाणतात. 'जे उद्या सत्य जाणतील. ते हेच सत्य जाणतील. फक्त असत्य नवे अथवा जुने असू शकतात. म्हणून सत्याची घोषणा दोन प्रकारे होऊ शकते.

बुद्ध त्या सर्व जुन्या लोकांच्या गोष्टी करत नाहीत. ज्यांनी सत्य जाणलं, काही कारण नाही. कारण बुद्ध स्वतःच सत्य जाणत आहेत, मग अजून पुरावे-साक्षी देण्याची आवश्यकता नाही. जे ते जाणत आहेत त्यात अजून काही जोडलं जाणार नाही. बुद्धांनी जितकं सत्य जाणलं, त्यात आणि अजून हजारो लोकांनी जरी जाणलं असेल, त्यांची नावं घेतल्याने त्यात काही भर पडणार नाही. या सत्याच्या प्रतिष्ठेत काहीही फरक पडणार नाही. म्हणून बुद्ध सरळ सांगतात की असं मी जाणलं आहे ते तुम्हाला सांगतो.

आणि जाणूनबुजून ते जुन्या लोकांची नावं घेत नाहीत, कारण अशी नावं घेतल्याने बुद्धाच्या काळापर्यंत मोठे धोके निर्माण झाले आहेत. बुद्ध त्यांना ऐकणाऱ्यांना असंही सांगतात की मी सांगतोय म्हणून तुम्ही मान्य करू नका. जोपर्यंत तुम्ही जाणत नाही तोपर्यंत तुम्ही कोण म्हणालं, कोणाला म्हणालं, याची प्रमाणं गोळा करू नका; हे साधक आहेत त्यांचे. सत्याचा शोध घेण्यासाठी निघाले आहेत. सत्याच्या शोधात जी माणसं निघाली आहेत त्यांना असं सांगावंच लागेल की तुम्ही माझं ऐकू नका. नाही तर मग तुम्ही शोध घेण्यासाठी जाल कसे? आणि जर बुद्ध आपल्या मागच्या प्रमाणांची पुनरावृत्ती करत आहेत, तर मग ते वाट बनवत आहेत आपल्या मागाहून येणाऱ्यांसाठी की तेही बुद्धांच्या प्रमाणांची पुनरावृत्ती करतील. म्हणून बुद्ध मागच्या संबंधांबद्दल बोलतच नाहीत. ते म्हणतात, हे असं मी जाणलं आहे, हे सत्य मी बघितलं आहे, जे मी सांगतो आहे तुम्हाला. आणि तुम्ही पण जाणा, तोपर्यंत बुद्धाने सांगितलं म्हणून मान्य करू नका.

पण कृष्णासमोर वेगळ्या तऱ्हेची माणसं आहेत. ते कुणी साधक नाहीयेत. जे सत्य शोधण्यासाठी निघाले आहेत. कृष्णासमोरची व्यक्ती, बुद्धासमोरची व्यक्ती भिन्न भिन्न आहे. कृष्णासमोरची व्यक्ती केवळ मोहग्रस्त झाली आहे. भ्रमित, गोंधळलेली, स्थितीने त्यांना भयभीत केलेलं आहे. म्हणून कृष्ण त्यांच्यासमोर सत्य काय आहे हे सांगण्यास उत्सुक आहेत, सत्याचं अनावरण करण्यासाठी उत्सुक

नाहीयेत. म्हणून कृष्ण म्हणतात, की जे मी तुम्हाला सांगतो आहे ते आधीही कुणी कुणी सांगितलेलं आहे. अर्जुन साधक नाहीये. असता तर त्याला सत्याचा साक्षात्कार घे, असं सांगता आलं असतं. त्याला केवळ समजून घ्यायचं आहे की सत्य काय आहे. शोधायचा प्रश्नच नाहीये अर्जुनासाठी. तो कुठे आश्रमात, गुहेत, गुरूपाशी बसून सत्य शिकण्यास नाही गेलेला. तो युद्ध करण्यास आला आहे आणि युद्धाच्या स्थितीने तो भयभीत झालेला आहे. आणि कृष्ण सांगतो आहे की हे माझं सांगणं अनादी आहे, जे नेहमी सांगितलं गेलं आहे, तेच तुला सांगत आहे. अर्जुनासाठी यात अर्थ आहे. अर्जुनाचा समज ते काढून टाकू इच्छितात, की हे ते सांगत नाहीयेत.

याला कारण आहे.

बुद्धाकडे जो माणूस आला आहे तो बुद्धाला शरण जाऊन आला आहे. अर्जुन मित्र आहे. तो कृष्णाला शरण नाही आलेला तिथे. आणि असंही आहे की बुद्धांच्या भिक्षूंनी बुद्धांचं म्हणणं मानलं, पण बुद्धाच्या पत्नीने नाही मानलं. बुद्ध बारा वर्षानंतर घरी परतले, तेव्हा ते सत्याचे उद्घोषक झाले होते. लांबलांबून लोक त्यांच्या चरणाशी येत होते. जगासाठी ते बुद्ध झाले होते. पण त्यांच्या पत्नीसाठी ते बुद्ध नव्हते. ती तशीच नाराज होती. तिने बुद्धांना म्हटलं की तुम्ही मला दगा दिलात. मला सोडून पळून गेलात.

बुद्धाच्या पत्नीचं स्वत:चं कोण आहे? तिच्यासाठी बुद्ध बुद्ध नाहीयेत. तिचा एक स्वत:चा दृष्टिकोन आहे. एक फार गोड कथा आहे.

आनंद जेव्हा दीक्षित झाला, तो बुद्धांचा मोठा चुलतभाऊ होता. दीक्षा घेताना त्याने सांगितलं की मला वचन हवं तुमच्याकडून. कारण दीक्षा घेतल्यानंतर मी लहान होईन. आत्ता मी मोठा आहे आणि तू छोटा आहेस, तर मोठ्या भावाच्या हक्काने काही वचन मागतो, ते दे. तीन वचनं त्याने घेतली. पहिलं वचन मी नेहमी तुझ्याबरोबरच राहीन. दुसरं वचन मला कधीही कुणालाही तुला भेटवायचं असेल, मग मध्यरात्र असली तरीही तुला भेटावं लागेल. आणि मी कोणताही प्रश्न विचारेन, विचारायला लावेन, तर तुला टाळता येणार नाही. उत्तर द्यावंच लागेल आणि तिसरं वचन, कुठलीही खासगी चर्चा कुणाही बरोबर होत असेल आणि मला जर तिथे थांबायचं असेल, तर तू नकार देणार नाहीस. अशी तीन वचनं घेऊन त्याने बुद्धाकडून दीक्षा घेतली. बुद्धांनी दिली. लहान भाऊ आहे आणि फार काही मागतही नाहीये. दिली.

पण फार कठीण झालं. बुद्ध जेव्हा आपल्या पत्नीला भेटायला गेले तेव्हाही आनंदबरोबर राहिले. बुद्ध म्हणाले, 'वेडा आहेस? जरा विचार कर. मी तिच्यासाठी गौतम बुद्ध नाहीये. पती आहे. तू बरोबर आलास तर ती मानिनी नाराज होईल. बारा वर्षांनंतर भेटतो आहे, तर एकांत देत नाही तुम्ही मला, असं म्हणेल. बारा वर्षांचा

राग, दुःख, पीडा सर्व घेऊ दे मला. मी मानतो की मी तुला वचन दिलं आहे, पण प्रार्थना करतो तुला, इथे त्या वचनाचा आग्रह धरू नकोस.'

हे विचार करण्यासारखं आहे की बुद्धाचं म्हणणं अतिमानवी, अद्भुत आहे. आनंद म्हणतोही की तुमच्यासाठी काय पत्नी? बुद्ध सांगतात, माझ्यासाठी नाही, पण तिच्यासाठी मी तिचा पती आहे. आनंद दूर उभा राहिला आणि बुद्ध पत्नीजवळ गेले, तशी ती ओरडायला लागली. बारा वर्षांचा लांबलचक काळ, तिचं दुःख स्वाभाविक होतं. बुद्ध गप्प उभे राहिले. सर्व ऐकून घेतलं. मग तिने तिचे अश्रू पुसले. बुद्ध म्हणाले, नीट बघ निरखून. मी तो नाहीये जो गेलो होतो. मी आता तुझा पती म्हणून नाही आलो आहे. तो मेला. मी कुणी वेगळा आहे. आता तू माझ्याशी बोल.

तर कृष्ण-अर्जुनामधली भेद-स्थिती अगदी वेगळी आहे. अर्जुन मित्र आहे. गळ्यात हात घालून हिंडले आहेत. खेळले आहेत, गप्पा मारल्या आहेत. इथे कृष्ण इतकंच सांगतात की जे सत्य मी जाणलं ते तुला सांगतो आहे, जे माझ्याही आधी जाणलं गेलं आहे अनेकांकडून. ही एका विशिष्ट परिस्थितीतली गोष्ट आहे आणि ती जर चुकली, निसटली तर तुम्ही चूक व्हाल. बुद्ध अशा स्थितीत नाहीयेत. ते म्हणू शकतात की मी हे सांगतो आहे. अजून कुणी सांगितलं आहे की नाही, याचं मला प्रयोजन नाही. आणि मी तुम्हाला सांगतो की माझ्या सांगण्यावर जाऊ नका. म्हणून बुद्ध अहंकाराची घोषणा करत आहेत असं म्हणता येत नाही. कारण अहंकारी तर असं सांगेल की मी सांगतोय म्हणून माना.

आम्हाला माहीत आहे की बुद्ध जे सांगत आहेत, ते इतरांनीही सांगितलं आहे. उपनिषदांमध्ये सुद्धा आहे. वेदांत आहे. तरीही बुद्ध असं का म्हणतात? त्याचंही कारण आहे परिस्थितीजन्य! कारण बुद्धांच्या वेळेपर्यंत वेद आणि उपनिषदांची परंपरा अगदी झडून गेली होती. हे जाणत असूनही की बुद्ध जे सांगत आहे त्याचं सार, तेच वेद, उपनिषदांत सांगितलं गेलं आहे. पण तरीही त्यांचा आसरा घेतला नाही जाऊ शकत, कारण त्या आसऱ्यावर मोठं पाखंडींचं जाळं रचलं गेलं होतं. जे जनतेला लुटत होते. चुकीच्या रस्त्यावर नेत होते, अंधविश्वासात बुडवत होते. म्हणून वेद-उपनिषदांच्या बाबतीत ते अगदी गप्प राहतात.

असं नाही की बुद्धांना याचा बोध नाही. पण असं अनेकदा होतं इतिहासात की अशी वेळ येते की कालच्या सत्यांना आजच्या सत्यवादींना उखडून फेकून द्यावं लागतं. कारण कालचे सत्य, कालचे सत्य असल्याच्या कारणाने असत्याबरोबर इतके वाईट रीतीने मिसळले जातात की आज त्यांना साथ देणं म्हणजे असत्यालाही साथ देणं आहे. कृष्णासमोर असा प्रश्न नाहीये. कृष्णासमोर वेद आणि उपनिषदांची परंपरा जराही अशुद्ध झाली नव्हती, ती शिखरावर होती. म्हणूनच आम्ही गीता ही वेद आणि उपनिषदांचं सार आहे असं म्हणू शकतो. आम्ही कृष्णाला असं म्हणू

शकतो की उपनिषदांनी जी संस्कृती निर्माण केली, त्याचे ते सारभूत आहेत. जे गरजेचं होतं त्या संस्कृतीत ते सर्व कृष्णाकडून प्रकट झालं. कृष्ण त्या संस्कृतीच्या शिखरावर जन्मले आणि बुद्ध त्या संस्कृतीच्या पतनावेळी जन्मले. ब्राह्मण ब्रह्मज्ञानी राहिले नव्हते. केवळ नावावर जगत होते, शोषण करत होते. धर्माशी काही नातं उरलं नव्हतं.

म्हणून कृष्ण शिखरावर जन्मतात. उपनिषद आपल्या शिखरावर आहेत. उपनिषदांत जे ज्ञान प्रकट झालं. त्याच्या किरणांनी चारही दिशा व्यापून टाकल्या. हवेच्या, पृथ्वीच्या कणाकणात त्याची बातमी आहे. कृष्णासाठी उपनिषद मेलेली, मृत गोष्ट नाहीये. कृष्ण सांगतात उपनिषदांबद्दल तर ते जुनी साक्ष देत नाहीत. हजर आहे पूर्णतः त्याची साक्ष देतात. पण बुद्धाच्या काळात सर्व मृतवत्. म्हणून बुद्ध त्याची साक्ष देत नाहीत.

ना बुद्धांचा कुठला अहंकार आहे, ना कृष्णाचा अहंकार आहे की ते जुनी समर्थनं शोधत आहेत.

> *'भगवान श्री, दहाव्या अध्यायात कृष्णाने घोड्यात उच्चैःश्रवा, हत्तींमध्ये ऐरावत, गायींमध्ये कामधेनू, सर्पांमध्ये वासुकी, जनावरांमध्ये सिंह, पक्ष्यांमध्ये गरुड, नदीमध्ये गंगा, ऋतूंमध्ये वसंत वगैरे सांगितलं आहे. अर्थात स्वतःला सर्वश्रेष्ठ असं सांगण्याचा प्रयत्न केला आहे. तर मग ते निष्कृष्ट वर्गाचं प्रतिनिधित्व करत नाहीत का? निष्कृष्ट वर्ग कृष्णाचं रूप नव्हतं? त्यांनी निष्कृष्ट आणि साधारण यांचा उच्चार का नाही केला?*

मजेशीर सूत्र आहे हे. या सूत्रात दोन गोष्टी आहेत.

पहिली गोष्ट म्हणजे यात कृष्ण स्वतःला सर्वांमध्ये श्रेष्ठ असं घोषित करतात. ऋतूंमध्ये वसंत, हत्तींमध्ये ऐरावत, गायींमध्ये कामधेनू. पण दुसरी मजेशीर गोष्ट आहे हीसुद्धा की गाय आणि घोड्यांसारख्या निम्नतम प्राण्यांमध्ये ते स्वतःचीही तुलना करतात. या दोन गोष्टी एकत्र आहेत. इथे ते प्रत्येक जातीत स्वतःला श्रेष्ठ घोषित करतात. पण याची काळजी करत नाहीत की जात कुणाची आहे. ऐरावत जरी असला तरी तो हत्तींमध्ये आणि कामधेनू जरी असली तरी ती गायींमध्येच आणि वसंत जरी असला तरी शेवटी ऋतूंमध्येच ना!

या दोन गोष्टी एकत्र आहेत. निम्नतम मध्येही जे श्रेष्ठतम आहे, त्याची घोषणा ते करतात. कारण आहे. ही श्रेष्ठतमची घोषणा का केली जात आहे? वरवर बघता

अहंकार वाटेल. कारण आम्हाला अहंकाराव्यतिरिक्त अजून काही वाटतच नाही. आतून बघितलं तर माहीत पडेल की प्रत्येक वर्गातली श्रेष्ठतमची चर्चा केली जात आहे, तर त्याचा मथितार्थ इतकाच की जेव्हा ते म्हणतात की, हत्तींमध्ये ऐरावत आहे, तर ते असं सांगतात की जे हत्ती ऐरावत नाही होऊ शकले ते आपल्या स्वभावाकारणाने. तसा तर प्रत्येक हत्ती ऐरावत होण्यासाठी जन्मला आहे. तसंच गायींचं, तसंच ऋतूंचं. आपल्या स्वभावाकारणाने संधी हुकली. कृष्ण या घोषणेतून केवळ इतकंच सांगतात की मी प्रत्येक स्वभावाची सिद्धी आहे. जे जे परम शिखरावर असू शकतं. तो मी आहे. याचा अर्थ समजला?

याचा अर्थ असा की जो हत्ती ऐरावत नाहीये, तो कृष्ण नाहीये; असं नाही, तोही कृष्ण आहे. पण मागे पडलेला कृष्ण आहे, जो ऐरावत नाही होऊ शकला, जो होऊ शकला असता, ज्याची तेवढी क्षमता आहे. कृष्ण असं सांगत आहेत की प्रत्येकामध्ये जी क्षमता आहे, ती म्हणजे मी आहे. जर याचं पूर्ण सार, तर याचा अर्थ की सर्वांमध्ये जी बीजरूप संभाव्यता आहे, जी अंतिम उत्कर्षाची संभावना आहे, जे शिखर आहे अंतिम विकासाचं, ते मी आहे, आणि जो याहून जराही मागे राहतो तो आपल्या स्वभावाच्या शिखराला वंचित होतो. स्वत:ला मिळवण्यासाठी वंचित होतो. यात कुठेही, जराही अहंकाराची घोषणा नाहीये. याचा साधा सरळ अर्थ इतकाच आहे की जोपर्यंत तुम्ही ऐरावत होत नाही तोपर्यंत तुम्हाला मी मिळणार नाही. वसंत होत नाही, कामधेनू होत नाही... तुम्ही तुमच्या संपूर्ण फुलण्यातच – फुलल्यानंतरच मला प्राप्त करू शकता. ते अर्जुनाला हेच समजावत आहेत. क्षत्रियांमध्ये तू पूर्ण श्रेष्ठ हो, तर तू कृष्ण होशील.

जर कृष्ण कधी हजार-दोन हजार वर्षांनंतर आले असते तर ते नक्की म्हणाले असते की क्षत्रियांमध्ये मी अर्जुन आहे. पण हजार-दोन हजार वर्षांनंतर. जेव्हा कृष्ण आपल्या होण्याची घोषणा करत आहेत, तर हा श्रेष्ठतेचा दावा नाहीये. कारण श्रेष्ठतेचा दावा करण्यासाठी हत्ती-घोड्यांमध्ये जावं लागेल? गाय-बैलांमध्ये जावं लागेल? श्रेष्ठतेचा दावा सरळ सरळ होऊ शकतो; पण ते तो तसा करत नाहीत. ते श्रेष्ठतेचा दावा करतच नाहीयेत. ते एक जागतिक विकासाची गोष्ट करत आहेत की जेव्हा तुम्ही तुमच्या श्रेष्ठतम रूपात प्रकट होता, तेव्हा तुम्ही प्रभू होता.

शब्द आहे आमच्यापाशी 'ईश्वर'! ईश्वर शब्द 'ऐश्वर्य'वरूनच बनतो. जेव्हा तुम्ही तुमच्या पूर्ण ऐश्वर्याने प्रकट होता, तेव्हा ईश्वर होता. ईश्वर तर ऐश्वर्याचंच रूप आहे. पण आम्ही कधी तसा विचार केला नाही. ईश्वराचा अर्थच असा की ज्याचं नैसर्गिक सामर्थ्य आणि वास्तवता यात फरक नाही. वास्तविकतेत आणि संभावनेत फरक नाही, एक झालं आहे. जी संभावना होती ती पूर्णत: वास्तविकता झाली, तो ईश्वर आहे. ज्याच्या संभावनेत आणि वास्तविकेत फरक आहे. अंतर

आहे त्यांचा ईश्वराकडे प्रवास चालू आहे. तर जो माझ्या आत लपलेला आहे, तो ज्या दिवशी पूर्ण प्रकट होईल, त्या दिवशी मला माझा ईश्वर प्राप्त होईल. पण आत्ता थोडा थोडा प्रकट होतो आहे. वसंत पूर्ण नाही झालेला. तो वसंतापाशी सरकत राहतो. फूल पूर्ण फुलू शकत नाही. जर कृष्ण त्या बागेत गेले आणि म्हणाले की या फुलांत मी सर्वांत फुललेलं फूल आहे, तर त्याचा अर्थ काय झाला? याचा अर्थ की इतर फुलंही इतकी फुलू शकली असती जी नाही फुलली. आणि योग्य आहे की कृष्ण अर्धवट फुललेल्या फुलाशी स्वत:ला नाही जोडत. कारण ते ज्यांच्याशी बोलतात, त्यांना पूर्ण फुलण्यासाठीच सांगतात. तू पूर्ण फूल, उमल; तू क्षत्रियत्वाचं पूर्ण फूल हो. तर तुला मी मिळू शकेन आणि मी मिळेन म्हणजे तुला तुझा ईश्वर मिळेल.

इथे कृष्ण अखंड दुहेरी काम करत आहेत. ते अर्जुनाचे मित्र आहेत म्हणून मित्रत्वाची भाषा बोलतात आणि त्याच बरोबरीने पूर्ण वेळ उमललेलं फूलही आहेत. आणि या मित्रत्वात त्यांच्या पूर्णतेची घोषणा जागोजागी होत राहते आणि अर्जुनापर्यंत पोहोचते; आणि दोन्ही गरजेचं आहे. ते केवळ मित्र म्हणून राहते तर काहीच उपयोग झाला नसता. आणि जर ते परमात्मा झाले असते तर अर्जुनने सांगितलं असतं, 'बास, आपली मैत्री संपली.' या दोहोंत त्यांना अखंड ताळमेळ बसवावा लागला. मित्रही आणि परमात्म्याची घोषणाही! जेव्हा जेव्हा अर्जुन त्यांना संदिग्ध वाटतो तेव्हा तेव्हा ते म्हणतात, हे महाबाहो! मित्रत्वाच्या भाषेत गोष्टी सुरू होतात. अतिनाजूक काम!

बुद्धांना अशा नाजूक कामाची संधी कधी मिळाली नाही. कारण जो आला आहे हे निश्चित आहे की तो कोण आहे. जो बसला आहे, हे निश्चित आहे की कोण बसला आहे. सरळ, स्वच्छ गोष्टी आहेत. महावीरांना अशी संधी नाही मिळाली. त्यांच्याकडेही गोष्टी सरळ, स्वच्छ आहेत. द्विधा, दुहेरी भूमिका नाहीयेत. कृष्णांना करावी लागली दुहेरी भूमिका. मित्राचा गुरू होतं कठीण गोष्ट आहे. मित्राला उपदेश देणं कठीण आहे. अर्जुन म्हणू शकला असता, 'बास, पुरे. उगीचच ज्ञान देत राहू नकोस.' म्हणून कृष्ण ज्ञानही देतात आणि थोपटतात. हे महाबाहो! आणि मग असंही सांगतात, की तू अज्ञानी आहेस रे! तुला खरं काय आहे ते ओळखताच येत नाहीये. दोन्ही गोष्टी एकत्र चालू आहेत. समजून घ्यायचा प्रयत्न करा.

'भगवान श्री, जवळ-जवळ सर्व महापुरुषांचं चरित्र वैयक्तिक असतं आणि काही असतं समष्टीगत! आत्ता काही दिवसांपूर्वी कृष्णाच्या जीवनावर चर्चा झाली; त्यात वैयक्तिक विशेषताही होती, जी आजच्या काळात, त्याचं आम्ही थोडं तरी

अनुकरण केलं तर मार खावा लागेल. आज आम्ही कुणाचं दही-दुधाचं मडकं फोडू शकत नाही. स्नान करणाऱ्या कुणा बायकांची वस्त्रं पळवू शकत नाही. आणि कुणा राधेवर इच्छा असूनही प्रेम करू शकत नाही. कृष्णात अजूनही गोष्टी आहेत ज्या समष्टीगत आहेत. कृष्णाने जे काही सांगितलं त्याचं भूत-वर्त-भविष्यकाळात महत्त्व आहे, असं तुम्ही म्हणालात. याच संदर्भात कृष्णाने गीतेत, जे कर्मयोग, अनासक्त योग याबद्दल सांगितलं आहे, त्यांचं हे जे जीवनदर्शन आमच्यासाठी सर्वांत महत्त्वपूर्ण आहे. जो जीवन जगण्याची कला शिकवतो, जीवनाचा एक नवा मार्ग देतो आम्हाला आणि आम्ही जीवनाच्या प्रत्येक क्षणी त्याला व्यावहारिक रूप देऊ शकतो. त्यांच्या या जीवनदर्शनावर काही गोष्टी आम्हाला विषद करून सांगा. म्हणजे आम्ही अनुकरण करू शकू.'

पहिली ही गोष्ट लक्षात घ्या की कृष्णाचं असणं आज या काळात हे कठीण झालं आहे, असं नाही. त्यावेळेसही सोपं नव्हतं. अन्यथा अनेक कृष्ण झाले असते आणि तुम्हाला कठीण वाटतंय कृष्ण होणं. त्या वेळीही कठीण वाटलं असतं तुम्हाला! कृष्ण जर आज जन्माला आले तर आजही तितकंच सरळ होईल कृष्णाला! पण हा भ्रम तिथून सुरू होतो, जिथून आम्ही अनुकरणाचा विचार करतो. ना तुम्ही तेव्हा कृष्णाचं अनुकरण करू शकला असतात, ना आज करू शकत. करू शकतच नाही. आणि जरी केलंत, योग्य म्हणता की आपत्ती ओढवून घ्याल.

त्यांच्या जीवनावर जी चर्चा झाली, ती तुम्ही अनुकरण करू शकाल म्हणून नाही झालेली. एवढ्यासाठी चर्चा झाली की या कृष्णाच्या व्यक्तिमत्त्वाला, त्यांच्या पूर्ण जीवनाला जर आम्ही समजू शकलो, तर कदाचित आम्हाला आमचं जीवन समजण्यास सोपं जाईल. अनुकरण करण्यासाठी नाही. जर कृष्णाचं व्यक्तित्व जे अतिविशाल, अनेक दिशा, दृष्टिकोनाचं, ढंगाचं आहे, पूर्ण खुलेल तर आम्ही आमचं व्यक्तिमत्त्व खुलण्याची एक चावी मिळवू शकू. पण जर अनुकरणाची भाषा बोलाल, तर तुम्ही कृष्णाला नाही समजू शकणार. कठीण पडेल. ज्यांचं आम्ही अनुकरण करू इच्छितो, त्यांना आम्ही समजून घेऊ इच्छित नाही. आणि अनुकरण आम्ही करू इच्छितो, कारण आम्ही आम्हालाही समजून घेऊ इच्छित नाही. कुणाला तरी स्वत:वर आरोपित करून जगू तर सुविधा होते, समजून घेण्याच्या त्रासातून सुटका होते. समजून घेणं हे तिथून सुरू होतं जिथे आम्ही कुणाचं अनुकरण करू

इच्छित नाही, ना कुणासारखं होऊ इच्छितो. उलट या गोष्टीचा शोध घेऊ इच्छितो की मी काय आहे? आणि काय होऊ शकतो? तर ज्या माणसांनी आपलं जीवन पूर्णत: खुलून स्वत:ला प्रकट केलं आहे. त्यांचं जीवन समजून, आपलं जीवन समजून घेण्याचा मार्ग सुगम होऊन जातो. यामुळे जीवन एक होणार नाही. ते वेगवेगळंच राहील. वेगवेगळं असायलाच हवं. आणि एकसारखं जीवन होण्याचा काही मार्गही नाही.

तर इतक्या सर्व चर्चेमधून चुकून जरी तुमच्या मनात अनुकरणाचा विचार आला आहे, जसा तो प्रश्नावरून वाटतो, तर तुम्ही कृष्णाला समजू शकणार नाही आणि कृष्णाला समजू शकला नाहीत तर स्वत:ला समजणंही कठीण होईल.

दुसरी गोष्ट, कृष्णाचे विचार, त्यांचं सत्य, जे नेहमी उपयोगी होऊ शकतात, पण त्यातही मी सांगू इच्छितो की तेही अनुकरणीय नाहीयेत. कारण कृष्णाचं जीवन अनुकरण करू शकत नाही, तर शब्दांतून प्रकट केलेले सिद्धान्त आणि सत्य यांचं अनुकरण कसं काय केलं जाणार? नाही, तेही नाही. ते समजावू जाऊ शकतात आणि तुमच्या समजून घेण्याच्या प्रक्रियेमुळे तुमची समज वाढेल आणि ती समज तुम्हाला उपयोगी पडेल. सिद्धान्तांचा उपयोग होणार नाही. समजून घेण्याचा उपयोग होईल. पण आमची मागणी मात्र नेहमी अनुकरणाची असते. आम्ही जीवनाचं अनुकरण करू अथवा सिद्धान्ताचं, पण अनुकरण करणारच!

जीवन अनुकरणीय नाहीये. आज मडकं फोडलं जाऊ शकत नाही, अथवा वस्त्रं पळवली जाऊ शकत नाहीत, म्हणून नाही. प्रेम करू शकत नाही अथवा बासरी वाजवता येणार नाही, असंही नाही. आज सर्व काही करता येईल. त्यात कठीण काही नाही. मडकं फोडायला त्या दिवसांतही त्रास होता. आजही आहे. बासरी वाजवून तेव्हाही माणसाला त्रास सहन करावा लागत होता, आजही लागेल. थोडा फार फरक असेल पण मूळ त्रास आहेच. परिस्थिती बदलली म्हणून अनुकरण करता येणार नाही असं नाही, तर अनुकरण हेच चूक आहे. परिस्थिती अगदी तशीच असली तरीही. अनुकरण म्हणजे फक्त आत्मघात! स्वत:ला मारणं, आत्महत्या करायची असेल तरच अनुकरण करावं.

कृष्ण कुणाचं अनुकरण करतात? असं कुठलं व्यक्तिमत्त्व दिसत नाही. बुद्ध, महावीर अनुकरण करतात? मजेशीर गोष्ट आहे की आम्ही अशाच व्यक्तींचं अनुकरण करतो, ज्यांनी कुणाचंच अनुकरण केलेलं नाही. ही सगळे शुद्ध केवळ नैसर्गिक फुलं आहेत आणि आम्ही? आम्ही कुणा दुसऱ्या फुलाच्या ढंगाने फुलू पाहतो, कठीण होणारच. आणि ही कठीणता गहिरी आहे. मडकं फोडणं, राधावर प्रेम करणं इतकी वरवरची नाहीये. अशा त्रासात तर तुम्ही रोज पडता. दुसऱ्याच्या बायकोवर प्रेम करत नाही, असा कुणी दिसत नाही. आपल्या बायकोऐवजी

दुसऱ्याच्या बायकोचं नाव घेणारे आहेतच. बायको-नवरा दोघेही घाबरलेले. हे आजचं नाही सांगत आहे. हे होतच आलेलं आहे कायम. नवरा-बायको आहेत तरी भीती आहे. नवरा-बायको नाहीत तरीही भीती आहे. माणूस जसा आहे, भीती आहे म्हणून त्याची संपूर्ण व्यवस्थेत भीती व्यापून राहिली आहे.

नाही, हा प्रश्न नाहीये की अनुकरणात ही भीती आहे. अनुकरणात जी मूळ भीती आहे ती सांगतो. या जगात दोन व्यक्ती एकसारख्या नाहीयेत, न असू शकतील. अद्वितीय आहेत सगळे. तुलना करून चालणारच नाही. बस, तुम्ही तुम्हीच आहात आणि तुमच्यासारखं कुणी आधी झालेलं नाही आणि नंतर होणारही नाही. तुमचा साचा परमात्मापाशी नाहीये आणि जेव्हा तुम्ही तुमच्या या निजतेला अस्वीकारता आणि कुणासारखं तरी होण्याचा प्रयत्न करता, तर जी चूक परमात्म्याने केली नाही, ती तुम्ही करता. त्याने तुम्हाला बनवलं व्यक्ती आणि तुम्ही कॉपी बनण्याचा प्रयत्न करता. त्याने तुम्हाला 'स्व' दिलं आणि तुम्हाला परकं बनण्याची ओढ लागली आहे.

पण आजपर्यंत सर्व धर्म अनुकरणावर जोर देत आले आहेत. जगभर आई-वडील, गुरू हेच शिकवतात की अमक्यातमक्यासारखा हो, स्वत:सारखं अजिबात राहू नको! काय कारण? सर्व जगाचं शिक्षण असं सांगत नाही की स्वत:सारखं व्हा! काही कारण आहे.

मोठं कारण आहे. प्रत्येक व्यक्ती जर स्वत:सारखी होऊ लागली तर धोका आहे समाजाला, गुरूंना, आई-वडिलांना. कारण कोण कसा होईल हे निश्चित केलं जाऊ शकत नाही. पण रामासारखं हो, तर त्यात धोका नाही. आम्हाला माहीत आहेत राम, ते काय करतात. तसंच तुम्हीही करा म्हणजे तुम्ही धोकादायक राहणार नाही. तुमच्याबाबत मग सांगता येईल की तुम्ही असे व्हाल! ज्या दिवशी तुम्ही तसं करणार नाहीत त्या दिवशी तुम्ही अपराधी. जर प्रत्येक व्यक्ती स्वत:सारखी झाली तर कठीण पडेल हे सांगता येणं की कोणता अपराध आहे आणि कोणता अपराध नाहीये. पाप काय, पुण्य काय? काय बरोबर, काय चूक? म्हणून समाजाची व्यवस्था तशी आहे. यातच सुविधा आहे की सर्व स्वच्छ, सरळ ठेवलं जावो. मग त्यात संपूर्ण आयुष्य गेलं तरी बेहत्तर, लोकं मेली तरीही, त्यांचं व्यक्तित्व हरवलं, तरीही त्यांचे आत्मे दीन होवोत, हरकत नाही, पण व्यवस्था!

असं वाटतं की माणसं समाजासाठी जगतात, समाज माणसांसाठी नाही. माणूस म्हणून जन्माला आलात की लोक शिक्षा, सिद्धान्त देऊ शकतील. मनुष्यासाठी सिद्धान्त, शिक्षा नसून सिद्धान्तासाठी मनुष्य आहे. धर्म मनुष्यासाठी नाही, धर्मासाठी मनुष्य आहे. धोका आहे. अनुकरणाचा धोका परिस्थितीनुरूप धोका नाहीये, आत्मगत धोका आहे. अनुकरणाचा धोका हळूहळू आपल्याला मारतो आहे. हे स्लो पॉयझनिंग

आहे. विष! आणि या विषावर तुम्ही 'कृष्ण' असं लेबल लावलं आहेत 'बुद्ध', 'महावीर', 'जीझस'...! याने काही फरक पडत नाही.

जगात असा वर्ग नाहीये, ज्यात सर्वांना टाकता येईल. प्रत्येकाला स्वत:सारखं व्हायला हवं. म्हणून मी जे कृष्णाबद्दल सांगतो आहे, चुकूनही असं समजू नका की तुम्हाला कृष्णासारखं व्हायचं आहे. नाही, बाहेरून ज्या आपत्ती येतील त्या गौण आहेत, आतून ज्या आपत्ती येतील त्या खऱ्या असतील. तुम्ही मेल्याशिवाय कृष्णासारखे नाही होऊ शकणार.

तुम्हाला असं वाटतं का की त्या दिवसांमध्ये कृष्णाला 'भगवान' म्हणून स्वीकारलं गेलं होतं? नाही. त्यांच्यावर दोषारोपण होते आणि जीझसना जेव्हा क्रूसावर चढवलं होतं, ज्यांनी चढवलं होतं, त्यांनी एका उडाणटप्पू माणसाला क्रूसावर चढवलं होतं. एकट्या जीझसना नव्हतं लटकावलेलं बरोबर अजून दोघं होते. तीन क्रॉस उभारले होते. ते दोघं चोर होते. एक चोर म्हणाला होता, 'आता तर आपण एकत्र मरणार आहोत. मोठं नातं जुळलं. जर तुझ्या प्रभूच्या राज्यात मी गेलो तर माझ्यासाठी थोडी जागा ठेव.' चोर जास्त आश्वस्त होता. जे क्रूसावर चढवत होते त्याच माणसांना निश्चित माहीत नव्हतं की हा माणूस खरंच उडाणटप्पू आहे की नाही. चोर मात्र समजत होता की तुमच्यापेक्षा आम्ही ठीक. काहीतरी करून मरतोय, तू मात्र जीझस काही न करताच मरतो आहेस.

कृष्ण, महावीर, ख्राइस्ट यांना त्यांचा समाज एकदम देव म्हणत नाही. शिव्यांपासून सुरुवात होते. पण ती जिवंत माणसं आहेत, शिव्या पिऊन टाकतात. मग तुम्ही त्यांना किती काळ शिव्या देणार? आणि मग अशा माणसांचा तुम्ही हळूहळू सन्मान करू लागता. मग ते सन्मानही पिऊन टाकतात. त्यानेही अशी माणसं प्रभावित होत नाहीत. तोपर्यंत तुम्ही त्यांना देव बनवायला सुरुवात करता.

कृष्णाची चर्चा माझ्यासाठी तुम्ही त्यांचं अनुकरण करावं म्हणून महत्त्वपूर्ण नाहीये, तर इतकं मल्टिडायमेन्शनल व्यक्तिमत्त्व या पृथ्वीवर झालं नाही म्हणून महत्त्वपूर्ण आहे. या मल्टिडायमेन्शनल व्यक्तीचा सर्व खजिना जर तुमच्यासमोर उघडला तर तुम्हाला तुमचा खजिना उघडण्याचा विचार येऊ शकतो, बस याहून जास्त काही नाही. तुमचा खजिना, तुमचा असेल आणि असं कुणीही म्हणू शकणार नाही की तुमचा खजिना कृष्णापेक्षा जास्त गहिरा, जास्त समृद्ध नाही. हा प्रश्नच नाही. जे कृष्णाच्या आत घडलं ते आणखीन कुणाच्या तरी आत घडणं सहज शक्य आहे, हे स्मरण पुरेसं आहे. या स्मरणासाठी ही सर्व चर्चा!

पण तुम्ही विचारता जीवन सिद्धान्त. आमच्या मनाला वाटतं की एखादा सिद्धान्त मिळाला तर त्याचं आरोपण करणं सोपं होईल. कृष्णासारखी माणसं जेव्हा जन्म घेतात, तेव्हा जीवनाला अतिशय खोलवर बघतात आणि हे चुकीचं होईल की

आम्ही त्यांच्या डोळ्यात डोळे घालून थोडा वेळ जीवनाला बघितलं नाही तर. असं जर बघितलं तर आमचीही बघण्याची क्षमता बदलेल. तुम्ही या मनालीत आला आहात. सर्वत्र डोंगर आहेत. पण तुमची जेवढी नजर आहे, तेवढंच सौंदर्य तुम्हाला दिसेल आणि निकोलस रोरिक होता. त्याची चित्रं जर तुम्ही बघितलीत तर हे डोंगर वेगळे आणि काही सांगत आहेत असं वाटेल, कारण त्याच्या डोळ्यात डोळे घालून तुम्ही बघायला सुरुवात केलीत. सरळ रूसवरून प्रवास करत करत निकोलस रोरिक या डोंगरांमध्ये आला. तेव्हा तर रस्तेही नव्हते. आला आणि आयुष्यभर इथेच राहिला. या हिमालयाने त्याला सपशेल वेडं केलं. तुम्हालाही इथे येऊन बरेच दिवस झाले. अगदी पहिल्या दिवशी हे डोंगर तुम्ही बघितले असतील. आता तुम्हाला ते दिसत नसतील. आहेत डोंगर. ठीक आहे. बस, संपलं.

पण निकोलसने पूर्ण आयुष्य ओतलं इथे. एकेक डोंगर रंगवत राहिला. पहाड आणि निकोलसचं मन, दोघेही...! हजारो रंगात, सूर्यकिरणात तर कधी चांदण्यात. कधी पाऊस, तर कधी बर्फ. त्याने हजारो रंगांत हे डोंगर बघितले. शेवटपर्यंत, मरेपर्यंत यांना रंगवत राहिला. या माणसाशी जर थोडीशी ओळख झाली तर या डोंगरांमध्ये तुम्हाला अजून काहीतरी वेगळं दिसेल. ही शक्यता आहे. अगदी निकोलस इतकं नाही, पण थोडं तरी. मग हे डोंगर केवळ डोंगर राहणार नाहीत तुमच्यासाठी.

प्रेम तर अनेकांनी केलं. पण कधी फरहाद-मजनूला वाचा. आमचं प्रेम फार लवकर आटतं, चुकतं. समजत नाही कसं निसटलं? आठवतही नाही की कधी होतं. सर्व रखरखीत होऊन जातं. पण अशीही माणसं आहेत जी आयुष्यभर प्रेम करत राहतात. अशांशी तुमची ओळख झाली तर प्रेम समजण्यासाठी मदत होईल आणि असंही होऊ शकेल की तुमच्या आत अंतर्गर्भात एक धारा, एक प्रवाह वाहू लागेल आणि प्रेमाचं स्मरण होईल. असं नाही की तुम्ही मजनू व्हाल. होऊ नयेच. आणि झालेला मजनू, मजनू असू शकेल का? मजनूसारखी दाढी वाढवून, कपडे घालून... रस्त्यावरून लैलाऽ लैलाऽ ओरडत... नाही, काहीही उपयोग नाही. त्यासाठी आतून मजनू व्हायला हवं.

पण तुमचं स्वत:चंही प्रेम आहे, जे मजनू आणि फरिहादपेक्षा जास्त सजग, प्रखर असेल कदाचित! कदाचित बारूद म्हणजे दारूला आग लागेल आणि तुम्हालाही जाणवेल की मीही असाच हरवून जाणारा नाही आहे, माझ्या आतही एक स्राव आहे, एक धारा आहे. त्याच अर्थाने सांगत आहे. अनेकांनी काव्य लिहिली, परंतु कालिदास अथवा रवीन्द्रनाथांचं काव्य वाचून प्रथमच काहीतरी दिसायला सुरुवात होते, जे कदाचित तुम्हाला कधीच दिसलं नसतं. ती शक्यता होती, पण प्रसुप्त होती.

तर कृष्णांच्या सिद्धान्ताविषयी उद्या सकाळी बोलू. पण अशी आशा मात्र नाही की ते मानून तुम्ही अजून सिद्धान्तवादी व्हाल. कृष्णासारखा असिद्धांतिक दुसरा माणूस नाही. म्हणून असा त्रास घेऊच नका. कृष्णाला समजून घ्यायचं म्हणजे जेव्हा असा पूर्ण उमललेला माणूस जगाकडे बघतो, तेव्हा तो या जगाच्या बाबतीत काय सांगतो हे बघणं. माणसाच्या मनाच्या खोलतेबद्दल तो काय सांगतो? माणसाच्या पूर्ण उमलण्याबाबत तो काय सूचना देतो? त्या सूचना तुमच्या अंतर्गर्भात असलेल्या कोणत्या धारांना, प्रवाहाला स्पर्श करतील. पण म्हणून तुम्ही कृष्णवादी व्हाल असं अजिबात नाही. पण मग कदाचित तुम्ही तुमच्या 'असण्याच्या' प्रवासाला सुरुवात कराल. तेव्हा तुम्हाला समजेल की हा माणूस, जो स्वधर्मावर मरून जाण्यास सांगतो, तो तुमच्यावर सिद्धान्त लादणारा माणूस म्हणून असू शकत नाही.

तर उद्यापासून तुम्ही जे विचाराल त्याबाबत बोलेन. मला ते सोयीचं पडतं. कारण मग मला जास्त विचार करत बसावं लागत नाही. कारण 'काय बोलू' असा प्रश्न मला सतावत राहतो. जोपर्यंत तुमच्याशी बोलत असतो, शब्द आणि विचार माझ्या बरोबर असतात. जेव्हा मी बोलत नाही, तेव्हा रिकामा झालेला असतो. म्हणून तुम्ही विचारत जा, मी बोलत जाईन. प्रश्न विचारा, उत्तरं देईन.

आता ध्यानाला सुरुवात करू या.

◆

४

'भगवान कृष्ण, कृष्ण म्हणतात की निष्कामना आणि अनासक्ती यामुळे बंधनांचा नाश होतो आणि परमपदाची प्राप्ती होते. याचा अर्थ कृपा करून सांगा आणि हेही सांगा की कोणत्या साधनेमुळे आणि उपासनेमुळे ही उपलब्धता होते. सामान्यजनांसाठी सरळ निष्काम आणि अनासक्त होणं तर शक्य आहे असं दिसत नाही.'

सर्वप्रथम अनासक्तीचा अर्थ समजून घ्यायला हवा. अनासक्ती थोड्या अभागी शब्दांमधून एक शब्द आहे ज्याचा अर्थ समजावता येत नाही. अनासक्ती म्हणजे लोक समजतात, विरक्ती. अनासक्ती म्हणजे विरक्ती नाही. विरक्तीसुद्धा आसक्तीचा एक प्रकार आहे. कुणी माणूस कामात आसक्त आहे, वासनेत आसक्त आहे. कुणी कामाच्या विरुद्ध ब्रह्मचर्येत आसक्त आहे. कुणी धनासाठी, कुणी धनत्याग करण्यासाठी, कुणी शृंगारासाठी, तर कुणी शरीराला कुरूप करण्यासाठी आसक्त आहे. पण शरीराला कुरूप करणारा विरक्त वाटेल, धनत्याग करणारा विरक्त वाटेल, कारण यांची आसक्ती नकारात्मक आहे.

आसक्तीची दोन रूपं आहेत. कुठल्या एका पक्षात आसक्त होणं अथवा विपक्षेत आसक्त होणं, जे विपक्षेत आसक्त आहेत, ते तितकेच आसक्त आहेत जितके पक्षातले आसक्त आहेत. अनासक्ती या दोन्ही बाजूंच्या आसक्तीमधून मुक्त होण्याचं नाव आहे. अनासक्तीचा अर्थ आहे, आसक्तही नाही, विरक्तही नाही. अनासक्ती दोहोंचं अतिक्रमण आहे. म्हणून मी म्हणालो की हा अभागी शब्द आहे. तो विरक्तीचा पर्यायवादी शब्द बनला.

आध्यात्मिक जगात असे अनेक शब्द आहेत, जे असे बनले. वीतराग असाच

अभिनय जीवनाचे प्रतीक : कृष्ण!

शब्द आहे. वीतराग विरागचा पर्यायवाची बनला. वीतरागचा अर्थ आहे राग आणि विराग दोहोंच्या पार.

महावीरांच्या धारेत जो वीतरागचा अर्थ आहे, कृष्णाच्या धारेत तो अनासक्तीचा अर्थ आहे. अनासक्ती आणि वीतरागता पर्यायवाची आहे; पण महावीर वीतराग होतील राग आणि विराग दोहोंना सोडून आणि कृष्ण अनासक्त होतील दोहोंचा स्वीकार करून. इतका फरक आहे आणि हे दोनच प्रकार आहेत. म्हणून वीतराग आणि अनासक्तीची परिणती तर एक आहे, पण मार्ग भिन्न आहेत. वीतरागचा अर्थ आहे, ज्याने राग सोडला, विरागही सोडला, पण सोडण्यावर जोर आहे. अनासक्तचा अर्थ आहे, ज्याने राग स्वीकारला, विरागही स्वीकारला. स्वीकारावर जोर आहे. म्हणून गहिरं बघू तर वीतराग शब्द निषेधात्मक आहे आणि अनासक्त शब्द विधेयात्मक आहे.

हे जे अनासक्त चित्त आहे, ज्याने सर्व स्वीकार केलं– आणि ही मोठी मजेशीर गोष्ट आहे की ज्याने सर्व स्वीकारलं, जसं आहे त्यासाठी मान्य झाला, अशा माणसाच्या मनावर कोणत्याही गोष्टीची खूण उरत नाही. आम्ही एखादी गोष्ट जोरात धरू, तरी खूण उमटते मनावर, कोणती गोष्ट जोरात सोडू तरीही रेघ उमटते मनावर. पण आम्ही पकडतही नाही, नाही सोडतही. तेव्हा आपण आरशासारखे बनतो, रेघ उमटत नाही कोणतीच मनावर, चित्तावर रेघ नाही उमटते, खूण नाही उमटत अशा मनाचं नाव अनासक्त.

ही अनासक्ती साधारणजनांना कशी येईल? सर्व जण साधारण आहेत जोपर्यंत अनासक्ती येत नाही. म्हणून हा प्रश्न नाहीच. अनासक्ती आल्यावर असाधारण जीवन फलित होतं. म्हणून असं नाहीये की साधारणजनांसाठी अनासक्तीचा दुसरा मार्ग असेल आणि असाधारण जनांसाठी वेगळा मार्ग असेल. कारण असाधारणचा

अर्थ एकच आहे की त्यांना अनासक्तीता मिळाली. कशी मिळाली? असं विचारा. त्याआधी जरा समजू या की ही अनासक्ती निसटते कशी? चुकते कशी?

अनासक्ती कृष्णाच्या दृष्टिकोनातून स्वभाव आहे. आम्ही हा स्वभाव कसा चुकलो? आम्ही कशी हरवली अनासक्ती? कुणी माझ्यापाशी आला आणि त्याने विचारलं की 'मी ईश्वराला शोधतो आहे.' मी विचारलं, 'तू हरवलाच कधी? जर हरवला असेल तर शोधू शकतोस.' तो म्हणाला, 'मी हरवला तर कधीच नाही. मग शोधणं म्हणजे वेडेपणा आहे.' खरा प्रश्न आहे की तुम्ही ईश्वराला शोधताय पण तुम्ही त्याला हरवलं आहेत का? आणि जर असं समजलं की हरवलं नाहीये, तर शोध पूर्ण होतो.

अनासक्ती स्वभाव आहे. मजेशीर गोष्ट आहे. कारण अनासक्ती हा आमचा स्वभाव आहे म्हणून आम्ही असाक्तही होऊ शकतो आणि विरक्तही होऊ शकतो. जर आसक्ती हा आमचा स्वभाव असेल तर आम्ही विरक्त कधीही होऊ शकत नाही आणि विरक्ती हा आमचा स्वभाव असेल तर आम्ही कधीही आसक्त होऊ शकत नाही. एका झाडाची शाखा आहे. हवा पश्चिमेकडे वाहते, तर ती शाखा पश्चिमेकडे झुकते. हवा पूर्वेकडे वाहते तर शाखा पूर्वेकडे झुकते. ती झुकते कारण ती ना पूर्वेत आहे, ना पश्चिमेत आहे. ती मध्ये आहे. पाणी आम्ही गरम करतो तर ते गरम होतं, गार केलं तर गार होतं. कारण पाणी स्वत: ना गार आहे ना गरम. पाणी जर गरमच असतं तर ते थंड झालं नसतं. त्याचा स्वभाव दोहोंच्या पार आहे म्हणून दोहोंकडे यात्रा संभव आहे. आमचा स्वभाव आसक्तीचा असेल तर विरक्ती संभव नाही. पण आम्ही विरक्त माणसांना बघतो. जर स्वभावच धरायचा असेल तर त्याग संभव नाही, पण आम्ही त्याग करणारी माणसं बघतो. जर स्वभाव त्यागी असेल तर आसक्ती कशी शक्य आहे? आम्ही तर लोकांना वस्तू घट्ट धरून ठेवताना बघितलं आहे. याचा अर्थ असा की आमचा स्वभाव दोन्ही नाही. म्हणून आम्ही ज्या दिशेने जाऊ इच्छितो, जाऊ शकतो. आमचा स्वभाव दोघांचं अतिक्रमण करतो म्हणून आम्ही दोन्ही बाजूंना झुकतो. आम्ही डोळे उघडू शकतो, बंद करू शकतो, कारण डोळ्यांचा स्वभाव ना उघडं राहणं आहे, ना बंद राहणं आहे. उघडणं, बंद होणं ही बाहेरील घटना आहे. डोळा आतून ना उघडा आहे, ना बंद आहे. अगदी खोलवर, आमची चेतना अनासक्त आहे. केवळ पापण्या आसक्त आणि विरक्त असतात.

तर प्रथम हे समजून घ्या की आमचा स्वभाव अनासक्ती आहे आणि लक्षात ठेवा की जो आमचा स्वभाव आहे तेच मिळवू शकतो. जो आमचा स्वभाव नाही, ते कधीही मिळत नाही. जे आम्ही खूप खोलवर आहोत, तेच मिळू शकतं. एक बी फूल बनू शकतं कारण खोलवर ते फूल आहे. एक दगड फूल बनू शकत नाही, कारण खोलवर तो दगड आहे. बी आणि दगड दिसायला सारखेच दिसतात; पण

बी पेरलं की समजतं की तो दगड नाहीये. आता आम्ही म्हणू शकतो की बी फूलच होतं. म्हणून फूल झालं. जीवनाचं हे गहिरं सूत्र आहे की आम्ही तेच होऊ शकतो जे आम्ही आहोत. तळाशी, मग आम्ही परिघावरही प्रकट होऊ. अनासक्ती हा आमचा स्वभाव आहे. म्हणून अनासक्ती मिळवता येऊ शकते.

अनासक्ती हा सर्वांचा स्वभाव आहे. जिथे चेतना आहे, चेतना नेहमी अनासक्त आहे. हां, चेतनेचा व्यवहार, पापणी उघडणं-मिटणं, आसक्त होणं अथवा विरक्त होणं, ही दुसरी गोष्ट नीट समजून घ्या. चेतना अनासक्त आहे. व्यवहार आसक्त अथवा विरक्त आहे. व्यवहार! जर मला एकट्याला सोडलं तर म्हणजे जिथे केवळ माझी चेतना आहे, तर त्या क्षणी मी आसक्त आहे की विरक्त? नाही. त्या क्षणी मी कुणीही नाहीये. आसक्ती आणि विरक्ती नेहमी दुसऱ्याच्या संबंधी निर्माण होते. जर मी म्हणालो अमुक एक माणूस आसक्त आहे, तर तुम्ही लगेचच विचाराल, 'कोणत्या गोष्टीत?' कारण गोष्टीशिवाय आसक्त कसे होणार? तसंच विरक्तीचंही. कारण फक्त विरक्तीला काहीही अर्थ नाही. आसक्ती आणि विरक्ती वस्तू अथवा व्यक्ती याद्वारे आमच्याशी संबंधित आहे. नातं आहे. तो आमचा व्यवहार आहे, आमचं वागणं आहे. ते आम्ही नाही आहोत.

आसक्ती-विरक्ती हा आमचा व्यवहार आहे हे समजून घ्या आणि म्हणून हे सुविधापूर्ण आहे की ज्याच्यासाठी आज आम्ही आसक्त आहोत, उद्या विरक्त होऊ शकतो. आज विरक्त असू तर उद्या आसक्त होऊ शकतो. आणि असंही नाहीये की उद्या तेच होऊ. कधी कधी एका क्षणात असं होतं की माणसाच्या एखाद्या भागासाठी आम्ही आसक्त आहोत आणि दुसऱ्या बाबतीत विरक्त आहोत. एकाच गोष्टीतही दुविधा असते. द्वंद्व असतं. एका बाजूने धरावं असं वाटतं तर दुसऱ्या बाजूने सोडून द्यावं असं वाटतं. पण हा स्वभाव नाही तर व्यवहार आहे हे नक्की. व्यवहार याचा अर्थ जिथे 'वर' अनिवार्य आहे आणि स्वभावचा अर्थ आहे केवळ एकटं. जिथे वस्तू, माणूस नाही, एकटं पूर्णतः तिथे मी आसक्तही नाही आणि विरक्तही नाही. कारण सर्वच्या सर्व संबोधांचे सूचक शब्द आहेत.

आसक्ती-विरक्ती संबंध आहे. वर शिवाय अपेक्षित आहे. अनिवार्य आहे. म्हणून आसक्ती आणि विरक्ती दोन्ही गुलामी आहेत. दुसऱ्याशिवाय होऊ शकत नाही. आम्ही कधीही स्वतंत्र होऊ शकत नाही. आसक्ताकडे तिजोरी नसेल तर कठीण होईल. विरक्ताकडे तिजोरी असेल तर कठीण होईल. तिजोरीशी दोघांचा गहिरा संबंध आहे. आसक्ताकडे स्त्री नसेल, पुरुष नसेल तर कठीण – विरक्ताकडे स्त्री असेल, पुरुष असेल, कठीण. दोघेही गुलाम. दोघेही दुसऱ्यावर अवलंबून आहेत. दुसरा आहे-नाही त्यामुळे काही फरक पडत नाही. पण दुसरा कुणी असणं हे अनिवार्य आहे. ते दुसऱ्याशिवाय स्वतःला समजून घेऊ शकत नाही. तसा

विचारही करू शकत नाहीत. लोभी धनाशिवाय विचार करू शकत नाही, त्यागी धनाशिवाय विचार करू शकत नाही; पण दोहोंच्या केंद्रावर 'शिवाय' हजर आहे.

हा आमचा व्यवहार जर नीट समजून घेतला, तर व्यवहारातल्या परिवर्तनामुळे काही अंतर पडत नाही, की आसक्त विरक्त होवो. नेहमी होतं, आसक्त विरक्त होतो आणि विरक्त आसक्त होतो. जे आसक्त असतात ते नेहमी विचारतात, कशी सुटका करून घेऊ? उपाय सांगा. जे विरक्त आहेत, ते विचारतात, चूक केली का? जीवनापासून पळून गेलो? असं तर नाही की आयुष्यात काही लोकांना मिळतं आणि आम्हाला मिळत नाही? दोहोंची परिस्थिती वेगळी आहे, पण मन:स्थिती वेगळी नाही. कशावर तरी अवलंबून. कशातरी 'शिवाय'... त्यामुळे ना कोणतं स्वातंत्र्य, ना कोणतं सत्य! ना आनंद, ना मुक्ती. 'वर', 'शिवाय' हेच बंधन आहे.

पण विरक्त म्हणतो, 'आम्ही अवलंबून असणाऱ्या गोष्टींना सोडून पळून जातो.' पण त्यांना समजत नाही की जे सोडून ते पळत जातात, त्याने त्यांचे संबंध संपत नाहीत. केवळ पळून जाण्याशी संबंध होतात आणि जे सोडून आपण पळतो, ते आमचा पाठलाग करत राहतात. ते पाठलाग करतात असं नाही पण आमची भीती, चिंता, पाठलाग करते आणि पळून जाणार कुठे? कुठेही गेलं तरी त्या गोष्टी आहेतच. केवळ एक जागा, स्वत:चा आतला, स्वत:तली खोलता, ती सोडल्यास या गोष्टी सर्वत्र हजर आहेत. घर सोडून जाल तर आश्रम आहे. पती-पत्नी सोडून जाल तर शिष्य हजर आहेत. गाव सोडाल तर जंगल आहे. महाल सोडलात तर झोपडी आहे. किमती वस्तू सोडल्यात तरी लंगोटी, नग्नता हजर आहे. जग तर असणारच, मग जगाला सोडून जाणार कुठे?' गोष्टी' असणारच. केवळ एक जागा सोडून, स्वत:च्या खोलवरच्या केंद्रावर 'गोष्ट' नाहीये. कारण इतका तळाशी, त्या केंद्राशी 'स्व' राहतच नाही आणि म्हणून तिथे 'गोष्ट'ही नाही.

हे असं समजून घ्याल की जोपर्यंत 'तुम्ही' आहात तोपर्यंत तुम्ही 'कशा'वर तरी आहात. मी एक सांगितलं की जोपर्यंत तुम्ही या जगात आहात, कुठेही जा 'कशावर तरी' असणारच. आता मी दुसरी गोष्ट सांगतो की जोपर्यंत 'तुम्ही' आहात, डोळे बंद करून घ्या आणि जगही नसेल तरीही 'ते कशावरतरी' असेल. बंद डोळ्यांत, स्वप्नात, कामना, कल्पना, वासनेत असेल.

स्वभावचा अर्थ आहे जिथे 'स्व' उरत नाही. म्हणून स्वभाव हा अभागी शब्दांमधला शब्द आहे. कारण त्याचा अर्थ आहे स्वयंचा भाव. पण जिथे स्वभाव सुरू होतो तिथे स्व' संपतो. स्वभावचा स्वयंशीही काहीही संबंध नाही. स्वभावचा अर्थच हा की आम्ही असल्याच्याही आधीपासून होता. आमच्या असण्यानंतरही असेल. आम्ही आहोत तेव्हाही आहे, आम्ही नाही आहोत तेव्हाही आहे. मी संपूर्ण संपून जाईन, माझ्यातला 'मी' संपूर्ण नष्ट होईल, तरीही स्वभाव शेष राहील.

स्वभावातला ‘स्व’ शब्द खतरनाक आहे. त्याने धोका निर्माण होतो. त्यामुळे असं वाटतं, स्वयंच असणं. नाही, स्वभावचा अर्थ आहे ‘द नेचर’. प्रकृती. जो आम्ही नसू तरी आहे. तुम्ही रात्री झोपता तेव्हा ‘स्व’ नसतो, पण स्वभाव असतो. खोल सुषुप्तीत असता तेव्हा स्व नसतो; पण स्वभाव असतो. एखादा माणूस बेशुद्ध पडला आहे, तेव्हाही स्व नसतो; पण स्वभाव असतो. सुषुप्ती आणि समाधी यात एवढाच फरक आहे की सुषुप्तीमध्ये बेशुद्धीमुळे स्व नसतो, समाधीत शुद्ध असते. जागरण असतं. ज्ञानामुळे स्व नसतो. जोपर्यंत मी आहे, तोपर्यंत मला जे दिसतं ते जग आहे. जग हे माझ्या ‘मी’ या बिंदूमधून बघितला गेलेला कोन आहे. माझ्या मीच्या बिंदूमधून बघितलं गेलेलं सत्य आहे. म्हणून माझा मी मिटला तर ‘कशावर’ कोणीही नाही, काहीही नाही, मग मी कसा वाचणार आणि कुणाशी बांधील होणार? मग तर केवळ ‘मी’च आहे.

अनासक्ती स्वभाव आहे. कसं जायचं त्याच्यापर्यंत? सर्वांत मोठ्यातल्या मोठी चूक ही आहे की कोणी विरक्तीच्या दिशेने जातंय अनासक्ती मिळवण्यासाठी. लक्षात ठेवा आसक्तीइतकी मोठी भीती नाहीये अनासक्तीच्या मार्गावर. कारण आसक्तीचा चेहरा स्वच्छ आहे. कोणतीही चूक करणार नाही आसक्ती अनासक्तीला समजण्याची. कशी करेल? कोणतीही चूक करणार नाही की धन धरून ठेवणं हे अनासक्त आहे म्हणून. पण धन सोडणं याला अनासक्ती समजण्याची चूक करू शकतो. अनासक्तीच्या यात्रेत आसक्ती नाहीये हा मोठा धोका. आसक्तीचा चेहरा स्वच्छ आहे. मोठा धोका विरक्ती आहे. विरक्तीच्या चेहऱ्यावर पडदा आहे. जो विरक्ती समजू शकत नाही तो अनासक्तीच्या नावाखाली विरक्तीचं खोटं नाणं घेऊन फिरत राहील. म्हणून अनासक्तीच्या यात्रेत विरक्तीपासून सावधान राहण्याची पहिली गरज आहे. विरक्तीही आसक्ती आहे इतकं समजलं तरी सावधगिरी निर्माण होते.

दुसरी गोष्ट ‘कशावर तरी’ हे आम्ही कुठेही गेलो तरी असणारच. म्हणून आम्ही अशा जागी जावं जिथे ‘ती गोष्ट’ नसेल. आम्ही आत जावं. स्वयंमध्ये जावं. आपल्या एकांतात जावं. एकटेपणात उतरावं. पण याचा अर्थ काय? मी डोळे बंद केल्यावर बाहेरचं जग बंद होतं, तर मी एकांतात उतरू शकेन? एकटा होईन? डोळे तर आम्ही रोज बंद करतो पण एकांतात उतरत नाही. कारण डोळे बंद करताक्षणी ती चित्रं, प्रतिमा, ती प्रतीकं, जी आम्ही बाहेरून ग्रहण केली होती, आत उतरायला सुरुवात होते. विचार येतात, कल्पना येतात, स्वप्नं येतात, दिवास्वप्नं येतात आणि पुन्हा आम्ही जगालाच बघत राहतो. पण ते जे जग असतं ते कल्पित असतं. जी नजर बाहेर होती ती वास्तवता होती; आता केवळ त्याची सावली असते, ते स्वत: नसतं.

आम्ही आमच्या डोळ्यांचा आणि मनाचा उपयोग केवळ मूक्ही कॅमेऱ्यासारखा करतो. जे बघतो, ते मनावर उमटवत जातो आणि डोळे बंद केल्यावर तेच सर्व

मनाच्या पडद्यावर बघतो. मग ते चित्र चालू राहतं. हीसुद्धा 'त्या गोष्टी'ची छाया आहे. हेही जेव्हा बाजूला होईल तेव्हा आम्ही 'स्व'मध्ये उतरू. बाजूला होऊ शकते. त्यात कठीण काही नाही. हे चित्र आम्ही बघू इच्छितो म्हणून ते दिसत राहतं. आमची त्यातली रुची नष्ट होईल तर त्या प्रतिमा लगेचच पडून जातात, अदृश्य होतात. आमचा त्यांच्यातला रसच या प्रतिमांना चालवत ठेवतो. विरसही. लक्षात ठेवा, रसच नाही, विरसही. जे आम्हाला आठवावंसं वाटतं तेही आठवतं, जे आम्हाला विसरायचं असतं ते जास्त आठवतं. पण जे आम्हाला विसरायचं नसतं आणि जे आम्हाला विसरायचं असतं, ते अचानक गळून पडतं. आमच्या चित्तापासून अर्थहीन होऊन जातं.

तर या आत चालणाऱ्या चित्रपटाकडे साक्षीभावनेने बघितलं, फक्त बघावं. त्यात रस घेऊ नये, न विरस व्हावं, ना आसक्त, ना विरक्त अशा तऱ्हेने बघितलं तर थोड्याच दिवसांत साक्षीचा बोध या चित्रपटाला पाडून टाकतो. आणि एक क्षण असा येतो की निव्वळ चेतना एकटी राहते आणि कोणताही विषय राहत नाही. निर्विषय चेतना उरते. या निर्विषय चेतनेत ज्याचा अनुभव प्राप्त होतो, ती अनासक्ती आहे. या निर्विषय चेतनेतून जो व्यवहार निघतो, त्याचं नाव अनासक्ती योग आहे. निश्चितच व्यवहार अगदी दुसरा असेल.

ज्या व्यक्तीने आपल्या या स्वभावाच्या अनासक्तीला ओळखलं, असा माणूस बाहेरच्या जगात जाताना, आतून बाहेर जाताना तसाच राहत नाही जसा बाहेरून आत जाताना असतो. आता त्याने आपल्या चेतनेच्या आरशाला ओळखलं, आता तो मनाचा उपयोग कॅमेऱ्यासारखा नाही, तर आरशासारखा करेल. आणि त्याच्या मनाचा संबंध निर्माण होणार नाही. संबंध असतील पण निर्माण होणार नाहीत. संबंध असतील पण असंगत असेल. हा प्रेमही करेल; पण हे प्रेम पाण्यावर रेघ ओढल्यासारखं असेल. लढेलही, पण तेही पाण्यावर ओढलेल्या रेघेसारखं. याचा आरसा लढणंही दाखवेल आणि प्रेमही दाखवेल. आणि हा या दोहोंच्याही पलीकडे जाऊन चालत राहील. या व्यक्तीचे व्यवहार म्हणजे अभिनय असेल. कर्ता राहणार नाही, अभिनेता होईल.

कृष्ण जर कुणी आहेत, तर अभिनेता आहेत. आणि त्यांच्याइतका कुशल अभिनेता पृथ्वीवर नाही. त्यांनी या संपूर्ण जगाला रंगमंच बनवलं. याने काय फरक पडतो? आम्ही छोटासा रंगमंच बनवतो आणि त्यावर अभिनय करतो. ही पृथ्वी रंगमंच का होऊ शकत नाही? सर्व पृथ्वीवर अभिनय का होत नाही? आणि जो अभिनेता आहे त्याला ना अश्रू बांधू शकतात, ना हास्य. जेव्हा तो रडतो, तेव्हाही तो रडत नसतो, जेव्हा हसत असतो, तेव्हाही तो हसत नसतो, जेव्हा प्रेम करतो तेव्हाही तो प्रेम करत नसतो आणि जेव्हा भांडत असतो तेव्हाही तो भांडत नसतो.

त्याची मैत्री मैत्री नसते. त्याचं शत्रुत्व– शत्रुत्व नसतं. अशा व्यक्तींचं जीवन त्रिभुज बनतं. आम्ही त्रिभुज नाही आहोत. आमचा तिसरा कोन अंधारात बुडालेला आहे.

आमचे फक्त दोन कोन आम्हाला दिसतात आसक्ती-विरक्ती. या दोघांना जोडणारा तिसरा तो अंधारात दबलेला आहे. अनासक्त व्यक्तीचा तो कोनही प्रकाशात येतो. तो त्याचं संपूर्ण जीवन दोन्ही कोनांवर तो व्यवहार करतो. पण राहतो नेहमी आपल्या तिसऱ्या कोनावर. जेव्हा केव्हा दुसऱ्यांशी संबंध येतो तेव्हा तो आसक्त दिसतो अथवा विरक्त दिसतो. पण ते केवळ दिसणं असतं. आमच्या सर्वांकडे तीन कोन आहेत. दोन आमच्या डोळ्यांसमोर आणि एक आमच्या डोळ्यांमागे. दोन कोन स्पष्ट आहेत. राग-विराग, इथे उजवा – तिथे डावा आणि तिसरा अंधारात बुडालेला, जेव्हा तुम्ही आत उतराल, एकांतात तेव्हा स्पष्ट होईल. प्रकाश तिथे पोहोचेल. आणि ज्याला आपला तिसरा कोन मिळाला, त्याला कृष्ण मिळाला. बुद्ध मिळाला, महावीर, जीझस... आता मिळवण्यासारखं काही उरलं नाही. कारण त्याला समजलां की आसक्त असूनही मी अनासक्त आहे, विरक्त असूनही मी अनासक्त आहे, तर मग आसक्ती-विरक्ती हा एक खेळ झाला.

एका विचारवंताने एक पुस्तक लिहिलं आहे 'द गेम दॅट पीपल प्ले.' त्यात त्यांनी सर्व खेळांबद्दल चर्चा केली आहे; पण मूळ खेळाबद्दल काहीच लिहिलेलं नाही. मूळ खेळ आहे. आसक्ती-विरक्ती. खूप कमी लोक हा खेळ खेळू शकतात म्हणून त्याची माहितीच नाही, चर्चा नाही.

अनासक्ती आत उतरल्यावर उपलब्ध होते आणि आत उतरणं साक्षीभावामुळे शक्य होतं. म्हणून जीवनात कोणत्याही कोनात साक्षी होणं सुरू होवो, तुम्ही आत पोहोचाल. आणि ज्या दिवशी तुम्ही आत उतराल, त्या दिवशी तुम्ही अनासक्त व्हाल.

> *'भगवान श्री, आसक्तीवर आत्ता तुम्ही प्रकाश टाकलात, याचसोबत गीतेत कृष्णाने दोन गोष्टी अजून सांगितल्या आहेत. कर्मातून संन्यास अर्थात संपूर्ण कर्मात कर्तेपणाचा त्याग आणि निष्काम कर्म अथवा समत्व बुद्धीने कर्म करणे. अनासक्ती कर्म-संन्यास आणि निष्काम-कर्म या तिघांत काय नातं आहे आणि भिन्नता आहे?'*

अनासक्ती योग हे मूळ आहे. हाच तिसरा कोन आहे. या कोनातून जीवनाचे दोन कोन निघतात. करून न करणं, न करता करणं, एकाला आम्ही कर्मसंन्यास म्हणू आणि एकाला निष्काम-कर्म म्हणू. निष्काम कर्माचा अर्थ आहे करून न करणं. करतानाही करण्याची वासना जिथे नाही, आग्रह नाही, करूनही न करणं हे जर

करता आलं तर दु:ख, पीडा जिथे नाही, करत असूनही करण्याचं फळ नाही मिळालं तर विषाद नाही. करूनही सर्व काही नाही केलेलं असं जर झालं तर पीडा नाही होत. तर तो निष्काम कर्मयोग झाला.

जरा विस्तारित करू या –

न करूनही केलंय असं होणं हे जरा समजावं लागेल. हे अजून कठीण आहे. ज्याला संन्यास म्हणू. न करूनही केलंय असं होणं. मी काहीही करत नाही, पण तुमच्या दाराशी भिक्षा तर मागायला येतो आणि जर तुम्ही चोरलेलं अन्न खाता, तर मलाही चोरीचं अन्न देता. जर व्यक्ती खरोखरच संन्यासी असेल तर म्हणेल, मीही चोर आहे. जर खरा संन्यासी नसेल तर म्हणेल, माझा काय संबंध? तू काय करतोस, तू बघ.' खोटा संन्यासी असेल तर चोरीची पोळी खाऊन चोर नसेल. पण जर खरा संन्यासी असेल तर म्हणेल, 'मी चोरी नाही करत, पण भागीदार तर आहे!' अर्थात हे मी सांगितलं जर भिक्षा मागत असेल तर समजा, भिक्षा नाही मागत. ठीक संन्यासी जर या पृथ्वीवर आहेत आणि व्हिएतनाममध्ये माणसं मारली जात आहेत, तर तो असं मानतो की मीही भागीदार आहे. न करणारा भागीदार आणि या पृथ्वीवर जी चेतना निर्मित झालेली आहे ती माझ्याशिवाय तर असू शकत नाही. मीही आहे. या गावात मी राहतो, तिथे हिंदू-मुसलमान दंगल होते. ना मी हिंदू आहे, ना मुसलमान, मी तर संन्यासी, तरीही मीही जबाबदार आहे. नक्कीच मी असं काहीतरी केलं असेल ज्यामुळे या भांडणाऱ्याला ताकद मिळाली. अथवा मी काहीच केलेलं नाही. मी निव्वळ बघत राहिलो. आधार बनू शकलो नाही. संन्यासचा अर्थ असा आहे, न करूनही जाणणं की जे काही होत आहे, कारण की मीही आहे. त्यातून माझी सुटका नाही, त्यात मीही भागीदार आहे. कारण मीही एक भाग आहे. आणि मी जे काही करेन त्याला विशाल फळं लागतील. भांडण न थांबवणं, हे माझं कृत्य आहे. त्यालाही मी जबाबदार आहे.

तर सर्वसाधारणपणे लोक ज्याला संन्यास समजतात, तो संन्यास नाही तर विरक्ती आहे. कृष्ण ज्याला संन्यास समजतात तो फार कठीण मामला आहे. ती अनासक्त व्यक्तीची स्थिती आहे. तो असं म्हणतो की मी जे करत नाही, त्यालाही मीच जबाबदार आहे, कारण मी आहे आणि चेतना अंतत: एकत्रित आहे. संयुक्त आहे.

समुद्रात तुम्ही लाटा बघितल्या असतील, लाटा येताना दिसतात. पण येत नाहीत. तुम्ही म्हणाल हे मी काय सांगतोय? पण जे समुद्राला जाणतात, ते म्हणतील की लाटा काही येत नाहीत. फक्त एक लाट दुसऱ्या लाटेला उठवते. मैलावरची लाट किनाऱ्यापर्यंत येत नाही. मैलावर जेव्हा लाट उसळते तेव्हा बाजूला तिच्या खड्डा तयार होतो. या खड्ड्यामुळे तो जिथे संपतो तिथे दुसरी लाट निर्माण होते. ती एक लाट स्वत:च्या उसळण्यामुळे हजारो लाटा उसळवते. येत नाही. त्या

लाटेच्या हजारो धक्क्यांमधला एखादा धक्का केवळ किनाऱ्यापर्यंत येतो. ती मैलावरची लाट नाही येत तुमच्यापाशी. समुद्राची छाती कंपन पावते आणि तिच्या उसळण्यामुळे अजून कंपनं तयार होतात. ती तुमच्यापाशी येतात. कंपन पावणारी लाट इतकी लागोपाठ चालू राहते की तुम्हाला फरक करता येत नाही. जर त्या लाटेत एखादं मूल वाहून गेलं तर मैलावर उसळलेल्या लाटेला जबाबदार ठरवणार का? ती म्हणेल मी कधी किनाऱ्यापर्यंत गेलेच नाही. मी इथेच आहे कायम. ना कृष्ण म्हणतात की जर ती संन्यासी आहे, तर ती म्हणेल की हो, मी बुडवलं मुलाला. कारण मी समुद्राचा भाग आहे. किनाऱ्यावर गेले की नाही हा प्रश्नच नाही. किनाऱ्यापर्यंत जी गेली, त्यात माझाही हात होता.

या जगात जे काही घडतं, संन्यासी स्वत:ला कर्ता समजतो जे त्याने केलेलं नाही. हे मोठं कठीण आहे. कर्म करताना स्वत:ला अकर्ता मानणं हे फारसं कठीण नाही. म्हणजे एकाच नाण्याच्या दोन बाजू आहेत, पण संन्याशाची ही दृष्टी आमच्या विचारात नाहीये. आमच्या दृष्टिकोनातून संन्यासी म्हणजे जो सर्व काही सोडून निघून जातो. मी जर सर्व सोडून दिलं आहे तर मी जबाबदार कसा? पण हे जग सर्वच्या सर्व समुद्राच्या छातीवर उमटणाऱ्या लाटेसारखं आहे. कोणतीच लाट असं म्हणू शकत नाही की मी जबाबदार नाही. जीवन मोठं गुंतागुंतीचं आहे, त्यातही चेतनेच्या समुद्रात लाटा आहेत. मी एक शब्द बोलेन, मी उद्या नसेल, पण त्या शब्दाचे परिणाम अनंत काळापर्यंत जगात येत राहतील. कोण जबाबदार? मी बोललो जरी नाही, गप्प राहिलो तर या गप्प राहण्याचे परिणाम अनंतकाळ प्रभावित होत राहतील. कोण आहे मग जबाबदार? मी राहणार नाही. असं होऊ शकतं की ज्या लाटेच्या धक्क्यामुळे किनाऱ्यापर्यंत लाटा उसळल्या आणि मूल बुडून मेलं, ती लाट नंतर राहणार नाही. म्हणेल, मी तर नव्हतेच. मग कुठलाच कायदा तिला शिक्षा करू शकणार नाही, पण कृष्णाच्या राज्यात ती लाट अडकेल. कृष्ण म्हणतील तुझं असणं-नसणं दोन्ही अर्थांनी या विशाल जाळ्याला निर्माण करतात. यात तू भागीदार आहेसच. म्हणून न करताही समज की तू करत आहेस. हा एक पैलू आहे, याचा अर्थ संन्यास आहे. असा माणूस संन्यासी नाही जो म्हणतो की मी कसा जबाबदार?

आता भारतात संन्यासी होते लाखोंच्या संख्येत. हा देश गुलाम होता. ते संन्यासी म्हणत, 'आमचा काय संबंध? आम्हाला तर काही फरक पडत नाही. आम्ही तर संन्यासी आहोत. पण हा त्यांचा भावसुद्धा या देशाला गुलाम बनवण्यात सहभागी आहे. त्यांचीही जबाबदारी आहे. ते पळून जाऊ शकत नाहीत. संन्यासी कोणत्याही जबाबदारीतून पळ काढणार नाहीत. जे पाप आहे दुसऱ्यांचं ते आपलंही पाप आहे. जे पुण्य आहे दुसऱ्यांचं, ते पुण्य आपलंही आहे. कारण आम्ही वेगवेगळे कुठे आहोत? जर दुसरा नाही, तर मी न करूनही करतो.'

पण मजेशीर गोष्ट आहे की जर न करताही कुणी कर्ता होतो तर तो अनासक्त झाला. कारण मग आपलं कर्म आणि दुसऱ्याचं कर्म यात अंतर नाही राहिलं. मी कुणाला सोडू आणि कुणापासून पळू? मी चोरी करत नाही, तरीही काही फरक पडत नाही. जमिनीवर चोरी होत राहणार. मी चोरी केली तरीही काही फरक पडत नाही. जर मी सगळ्यात भागीदार असेन, जर सर्व माझीच पापं आहेत, सर्व पुण्य माझे आहेत, सर्व युद्ध, सर्व शांती, माझीच आहे तर मी कुणाला सोडू, कुणाला धरू? सर्वच हात माझे आहेत, सर्व घरं माझी घरं आहेत. एक घर सोडून गेलो, तर काय फरक पडणार?

ठीक दुसरा पैलू कृष्ण सांगतात, करताना जाणणं की मी करत नाही. आता तर हेही कठीण वाटेल. आधीच गोष्ट समजून घेतल्यावर हे समजणं अजूनच कठीण जाईल. माणूस म्हणू शकतो की अभिनेता बनून आम्ही करू. पण हे कठीण आहे. कारण अभिनेता अनेकदा चुकतो आणि कर्ता होतो. अभिनय करणारा माणूस जेव्हा पूर्णपणे समरस होतो, तेव्हा तो हे विसरतो की हा अभिनय आहे, मी अभिनय करतो आहे. तो तर तोच होतो, जे ते करत असतो.

ही जी समरसता आहे अभिनेत्याची ती समजणं गरजेचं आहे. कारण अभिनेता जेव्हा समरस होतो, त्याला भ्रम होतो की तो मी झालो. तर मग आपण जे जगत आहोत, तर मग आपण पुन्हा अभिनेता कसे होणार? रामाची सीता हरवली तर राम अभिनेता कसे होऊ शकतील? रामलीलामधली सीता हरवली आणि रामाच्या डोळ्यांत खरे अश्रू आले, येतात अनेकदा. का न यावेत? रामलीला बघणाऱ्यांच्या डोळ्यांत अश्रू येतात. जे रामही नाही बनलेले तर मग जो रंगमंचावरचा राम आहे, तो तर जास्त समरस आहे, तो दर्शक नाहीये. कर्ता आहे. अभिनय असला तरी पण करतो आहे. मग तो जर क्षणभरासाठी खराच रडत असेल तर आश्चर्य वाटायला नको. अभिनेता विसरतो त्या क्षणी की तो अभिनय करत आहे. तर मग आम्ही तर जीवनात आहोत. इथे हे जाणणं की आम्ही अभिनय करत आहोत, फार कठीण. पण जे आम्ही करत आहोत, ते आम्ही नीट बघू, ओळखू तर लगेचच दिसेल की आम्ही हा अभिनय करत आहोत. रस्त्यावरून जाताना कुणी विचारलं, 'काय, कसे आहात?' तुम्ही लगेच म्हणता, 'एकदम ठीक.' तुम्हाला कळतही नाही तुम्ही काय उत्तर देताय. क्षणभर तिथेच थांबा आणि विचार करा. एकदम ठीक? लगेच समजेल. तो तुमचा अभिनय होता. असाच तुम्ही कुणाला तरी नमस्कार करता, म्हणता आनंद झाला तुम्हाला भेटून. थांबा, विचार करा, खरंच आनंद झाला? दिसेल असं की तुम्ही अभिनय करता आहात.

आयुष्याच्या क्षणाक्षणात जेव्हा कधी तुम्ही कर्ता असता, एक क्षण थांबा. मागे वळून बघा. जे तुम्ही करत आहात, ते आहे? कुणाला तरी सांगता, माझं तुझ्यावरच

प्रेम, त्याला अंत नाही. मी तुझ्याशिवाय जगू शकणार नाही. पण किती प्रेमी मेले आहेत? वळून बघा. नाही जगू शकणार? आणि अभिनय स्वच्छ होईल. जीवनात सर्वत्र संधी शोधा, थांबा, क्षणभर मागे वळून बघा. बघा की जे तुम्ही म्हणत आहात, करत आहात, ते काय आहे? अभिनय तुम्ही तेव्हा समजू शकाल, जेव्हा अभिनय तुम्हाला दिसू लागेल.

मी नसरुद्दीनची गोष्ट नेहमी सांगत असतो. त्याचं एका सम्राटाच्या पत्नीवर प्रेम आहे. रात्री चार वाजता ते गाव सोडून तो दुसऱ्या गावी जात आहे. तो तिला सांगतो, मी तुझ्याशिवाय जगू शकणार नाही. तुझ्याहून सुंदर, तुझ्याहून जास्त प्रेमी कुणीही नाही. ती त्याच्यासाठी रडू लागते. नसरुद्दीनने वळून बघितलं. म्हणाला, माफ कर. या गोष्टी मी दुसऱ्या स्त्रियांसाठीही म्हणालो आहे. त्यांनाही म्हणालो आहे की त्यांच्याशिवाय मी क्षणभरही जगू शकणार नाही. ती नाराज होते. दुःखी होते. तो म्हणतो, अरे मी तर गंमत करत होतो. ती पुन्हा खूश होते.

नसरुद्दीन समजू शकतो की जीवन म्हणजे अभिनय आहे. पण त्या स्त्रीला हे समजणं कठीण आहे. असं नाहीये की अभिनयामुळे जीवन खराब होतं. उलट अभिनयामुळे जीवन सुंदर होतं. म्हणून कृष्ण म्हणतात की योग तर कर्माचा आनंद, कुशलता आहे. जीवन जेव्हा अभिनय बनतं तेव्हा दंश, पीडा, काटा निघून जातो. जर अभिनयच करायचा आहे तर रागाचा का करावा? वेडे आहात? अभिनय करायचा तर प्रेमाचाच केला जाऊ शकतो. रागाचा अभिनय करण्याचं प्रयोजन काय? रागाचा अभिनय केवळ वेडे करतील. स्वप्नच बघायचं असेल तर दीन-दारिद्र्याचं कशाला बघायचं? सम्राट झालो असं स्वप्न बघता येऊ शकतं.

आपल्या कृत्यांत वाकवाकून बघितल्यावर हळूहळू समजतं की मी अभिनय करत आहे. आईचा अभिनय, वडील-मुलगा-मुलगी अभिनय करत आहे. सर्वच मित्र, प्रेमी हा अभिनय दिसायला हवा. प्रत्येक कृत्याला एकेक करून धरा आणि बघा, काय होतंय? आणि तुम्ही खूप हसाल. असं होऊ शकतं की बाहेरून अश्रू येत आहेत आणि आतून हसू येत आहे. आणि तत्काळ तुम्ही ही स्थिती समजू शकाल. समर्थ होत जाल. जसं जसं स्वच्छ होत जाईल, जीवन अभिनय होईल.

एक झेन फकीर मरायला टेकला आहे. त्याच्या मित्राने विचारलं, 'मला जरा काही सांग. अनेक माणसं मेली आहेत. मलाही मरायची इच्छा आहे. पण जरा नवीन पद्धतीने मरायचं आहे. जुन्या पद्धतीने किती काळ मरणार?' तो म्हणाला, 'काय बोलतो आहेस? मरण म्हणजे मस्करी आहे काय? तू कधी कुणाला चालता चालता मरताना बघितलं आहेस?' सगळे नाही म्हणाले. एका म्हाताऱ्याने सांगितलं, 'हो, अशी एक गोष्ट मी ऐकली आहे. एक फकीर चालता चालता मेला.' तो मरणारा फकीर म्हणाला, 'फकीरच चालताना मरू शकतो. मेला असेल. सोडून द्या. कधी

कुणाला उभ्या उभ्या मरताना बघितलं आहे? ऐकलं आहे?' कुणीतरी म्हणालं, 'मला माहीत आहे, एक माणूस उभ्या उभ्या मेला होता.' फकीर म्हणाला, 'जो ज्या प्रकारे जगतो, त्या प्रकारे मरतो. मरू शकतो. तुम्ही असं ऐकलं आहे का, की एखादा शीर्षासन करताना मेला?' 'नाही ना ऐकलं, ना पाहिलं, ना तसा विचार केला.' फकीर म्हणाला, 'मग हा प्रकार आपल्यासाठी ठीक राहील.' त्याने शीर्षासन केलं आणि तो मेला.

त्या आश्रमात गडबड उडाली. कारण त्याला उतरवायचं कसं? हा माणूस म्हणतो की शीर्षासन करून मरेन आणि मरतो. नक्की समजत नाही की खरंच मेला आहे का? श्वास बघितला, नाडी बघितली. खरंच मेला. आता कसं उतरवायचं? कोण उतरवणार? त्या आश्रमात त्या फकिराची बहीण होती. साध्वी होती. ती नव्वद वर्षांची होती. तिला बोलावण्यात आलं. ती आली. तिने आपली काठी जोरात आपटली. म्हणाली, 'आयुष्यभर मस्करी करत राहिलास. मरतानाही मस्करी? नीट मर. जसे सगळे मरतात.' तर तो खाली उतरला, बसला. म्हणाला, 'नाराज होऊ नकोस. मी नीट मरतो. मला काय फरक पडणार?' मग तो नीट बसला आणि मेला आणि त्याच्या बहिणीने वळूनही बघितलं नाही. आपली काठी घेऊन ती निघून गेली. जाताना म्हणाली, 'हे काय बोलताय? निदान मरताना तरी परंपरा जपा.' तो माणूस बसलेला होता, तो आडवा झाला आणि मेला.

हा जो माणूस आहे, तो मृत्यूच्या क्षणीही अभिनय करू शकतो, तर त्याचं संपूर्ण आयुष्य अभिनेत्याचं आयुष्य आहे. याला मी निष्काम कर्म म्हणेन. तेव्हा सर्व खेळ होतो. तेव्हा आयुष्यच खेळ होतं. पण हे तेव्हाच होऊ शकतं जेव्हा आम्ही आपल्या आतल्या अभिनेत्याला कृत्यांमध्ये ओळखू. तुम्ही अभिनय करू शकणार नाही. तुम्ही अभिनय करतच आहात हे सत्य ओळखायचं आहे. तर कृष्ण असं सांगत नाहीयेत की तुम्ही अभिनय करा. जर कुणी अभिनय करतं तर तो कर्ता होईल. अभिनयाचा कर्ता. कृष्ण असं सांगत आहेत की तुम्ही जे करता ते मी जाणतो की तो अभिनय आहे. तुम्हीही जाणा. तुम्हीही ओळखा. तुम्हीही शोधा आणि ज्या दिवशी दिसेल की तो अभिनय आहे, त्या दिवशी तुम्ही करूनही अकर्ता व्हाल. तो दिवस खरा.

मग जे दोन भाग त्यांनी केले, निष्कामकर्मी आणि संन्यास. हा ढंग आहे. कुणाला काय पसंत पडेल, ही गोष्ट आहे. कोणी करूनही न करणारा होईल, कोणी न करता करणारा होईल. ही दोन तऱ्हेची माणसं आहेत जगात. जसं मी मानतो की पुरुषाला करूनही न करणारा हे सोपं जाईल. स्त्रीला सोपं पडेल न करताही करणारी. पद्धतीत फरक आहे. स्त्रीचं चित्त पॅसिव्ह आहे. पुरुषाचं चित्त ॲक्टिव्ह आहे. मोठं विभाजन करत आहे. मोठं अशासाठी म्हणतो आहे की पुरुषांमध्ये खूप स्त्रीचित्त लोक

आहेत आणि स्त्रीमध्ये खूप पुरुषचित्त स्त्रिया आहेत. स्त्री काही करू जरी इच्छील, तरी तिची सर्व व्यवस्था न करण्याची असेल. ती जर कुणावर प्रेम जरी करत असली तरी ती ते दर्शवू इच्छिणार नाही. आणि पुरुष प्रेम करत नसेल तरीही ते अनेक मार्गांनी प्रकट करेल. या कारणामुळेच अजून दोन तऱ्हेची चित्तं जगात आहेत. स्त्रीचित्त पुरुषचित्त असं मी म्हणतो आहे. अशा स्त्रिया आहेत ज्या आक्रमक आहेत आणि असे पुरुष आहेत जे प्रतीक्षा करत राहतात प्रेमात. हे दोन चित्तं आहेत. कृष्णाने या दोन चित्तांना लक्षात ठेवूनच दोन भाग केले आहेत.

संन्यासचा अर्थ एकच आहे. भाग दोन आहेत. जर स्त्रीचित्ताचं प्रतीक्षारत व्यक्तित्व समर्पण करणारं, हरवणारं चित्त जर या दिशेने गेलं, तर ते 'न करता' असं होईल. न करणं हीच त्याची व्यवस्था असेल आणि न करणं यात स्वत:ला कर्ता जाणणं हा त्याचा अनुभव असेल. म्हणून स्त्री कधी पुढाकार घेत नाही. ती प्रेमाचा एक शब्दही बोलत नाही. पुरुष जर प्रेम व्यक्त करत नाही तर ती दु:खी होते. पुरुष जर शब्दही न बोलता सरळ प्रेम करू लागेल तरीही तिला ते पसंत पडणार नाही. पुरुषाचं प्रेम जोपर्यंत आक्रमक नसेल स्त्रीला ते प्रेम वाटणारच नाही. तृप्तता मिळणार नाही. पुरुषाचं आक्रमक असणं स्त्रीला जाणीव करून देतं की, त्याचं किती प्रेम आहे तिच्यावर! स्त्री जर कधी आक्रमक झाली तर पुरुषाला कधी तृप्तता मिळत नाही, कारण तेव्हा ती पुरुषासारखी झालेली असते.

चित्ताचं हे दोनात विभाजन करूनही न करणं आणि न करताही करणं एकाच नाण्याच्या या दोन बाजू!

'भगवान श्री, एक प्रश्न अजून आहेच. जसं आज प्रायव्हेट सेक्टर आणि पब्लिक सेक्टर!– दोघांत इतकं अंतर आहे की जर आम्ही प्रायव्हेट सेक्टर नष्ट केलं, तर इनिशिएटिव्ह नष्ट होते आणि इनिशिएटिव्ह नष्ट झाल्याने गती थांबते, तर अनासक्तीत उतरल्यानंतर अथवा निष्काममध्ये गेल्यावर अथवा कर्मसंन्यासात गेल्यावर असं वाटतं की जी स्फूर्ती आहे, ती कन्व्हर्ट होते निष्क्रियतेत. याची शक्यता तर आहे!'

जर उलट व्यक्तित्व असेल तर असं होऊ शकतं. जसं मी म्हणालो की दोन तऱ्हेची व्यक्तित्वं असतात. एक व्यक्तित्व ज्याला स्त्रैण व्यक्तित्व म्हणू, जे न करता करणारं व्यक्तित्व आहे. जर स्त्रैण व्यक्तित्व संन्यासी होईल तर निष्क्रियता येईल. कारण तो या व्यक्तित्वाचा स्वभाव नाहीये. दुसरं पुरुष व्यक्तित्व, जो करून

न करण्याला जाणू शकतो. करणं हे त्याचं जीवनच आहे, पण करताना आतून तो जाणेल की मी अकर्ता आहे. जर अशी व्यक्ती न करण्याच्या जगात जाईल आणि मग जाणणं इच्छिल की मी कर्ता आहे, तर निष्क्रिय होईल. निष्क्रियता फलित होते विपरीत व्यक्तित्वामुळे. म्हणून सरळ निवड आवश्यक आहे आणि प्रत्येक व्यक्तीने समजणं गरजेचं आहे की ती कुठल्या पद्धतीची आहे. आपल्याहून उलट निवड अडचणीत टाकते. त्यामुळे आमचं समस्त जीवन क्षीण होईल. ही चूक जर केली गेली नाही तर कर्म मोठं होईल. तेज, प्रखरता येईल, कर्म तेजस्वी होईल. कारण पुरुष-कर्म चित्ताचं कर्म जर कुठे अडखळतं तर त्याच्या कर्ता होण्याने. कर्ता निघून गेला आणि केवळ कर्म उरलं, तर मग कर्म-गतीचा अंदाज येणं कठीण! पूर्ण गती उपलब्ध होईल. कारण कर्ता होण्यात जितकी शक्ती वाया जात होती, ती आता कर्मला मिळेल आणि कर्म पूर्ण होईल. स्त्रीला कर्म करण्यापासून मुक्तता मिळाली, आणि ती आपल्या अकर्माला पूर्णत: स्वीकारेल तर तिच्या न करण्याने विराट कर्म जन्म घेईल. कारण सर्व शक्ती उपलब्ध झाली. पण आम्ही नेहमी विरुद्ध व्यक्तित्व निवडतो. त्यालाही कारण आहे.

संपूर्ण जीवनभर आम्हाला आकर्षण विरुद्धाचं असतं. पुरुषाला स्त्री आवडते आणि स्त्रीला पुरुष. अध्यात्मातही हेच होतं. त्यातही आम्ही 'विरुद्ध' निवडतो. अध्यात्म विरुद्धची यात्रा नाहीये, अध्यात्म स्वभावची यात्रा आहे. अध्यात्म म्हणजे ते मिळवणं नाहीये, जे आकर्षक आहे. अध्यात्म ते मिळवणं आहे, जो मी आहेच.

मी एक कथा ऐकली आहे. अनोळखी अशा बेटावर एका कोपऱ्यात लोक अगदी निष्क्रिय झाले आणि तामसी झाले. जे मिळेल ते खायचं आणि पडून राहायचं. काम करायचंच नाही. त्या बेटावरचे ऋषी चिंतित झाले. दवंडी पिटवूनही कोणी ऐकायला येत नाही इतके सगळे आळशी झाले. त्यांना वाट दिसेना, काय करावं? गाव हळूहळू मरू लागलं. सुकू लागलं. आता मात्र मोठी अडचण झाली.

गावातल्या एका वृद्ध माणसाकडे ऋषी गेले. त्याचा सल्ला घ्यायला. तो म्हणाला, एकच उपाय शिल्लक राहिलाय. जवळच एक बेट आहे, सर्व स्त्रियांना तिथे पाठवून द्या आणि पुरुषांना इथेच राहू दे. 'त्यामुळे काय होणार?' 'ते लवकरच बोटी बनवायला सुरुवात करतील. त्या स्त्रियाही लगेचच तयारी करू लागतील. यांची विभागणी करा. विभाजन करा. त्यांचं जवळ-जवळ असणं योग्य नाही. विरुद्धला विरुद्ध उभं करा म्हणजे सक्रियता येईल.'

तारुण्यात माणसं यासाठी सक्रिय होतात, म्हातारपणी म्हणूनच निष्क्रिय होतात. अजून काही कारण नाही. तारुण्यात संपूर्ण जोमाने स्त्रीत्व आणि पुरुषत्व असतं. ते दोघंही होड्या बांधू लागतात आणि प्रवासही करतात. म्हातारपण येता येता सगळे थकतात. स्त्री पुरुष ओळखू लागते, पुरुष स्त्रीला ओळखू लागतो.

विरोधाभास कमी होतो. विरुद्धतेतलं आकर्षण कमी होत जातं, परिचित झाल्याने संपून जातं. म्हातारपणात माणूस शिथिल होतो.

जीवनात सहज नियमात विरुद्ध आकर्षणं आहेत आणि अध्यात्मात सहज नियमात स्वभाव! म्हणून चूक होते. म्हणून अध्यात्म ज्या ज्या देशात पसरतं ते देश निष्क्रिय होत जातात. हा आमचा देश निष्क्रिय झाला आहे. आणि याचं एकंदरीत कारण विरोधातलं आकर्षण जे खेचून घेतं, ते आहे. ज्यांनी पुरुषगत साधना निवडायला हवी होती त्यांनी स्त्रीगत साधना निवडली आणि ज्यांनी स्त्रीगत साधना निवडायला हवी होती त्यांनी पुरुषगत साधना निवडली. दोघंही अडचणीत सापडले. पूर्ण देश निष्क्रिय झाला. ज्यांनी मीरा व्हायला हवं होतं ते महावीर झाले. ज्यांनी महावीर व्हायला हवं होतं, झांजा-चिपळ्या घेऊन मीरा झाले. समस्या निर्माण झाली. होणारच.

म्हणून विषयातल्या अध्यात्माची जी वैज्ञानिक प्रक्रिया मला वाटते, ती अशी की जो नियम बायोलॉजीचा आहे तो स्पिरिच्युॲलिटीचा नाहीये, हे सूत्र स्वच्छपणे समजावं. जीवशास्त्र ज्या आधाराने चालतं, जे विरुद्ध आकर्षणाने चालतं, अध्यात्म विपरीत-विरुद्ध आकर्षण नाहीये. 'स्वभाव' आहे. दुसऱ्यापर्यंत पोहोचणं नाहीये, आपल्यापाशी पोहोचणं आहे. पण आयुष्यभराचा अनुभव बाधा आणतो.

जेव्हा पहिल्यांदा वीज आली तेव्हा फ्रॉइडच्या घरी एक पाहुणा आला. त्याने वीज कधी बघितली नव्हती. पाहुण्याला झोपवून फ्रॉइड त्याच्या खोलीतून निघून गेला. त्याला उजेडात झोप लागेना. कसातरी तो वर चढला आणि दिव्याला फुंकर मारू लागला, पण दिवा विझेना. त्याने आत्तापर्यंत मेणबत्ती, चिमणी, कंदील बघितलेला होता, तो फुंकर मारून विझवायचा हेच माहीत होतं. समोर बटण होतं, पण त्याच्या मनाला ते दिसत नव्हतं. अनुभवच तर आम्हाला शिकवतो. फुंकर मारण्यासाठी जागाही दिसत नव्हती. रात्रभर हैराण. कूस बदल, उठ-बस. कुणाला जाऊन सांगावं तर मूर्खात काढतील. सकाळी फ्रॉइड खोलीत आला, बघितलं तर दिवा जळतोय. त्याने विचारलं, 'दिवा विझवला नाहीस?' मित्र म्हणाला, 'प्रयत्न तर खूप केला पण विझला नाही. आता तू विचारलंच आहेस तर सांगतो. रात्रभर झोप लागली नाही प्रकाशामुळे.' फ्रॉइड म्हणाला, 'वेडा आहेस. हे काय बटण!' पण त्या माणसाला दोष देऊन चालणार नाही. त्याला बटणाचा अनुभवच नाही.

आमचा आयुष्यभराचा अनुभव विरुद्ध आकर्षणाचा अनुभव आहे. म्हणून जेव्हा आम्ही अध्यात्माच्या जगात पोहोचतो, जिथे प्रवास पूर्णतः बदलतो. आम्ही आमच्या अनुभवाप्रमाणे दिवा फुंकत राहतो. बटणाचा विचार आम्ही करत नाही. ही चूक फार मोठी आणि जुनी आहे. म्हणून ज्या देशात अध्यात्म प्रभावित होत जातं, तो देश निष्क्रिय होत जातो. आणि ज्या देशात 'सेक्स' प्रभावित असतो, तो देश सक्रिय असतो. म्हणून जगातली सर्व सक्रिय सभ्यता कामुक सभ्यता असतात. आणि

जगातली सर्व निष्क्रिय सभ्यता आध्यात्मिक असते. असंच असतं, हे आवश्यक नाही. असं आत्तापर्यंत झालं आहे.

म्हणून ज्या देशात फ्री सेक्स असेल, त्या देशातली ॲक्टिव्हिटी एकदम वाढेल. जर प्रकृतीकडे चारही बाजूंनी बघितलं तर ॲक्टिव्हिटी सेक्समुळेच निर्माण होते हे दिसेल. वसंतात फुलं फुलू लागतात. पक्षी गाणी गाऊ लागतात, पक्षी घरटी बनवतात. त्या अंड्याला ठेवण्याची तयारी, सर्वत्र गुणगुण, गीत, मोठी क्रिया होत आहे. ही बायोलॉजिकल ॲक्टिव्हिटी आहे. माणूसही एकच ॲक्टिव्हिटी जाणतो. म्हणून फ्री सेक्स जिथे आहे, त्या देशातली घरं गगनाला भिडतात. तिथे नृत्य, गीतं, रंग निर्माण होतात. हे त्याच पक्ष्यांचं गाणं आणि मोरपिसारा फुलणारं आहे.

ज्या देशात आम्ही म्हणू की आम्ही जीवशास्त्राच्या विरोधात चालू आणि नियम जीवशास्त्राचेच मानू. विरोधाशी आकर्षित होऊ. तिथे सर्व उदास, शून्य! ती घरं म्हणजे झोपड्या असतील, जमिनीलगत. तिथे गती नसेल, गीत गाणारं कोणी नसेल, गाणी गाणारा अपराधी वाटेल. रंगबेरंगी कपडे हरवतील, सौंदर्य हरवेल. उदास, दीन, हीन, क्षीण...!

माझं स्वत:चं असं मानणं आहे की दोघांचे आपापले नियम आहेत आणि संपूर्ण संस्कृती दोन्ही नियमांवर उभी आहे. ठीक संस्कृती काम-मुक्त होईल. कामात आनंद घेईल, काममध्ये उल्लसित होईल तर क्रिया निर्माण होईल. विशाल क्रियेचं जाळं पसरेल. आणि ठीक योग्य अध्यात्म, योग्य निवड करून जर झालं तर आध्यात्मिक क्रियेचं जाळं पसरेल. कृष्ण योग्य प्रकारात आहेत. बुद्ध स्वत:च्या प्रकारात, महावीर स्वत:च्या प्रकारात आहेत. म्हणून कृष्ण एक प्रकारची क्रिया करतात, याचा अर्थ असा नाही की बुद्ध कोणती क्रिया करत नाहीत. बुद्धांचं जीवनही क्रियेचं विशाल जाळं आहे. महावीरही क्षणभरही शांत बसत नाहीत. चाळीस वर्षं सतत एका गावातून दुसऱ्या गावात पळत आहेत. त्यांचा स्वत:चा ढंग आहे क्रियेचा. ते युद्धात लढण्यास जात नाहीत पण आणखीन कुठल्या मोठ्या विशाल युद्धाशी ते संलग्न आहेत. बुद्ध बासरी वाजवत नाहीत पण त्यांच्या वाणीत आणखीन कुठल्या बासरीचे स्वर, सूर आहेत. बुद्ध जे होऊ शकले असते, झाले. कृष्ण जे होऊ शकले असते, झाले. महावीर जे होऊ शकले असते, झाले. त्यांनी मिळवलं जे जे त्यांना मिळवायचं होतं. मागून जाणारे साधक नेहमी 'प्रकार' इथे अडखळतात. 'स्वधर्म' विसरतात. 'स्वधर्मे निधनम् श्रेय:' स्वधर्मात मरणं श्रेयस्कर, दुसऱ्याचा धर्म स्वीकारणं भयावह!

'टाइप' कसा समजायचा?

'टाइप' समजणं कठीण गोष्ट नाही. एक रस्ता असा आहे की जो तुम्हाला

आकर्षित करतो. समजून जा की तो तुमचा 'टाइप' नाही. सावधान राहा त्यापासून. जो तुम्हाला विकर्षित करतो, त्याचं चिंतन करा. तो तुमचा 'टाइप' असेल. आता हे कठीण आहे की जे विकर्षित आहे... जसं पुरुष कसं ओळखणार की मी पुरुष आहे? जर पुरुषांसाठी त्याला प्रेम, लगाव निर्माण होत नाही, ओळखून जा. अजून मार्ग काय? पुरुष त्याला आकर्षित करत नाहीत. हे विकर्षक आहे. स्त्रीचंही तसंच. स्त्रीने स्त्रीला बघून अडचण वाटते... दोन स्त्रियांना एकत्र ठेवणं कठीण, ते विकर्षक!

जो तुम्हाला आकर्षित करतो, समजून जा, तो तुमचा टाइप नाही. जो विकर्षित करतो, तो तुमचा टाइप! कठीण. गुंतागुंतीची गोष्ट आहे. सर्वसाधारणपणे ज्या गोष्टींची तुम्ही निंदा करता, ज्याच्या विरोधात तुम्ही आहात, ते तुमचं असेल. तुमच्या आत असेल. जो माणूस दिवस-रात्र सेक्सचा विरोध करतो, त्याच्या आत सेक्स असतो. जो दिवस-रात्र धनाची निंदा करतो, समजून जा आतून धनलोलुप आहे. जो संसारापासून पळ काढतो, तो आतून संसारी आहे. मी हेच सांगतो आहे की जे विरोधात आहे, ते तुमच्यासाठी आकर्षक आहे. म्हणून समजून जा, जे तुम्हाला आकर्षित करतं तो तुमचा टाइप नाही.

कधी हे आकर्षित करेल, कधी ते आकर्षित करेल तर?

त्याचा अर्थ तुम्ही कन्फ्यूज्ड माइंडेड टाइप आहात. अजून काही अर्थ नाही.

'समान व्यसन असेल तर पुरुषा-पुरुषामध्ये मैत्री होते?'

अनेक गोष्टींचा विचार व्हायला हवा यात. समान व्यसनाची जी मैत्री ती एकाच 'टाइप'मधल्या लोकांचीही होऊ शकते; पण समान व्यसन हा मैत्रीचा आधार असेल. तशी मैत्री नसेल, मैत्रीचा सेतू व्यसन असेल, जर व्यसन सुटलं तर मैत्रीही लगेचच तुटेल. दारू पिणाऱ्या दोन व्यक्ती, दारूमुळे मैत्री होते. एकाने दारू सोडली तर मैत्रीही संपली. कारण मैत्री नेहमी अकारण असते. जर कारण असेल तर मैत्री नाहीच ती. केवळ एक साथ– बस!

साथ आणि मैत्री यात फरक आहे.

एकाच रस्त्यावरून जाणारी दोन माणसं, साथ होते. ही मैत्री नव्हे. मग माझं मुक्कामाचं ठिकाण वेगळं असतं, रस्ता वळतो, मी वळतो, तुम्ही तुमच्या वळणावरून जाता, आपापल्या रस्त्यावरून. ही मैत्री नव्हे. खरं तर असं आहे की मैत्री नेहमी विरोधी व्यक्तित्वात होते. विरोधी व्यक्तिमत्त्वात. म्हणून मैत्री जेवढी खोल, तितके विरुद्ध व्यक्तित्व! मित्र जे आहेत ते एक दुसऱ्यासाठी परिपूरक असतात. म्हणून

बुद्धिमान लोकांमध्ये मैत्री होत नाही. त्यांच्यात कलह होऊ शकतो. बुद्धिमान माणसाची मैत्री निर्बुद्ध माणसाशी होईल. दोन शक्तिशाली माणसांत मैत्री होऊ शकत नाही. मैत्री नेहमी अकारण होते. प्रत्यक्षात दोन समकक्ष आणि ठीक एका दिशेने आलेल्या व्यक्तींमध्ये मैत्री होऊ शकत नाही. दोन कवी, दोन चित्रकार, दोन गायक आणि जर मैत्री असेल तर त्याचं कारण भिन्न असेल. मैत्री प्रेमाचंच एक रूप आहे.

म्हणून मानसशास्त्रज्ञ सांगतात की दोन पुरुषांमध्ये जर खोल मैत्री असेल, तर कोणत्या ना कोणत्या गहिऱ्या अर्थाने ते होमोसेक्शुअल असतात. दोन स्त्रियांमध्ये अशी मैत्री असेल तर त्या लेस्बियन्स असतात. एकदम हे मान्य करणं कठीण जातं. पण यात सत्यता आहे. म्हणून तुम्ही बघा की लहानपणातली मैत्री पुन्हा तशी मैत्री पुढे होत नाही. कारण बालवयात एक फेज होमोसेक्शुॲलिटीचा प्रत्येक माणसाच्या आयुष्यात येतो. मुलांना मुलीपेक्षा मुलांमध्ये जास्त रस असतो. मुलींना मुलांपेक्षा मुलींमध्ये जास्त रस असतो. सेक्समॅच्युरिटी येण्याआधी, काम-यौवनाच्या दृष्टीने परिपक्व होण्याआधी काम-भेद नसतो. म्हणून लहानपणातले मित्र-मैत्रिणी कायमस्वरूपी राहतात. सेक्सचा जन्म झाल्यानंतर जेव्हा सेक्स आपल्या पूर्ण प्रभावाने प्रकट होतो, तर तेव्हा जे सहज स्वस्थ असतात, मुलं मुलींमध्ये रस घेऊ लागतात आणि मुली मुलांमध्ये रस घेऊ लागतात. जुनी मैत्री शिथिल होऊ लागते. आठवणीत राहते. हळूहळू नवे मित्र-मैत्रिणी होत जातात. जे विरुद्धलिंगी असतात. काही जण असं करू शकत नाहीत, याचा अर्थ अशी माणसं मानसिक रूपाने अस्वस्थ आहेत.

असं होऊ शकतं की एखादा मुलगा अठरा-वीस वर्षांचा झाल्यानंतरही मुलांमध्येच रस घेतो तर तो मानसिकरीत्या आजारी आहे, त्याची तपासणी होणं आवश्यक आहे. कुणी मुलगी पंचवीस वर्षांची होऊनही मुलींमध्येच रस घेते, तर ती स्वस्थ नाहीये. याचा अर्थ असा नाही की नंतर मैत्री होणार नाही, पण ती मैत्री असोसिएशनची असेल. पण ही मैत्री तशी मैत्री नाही जशी यौवन जन्म होण्याआधी जो एक प्रगाढ मैत्रीसंबंध असतो. म्हणून लहानपणातली मैत्री फिरून कधीही येत नाही. तिचा आधार हरवला.

आणि विरुद्धतेत मोठं गहिरं आकर्षण आहे. तुम्ही बघितलं असेल नग्न फकिरांपाशी कपड्यांचं आकर्षण असणारी माणसं गोळा होतात. त्यागीजवळ भोगी जमतील. जे खाण्यापिण्यावर प्रेम करतात, त्यांच्याजवळ उपास-पूजा करणारी माणसं जमतात. ही मजेशीर गोष्ट आहे. महावीर नग्न होते आणि जैन कपडा विकणारे, तसा व्यवसाय करणारे आहेत. कसं काय त्यांनी कपडे विकायचं काम निवडलं? महावीर सर्व सोडून दीन झाले. भारतात महावीरांना मानणारे सर्वांत श्रीमंत आहेत, समृद्ध आहेत. हे अचानक, योगायोगाने झालेलं नाहीये. यामागे कारणं आहेत ऐतिहासिक! प्रत्यक्षात महावीरांनी जेव्हा सर्व सोडलं तेव्हा सर्वांत जास्त प्रभावित

झाली ती माणसं. जी सगळं काही धरून आहेत. ते म्हणतील की आम्ही एक पैसाही सोडू शकत नाही आणि या माणसाने सगळ्यावर लाथ मारली. हा नक्की देव माणूस आहे. हे त्यांच्या मनाचं जे आकर्षण आहे, ते त्यांच्या धरून ठेवण्याच्या वृत्तीमुळे आहे. त्यागी महावीरांमुळे अजिबात प्रभावित होणार नाही. तो म्हणेल, असं काय केलं एवढं? राख होती सर्व, तिला लाथ मारली. यात काय मोठं? पण जो त्या राखेला हिरा समजत होता तो लगेचच महावीरांच्या पायांवर डोकं ठेवेल.

मग जो सोडू शकत नाही, त्याच्या मनात सोडून देण्याची इच्छा सतत राहील. विचार करत राहील की खूप दुःख सहन करतोय या न सोडू शकणाऱ्या गोष्टींमुळे. कधी तो दिवस उगवेल की मी या सर्वांतून बाहेर पडेन? तर जो सर्व सोडून देतो, तो त्याचा आदर्श बनतो. देव मानू लागतो. म्हणून त्यागींजवळ भोगी गोळा होतात. लोहचुंबकाप्रमाणे. हे जर आम्ही ओळखू शकलो तर आम्ही सर्व जगाच्या चेतनांना मॅग्नेटिक फील्ड्समध्ये विभाजित करू शकतो की या जगाची चेतना कशी आकर्षित होते, बनते, मिटते. अजब काम चालू असतं जे दिसत नाही.

तर जर तुम्ही कुणाकडे आकर्षित होत असाल, तर पक्कं समजा की या माणसापासून वाचवायचं आहे स्वतःला. हा तुमचा 'टाइप' नाहीये. उलटा 'टाइप' आहे. अध्यात्म यात्रेत सहयोगी नाही होऊ शकत. संसाराच्या यात्रेत साहयोगी होऊ शकतो. अध्यात्माच्या यात्रेत तुमचा शोध तुम्हालाच घ्यायचा आहे. स्वधर्म! मी कोण आहे? हेच शोधायचं आहे. हा शोध लागला तर तुम्ही जीवनाला न सोडता, गतीला न सोडता, कर्म न सोडताही अकर्मला उपलब्ध व्हाल. संसार न सोडता सत्य सापडेल. जे जसं आहे ते तसंच राहील, केवळ तुम्ही बदलाल आणि ज्या दिवशी तुम्ही बदलता, सर्व काही बदलतं. कारण जे सर्व दिसतं, ती तुमची दृष्टी आहे.

'भगवान श्री, श्रीकृष्ण अर्जुनाला सांगतात की जर तू सुख-दुःख, लाभ-हानी, जय-पराजय याला समान समजून युद्ध करशील तर तुला पाप नाही, स्वर्ग मिळेल. हे का आणि कसं संभव आहे? हिंसा तेव्हा हिंसा राहणार नाही?

दोन-तीन गोष्टी समजून घेऊ.

पहिली गोष्ट ही की कृष्ण म्हणतात हिंसा एक असत्य आहे, जी होऊ शकत नाही. भ्रम आहे. जो संभव नाहीये. कुणी मारला जाऊ शकत नाही. 'न हन्यते हन्यमाने शरीरे' शरीराला मारून तो मरत नाही जो मागे आहे आणि शरीर मेलेलंच आहे. म्हणून शरीर मरतं, हे म्हणणं व्यर्थ आहे.

कृष्ण आधी हे सांगतात, की हिंसा असंभव आहे. तर मग याचा अर्थ असा

होतो का की कोणीही जावं आणि कुणाचीही हत्या करावी? नाही. कृष्ण असं सांगतात की हिंसा असंभव आहे पण हिंसक वृत्ती संभव आहे. तुम्ही कुणाला तरी मारू इच्छिता हे संभव आहे. कोणी मरणार नाही ही गोष्ट दुसरी. तुमच्या मारण्याने कुणी मरणार नाही हे वेगळं. तुम्ही मारू इच्छिता, यात पाप आहे. त्याच्या मरण्याचा प्रश्न नाही, तो मरणार नाही. हिंसेत पाप नाही, हिंसकतेत पाप आहे. कोणी वाचणार नाही, यात पुण्य नाहीये, अथवा कुणी वाचेल यात पुण्य नाहीये. तुम्ही वाचवू इच्छिता यात पुण्य आहे. एक माणूस मरतो आहे. तो मरणारच आहे, हे सगळ्यांना माहीत आहे पण तरीही तुम्ही त्याला वाचवण्याचा प्रयत्न करता. या तुमच्या प्रयत्नाने तो वाचणार नाही, पण तुमच्या या प्रयत्नात पुण्य आहे. पाप दुसऱ्याला नुकसान पोहोचवण्याची वृत्ती आहे, पुण्य दुसऱ्याला लाभ पोहोचवण्याची वृत्ती आहे.

आणि कृष्ण जी तिसरी गोष्ट सांगतात, ते सांगतात की जर तू पाप आणि पुण्य, जर तू सुख आणि दुःख या दोहोंच्या पार जातोस, तर मग पाप नाही आणि पुण्यही नाही. मग काहीही नाही. मग ना हिंसा आहे, ना अहिंसा आहे. जर तू या दोहोंच्या पार पलीकडे जातोस तर मग त्या तिथे हिंसा नसते, तर मग मी नाहक हिंसेच्या विचारांनी का मरू? आणि त्या तिथे कुणी वाचत नाही, तर मी नाहक वाचवण्याचा वेडेपणा का करू? जर तू सत्य बघून आपल्या वृत्तींना समजशील की या वृत्तीही व्यर्थ आहेत, असंभव आहे. या दोन्ही गोष्टी नीट समजून घेतल्या तर तुला स्वर्ग प्राप्त झाला. होईल असंही नाही, प्राप्त झाला. कारण प्राप्त होण्याचा प्रश्नच कुठे आहे? अशा स्थिती जिथे सुख आणि दुःख, लाभ-नुकसान, जय-पराजय, हिंसा-अहिंसा सर्व समान आहे, समत्व साधलं. अशा स्थितीत स्वर्ग मिळाला. अशा समत्व बुद्धीलाच कृष्णयोग म्हणतात.

ते म्हणतात, दोन तऱ्हेचे भ्रम आहेत. एक भ्रम असा की कोणी मरेल, एक भ्रम असा की मी मरेन. जर पहिला भ्रम तुटला की कोणी मरत नाही, कोणी वाचत नाही. जे आहे ते आहे तर दुसरा भ्रम राहतो की जर कोणी मरत नाही तर मी मारण्याचा प्रयत्न करतो, तर मी पापी आहे. कोणी वाचत नाही आणि मी वाचवण्याचा प्रयत्न करतो तर ते पुण्य आहे. पण पाप आणि पुण्य हेही अर्धवट ज्ञान आहे. अर्धं! अर्धं अज्ञान राहिलं. जर हेही सजलं की मी कुणाला वाचवत नाही, ना कोणी वाचत, ना मी कुणाला मारत, ना कोणी मरत जर हे पूर्णपणे गेलं तर ते ज्ञान आहे. मग असा ज्ञानी जे काही होत आहे ते होऊ देतो. आत-बाहेर, कुठेही. कारण आता न होऊ देण्याचा काही प्रश्न नाही. समग्र स्वीकार!

तर कृष्ण अर्जुनाला हेच सांगतात की तू सर्व बघ आणि स्वीकार. जे होत आहे ते होऊ दे. तू प्रवाहाविरुद्ध लढू नकोस. तू वहा. मग तुला स्वर्ग प्राप्त होतो.

◆

५

'साधना जगतात यज्ञ आणि कर्मकांडाचा खूप उल्लेख आहे. यज्ञाचे अनेक विधी आहेत. होमात्मक यज्ञाच्या गोष्टी येतात; पण गीतेत जपयज्ञ आणि ज्ञानयज्ञ यांना विशेष स्थान दिलं गेलं आहे. त्याचबरोबर तुम्ही जपबद्दल बोलताना अजपा जपबद्दल सांगितलंत तर गीतेतल्या जपयज्ञ आणि ज्ञानयज्ञ आणि अजपा जपवरही प्रकाश टाकण्याची कृपा करावी.'

जीवनात कर्मकांडाची आपली एक जागा आहे. ज्याला आम्ही जीवन म्हणतो ते नव्वद टक्के क्रियाकर्म आहे. जीवन जगण्यासाठी अनेक अनावश्यक गोष्टी आवश्यक वाटतात. माणसाचं मन तसं आहे.

मनुष्यजातीच्या पूर्ण इतिहासात हजारो तऱ्हेचे क्रियात्मक खेळ विकसित झालेले आहेत. हे सर्व खेळ जर गांभीर्याने घेतले तर आजार बनतील. जर खेळ खेळाप्रमाणे घेतले तर उत्सव होतील. जसं प्रथम अग्नीचा आविष्कार झाला आणि सर्व आविष्कारात अग्नीचा आविष्कार मोठा आहे. आम्हाला माहीत नाही कोणत्या माणसाने प्रथम अग्नीचा आविष्कार केला; निर्माण केला. पण ज्याने कोणी केला, तेवढी मोठी क्रांती आजपर्यंत झालेली नाही. अनेकांनी अनेक शोध लावले. न्यूटन, गॅलिलिओ, कोपरनिकस, आइनस्टाईन हजारो. पण अजूनही अणूचा शोध, चंद्रावर जाणं इतके मोठे शोध नाहीत, जितका मोठा शोध अग्नीचा आहे.

आम्हाला असा विचार करता येणं कठीण आहे, कारण अग्नी ही अगदी सहज गोष्ट आहे आज. काड्यापेटीत बंद. पण असं आधी नव्हतं. जसा मनुष्य आज आहे, त्यात नव्वद टक्के अग्नीचा हात आहे. त्यानंतरचे जे आविष्कार आहेत ते

फलाकांक्षामुक्त कर्माचे प्रतीक : कृष्ण!

अग्नीशिवाय होऊ शकलेच नसते.

स्वाभाविकपणे पहिल्यांदा ज्याने अग्नीचा शोध लावला होता, तर आम्ही अग्नीचंही स्वागत केलं होतं त्याच्या बाजूने नाचून. ही जीवनातली अगदी सहज घटना आहे. अग्नीला अजून वेगळ्या तऱ्हेने धन्यवाद देताही आले नसते आणि अग्नीने एक केंद्रीय अर्थ मनुष्याच्या जीवनात त्या दिवशी बनवला. मनुष्याचे सर्व जुने धर्म कुठल्या ना कुठल्या रूपात अग्नी अथवा सूर्याच्या आजूबाजूने विकसित झाले आहेत. रात्रीला अंधार, काळ्याभोर अंधारात प्राण्यांची भीती होती. दिवस होता प्रकाशमय, निर्भय. कोणी हल्ला करण्याआधीच समजत असे. सूर्य मित्र होता. अंधार शत्रू. अंधारात भीती, उपद्रव होता. तर सूर्य परमात्म्यासारखा वाटायचा. आणि जेव्हा अग्नीचा शोध लागला स्वाभाविकतेने अंधारावर विजय मिळवला गेला. सूर्यापेक्षाही अग्नी प्रिय झाला. या अग्नीच्या आजूबाजूने नाच, गाणी, प्रेम, उत्सव विकसित होणं स्वाभाविक होतं. तसं ते विकसित झालं.

यूरी गागारिन जेव्हा प्रथम अंतरिक्ष-यात्रा करून परतला तेव्हा संपूर्ण पृथ्वी उत्सवाने भरली. तो एका दिवसात विश्वविख्यात झाला. गावागावांतून त्याचं नाव पोहोचलं. अनेकांनी आपल्या मुलाचं नाव, मग ते कोणत्याही जातीचे असोत. यूरी गागारिन ठेवलं. यूरी गागारिन होण्यासाठी कुणा माणसाला सत्तर वर्षं मेहनत करावी लागते. तेव्हा सर्व जग त्याला ओळखतं. यूरी गागारिनने काहीही केलं नाही. तो केवळ पृथ्वीच्या वलयातून पार गेला. पण घटना मोठी होती. त्याला बघायला लोकांची रीघ लागायची.

मनुष्याचं मन त्या सर्व गोष्टींसाठी उत्साही होतं, जे नवं आहे. ज्यामुळे नव्याचे आगमन होतं. केवळ नवीन जन्मलेल्या मुलासाठीच बँड वाजवला जात नाही तर जे जे नवीन निर्माण होतं, त्यासाठी आमचं मन उत्साहित होतं. नव्याचं स्वागत होतं

आणि हे योग्यच आहे. तसं व्हायला हवंच. जर तसं झालं नाही तर समजायला हवं की माणसाच्या आतलं काहीतरी महत्त्वपूर्ण मरून गेलं आहे.

हे मी एवढ्यासाठी सांगितलं कारण आम्ही 'यज्ञ' समजू शकू. हा त्या लोकांचा आविष्कार होता ज्यांच्या जीवनात अग्नी पहिल्यांदा आला होता आणि या अग्नीसाठी ते उत्सव साजरा करत होते. आणि ते नाचत होते अग्नीभोवती. आणि त्यांच्यापाशी जे श्रेष्ठतम होतं ते त्या अग्नीला देत होते. काय देऊ शकत होते? गहू होता, गहू दिला. सोमरस होता, दिला. जे जे श्रेष्ठ होतं, ते ते दिलं. एक देवता अवतरली होती, ज्यामुळे त्यांचं जीवन बदलून गेलं होतं. त्यांनी सर्व स्वाहा केलं. हे सहज होतं. पण हे ग्रामीण पद्धतीचं होतं. ग्रामीण चित्त!

गीतेच्या वेळेपर्यंत हा यज्ञ, त्याचं स्वरूप बदललं होतं. कारण तोपर्यंत अग्नी घराघरांतून निर्माण झाला होता. त्याच्याभोवती नाचणं व्यर्थ वाटत होतं. गहू टाकणं, मंत्र म्हणणं सार्थक वाटत नव्हतं आणि हजारो लोकांनी तोपर्यंत या प्रक्रियेचा विरोध केला होता. कारण त्यांना ही जाणीव नव्हती की प्रथम अग्नी जेव्हा निर्माण झाला त्या वेळी त्या वेळच्या लोकांना तो देव वाटत होता. देव म्हणूनच स्वीकारला गेला होता. त्यांच्यासाठी तो वरदान होता. म्हणून गीतेत नवीन शब्द आला, कृष्णाने त्याला ज्ञानयज्ञ म्हटलं. यज्ञ जुना शब्द होता. त्याला ज्ञान शब्द जोडला. जसं विनोबांनी नवा शब्द निर्माण केला भूदान-यज्ञ!

कृष्णापर्यंत जीवन खूपसं विकसित झालेलं होतं. ज्ञानाचा अग्नी पेटवण्याची गोष्ट कृष्णाने उठवली. स्वभावतः जुन्या शब्दांचा उपयोग करावा लागला. जर नाचायचंच असेल तर ज्ञानाच्या ज्योतीच्या आजूबाजूला नाचा. आणि काही भेट द्यायचीच असेल तर गहू कशाला, आता स्वत:लाच दान करा. ज्ञानयज्ञाचा अर्थ आहे, ज्ञानाच्या अग्नीत स्वत:ला समर्पित करणे. ज्ञानाचा यज्ञ म्हणजे ज्ञानाच्या अग्नीत स्वत:ची अस्मिता, अहंकाराला टाकून जाळून टाकणे. ज्ञानयज्ञाचा अर्थ साधारण अग्नी नाही, ज्यात व्यक्ती जळते आणि समाप्त होते. पण अग्नीचं हे प्रतीक कायम राहिलं.

हे प्रतीक कायम राहण्यामागे अनेक गहिरी कारणं आहेत.

याचं सर्वांत मोठं महत्त्वाचं कारण म्हणजे भूतकाळातल्या मनुष्याच्या जीवनात अग्नीव्यतिरिक्त दुसरी गोष्ट नव्हती जी वरच्या दिशेने जाणारी होती. पाणी खालच्या दिशेने जाणारं. अग्नीच्या ज्वाला काहीही केलं तरी वर जाणाऱ्या. ऊर्ध्वगमन हाच अग्नीचा स्वभाव. ज्वाळा आकाश, अज्ञाताच्या यात्रेची सूचक झाल्या. जमिनीच्या गुरुत्वाकर्षणाचा नियम मोडणारी पहिली वस्तू म्हणजे ज्वाळा. अग्नीवर जमिनीच्या गुरुत्वाकर्षणाचा काहीही परिणाम होत नाही. ऊर्ध्वगमनाचं प्रतीक अग्नी बनला. म्हणून त्या लोकांनी अग्नीभोवती नृत्य केलं, गाणी गायली, आनंद व्यक्त केला की

एखाद्या दिवशी आम्ही या अग्नीच्या ज्वाळांसारखे ऊर्ध्वगमन करू.

माणसाचं मन असं आहे की ते नेहमी खालच्या दिशेने यात्रा करतं, पाण्यासारखं. त्याला डोंगरावर जरी नेऊन ठेवलं तरी लवकरच खाली उतरून सरोवराजवळ आराम करेल. कितीही उंचावर नेलं तरी लगेचच जमिनीवर जाण्यासाठी आतुर आहे. अग्नीच्या आसपास नाचणाऱ्या ऋषींनी घोषणा केली की आम्ही ऊर्ध्वगमन करणाऱ्या या यात्रेच्या सूत्राला नमस्कार करतो. आणि आम्ही आमच्या आतल्या प्राणाला अग्नीसारखं बनवू इच्छितो की तो वर जाईल. आम्ही अगदी खाली, खोल खड्ड्यात जरी गेलो तरी आमचे प्राण शिखरावर पोहोचोत. हे मोठं प्रतीकात्मक आहे.

दुसरी महत्त्वाची गोष्ट म्हणजे अग्नीत वैशिष्ट्य होतं, जे जास्त गहिरं होतं की अग्नी प्रथम इंधनाला जाळतो आणि मग स्वत: जळतो. आधी इंधन राख होतं मग स्वत: अग्नी राख होतो. ज्ञानासाठी हे प्रतीक गहिरं बनलं. ज्ञान आधी अज्ञानाला जाळतं, मिटवतं आणि ज्ञान ज्ञानालाही मिटवतं. म्हणून उपनिषद म्हणतात की अज्ञानी तर अंधारात भटकतातच. ज्ञानी महाअंधकारात भटकतात. निश्चितच हे व्यंगात सांगितलेलं आहे अशा ज्ञानींसाठी ज्यांच्यापाशी उधार ज्ञान आहे. कारण ज्यांच्यापाशी स्वत:चं ज्ञान आहे, ते भरकटण्याचा प्रश्नच येत नाही. ज्ञान प्रथम अज्ञानाला जाळतं. मग ज्ञानालाही जाळतं, मग ज्ञानीलाही जाळतं. मागे काही उरत नाही. अग्नी आधी इंधन जाळतो, मग स्वत: जळतो, मग अग्नी विझतो, निखारे विझतात – राख उरते, मग सर्व संपतं.

तर ज्ञानाची घटना ज्यांच्या जीवनात घडली, त्यांना दिसलं की ज्ञानाची घटना अग्नीसारखी आहे. सर्व काही संपतं. इतकं शून्य होण्यासाठी जो तयार आहे तो ज्ञानाच्या यात्रेला निघू शकतो.

तिसरी गोष्ट. अग्नीज्वाळा आम्ही उठताना बघितल्या आहेत, जरा दूरपर्यंत दिसतात, मग हरवतात. अग्नी काही अंतरापर्यंत दृश्य आहे, मग अदृश्य आहे. ज्ञानही काही अंतरापर्यंत दिसतं. अथवा असं म्हणू की थोड्या दूरपर्यंत ज्ञानाचा संबंध दिसतो. दृश्याशी संबंध राहतो, मग संबंध अदृश्य होतो. दृश्य हरवतं. या सर्व कारणांमुळे अग्नी मोठा समर्थ, समर्थ ज्ञानाचं प्रतीक झाला. कृष्ण ज्ञानयज्ञ शब्दाचा उपयोग करू शकले.

हे प्रतीक जर आमच्या विचारात राहिलं तर ज्ञानयज्ञ नेहमी राहील. अग्नीच्या आसपास निर्माण झोलेले दुसरे कर्मकांड आणि यज्ञ तर नष्ट होतील, कारण ते परिस्थितीमुळे निर्माण झालेले असतात, पण ज्ञानयज्ञ सदा राहील. म्हणून कृष्णाने प्रथमच यज्ञाला परिस्थितीतून मुक्त करून शाश्वत अर्थ दिला. वेद ज्या यज्ञाबद्दल सांगतात, तो परिस्थितीशी बांधला गेला होता, घटनेशी जोडलेला होता. कृष्णाने त्याला मुक्त केलं. आणि शाश्वत अर्थ दिला. आता त्या अर्थानेच यज्ञाचं प्रयोजन

पुढे होईल. कृष्णाच्या आधीचे अध्याय बंद झाले आहेत. आजही जे कुणी कृष्णाच्या अगोदरच्या यज्ञाच्या गोष्टी करतात, ते व्यर्थ बोलतात, ती गोष्ट संपली. आता अग्नीच्या आजूबाजूने आनंदाने उड्या नाही मारल्या जाऊ शकत, कारण अग्नी आता आमच्या जीवनातली विशेष, आश्चर्यकारक घटना राहिली नाही.

ते जपयज्ञाबद्दलही बोलतात. जपयज्ञाचंही तेच सूत्र आहे जे ज्ञानयज्ञाचं आहे. जप आधी दुसऱ्या विचारांना जाळेल, मग जपाचा विचारही जळेल. जे शेष उरेल ती स्थिती म्हणजे अजपा स्थिती. म्हणून त्यालाही अग्नीचं प्रतीक बनवता येईल. तोही यज्ञ बनेल.

तुमच्या मनात अनेक विचार आहेत. तुम्ही एकाच शब्दाचा जप अव्याहत करता. सर्व विचार बाजूला सारता. एक वेळ अशी येते की वाटतं हा शब्द का पुन:पुन्हा म्हणतो आहोत? जर सर्व विचार संपले, सुटले तर हा शब्द तरी का धरून ठेवायचा? मग तोही सुटतो. ती स्थिती अजपा स्थिती. तिथे जपही नाही.

पण धोका आहे जप आणि ज्ञानाबरोबर. धोका प्रत्येक गोष्टीत आहे. अशी कुठलीच वाट नाही जिथे भरकटलं जाणार नाही. सर्व वाटा अशा अर्थाने भरकटवतात की अनेक प्रयोग करता येऊ शकतात आणि माणूस असा आहे की सर्व रस्त्यांवर, वाटांवर पोहोचण्यासाठी कामासाठी कमी आणि भटकण्यासाठी जास्त वापरात आणतो. जसं कृष्ण म्हणतात की ज्ञान यज्ञ आहे. पण माणूस ज्ञानाचा अर्थ असा घेऊ शकतो की पांडित्य, सूचना, शास्त्र, सिद्धान्त, शब्द आणि यांना गोळा करत राहील, तर तो भटकला. अशा माणसाला ज्ञान प्राप्त नाही होणार. ज्ञानाच्या नावाखाली त्याने काही वेगळंच स्वत:वर थोपवलं. आणि लक्षात ठेवा, अज्ञानात इतकं नुकसान नाहीये जितकं मिथ्या ज्ञानात आहे; शिळ्या ज्ञानात आहे. शिळं ज्ञान समजायला हवं की विझलेल्या अंगाराच्या विझलेल्या कोळशासारखं आहे. कितीही गोळा करा, जीवन रूपांतरित होणार नाही. पण जर कुणी ज्ञानाचा असा अर्थ घेतला तर भरकटला.

तसंच जपाचंही. जर कुणी असा अर्थ घेतला की जप करत करत पोहोचू, तर तो भ्रम आहे. जप करून कुणीही पोहोचत नाही. जपाचा उपयोग असा केला जाऊ शकतो की समजा पायात काटा टोचला तर दुसऱ्या काट्याने तो काढू. मग दुसरा काटा कोणी जपून ठेवत नाही. दोन्ही काटे टाकूनच द्यायला हवेत. आणि जर कुणी तो काटा जपून ठेवतोय की या काट्यामुळे माझ्या पायातला काटा निघाला, तर या काट्याला कसं टाकून द्यायचं? तर तो माणूस वेडा आहे.

बुद्ध नेहमी एक गोष्ट मस्करीत सांगायचे. आठ बुद्धिमान गृहस्थ एका नावेतून नदी पार करून आले. ज्या नावेने आपल्याला नदी पार करवली, तिला सोडून कसं द्यायचं, असं त्यांना वाटलं. म्हणून मग त्या आठही जणांनी नावेला आपल्या

डोक्यावर घेतलं आणि ते गावातून चालू लागले. लोकांना आश्चर्य वाटलं की नावेत माणसं हे तर योग्य, पण माणसांच्या डोक्यावर नाव? त्यांनी तसं विचारलं तर ते म्हणाले, तुम्ही कृतघ्न आहात. आम्हाला अनुग्रह भाव माहीत आहे. या नावेतून आम्ही नदी पार करून आलो. आता या नावेला आम्ही संसार पार करवू. आता ती नेहमी आमच्या डोक्यावर राहील.

जपाचा उपयोग जाणीवपूर्वक करायला हवा की तोही एक काटा आहे. आणि जर तसं न समजता तुम्ही जपाच्या प्रेमात पडलात तर इतर विचार तर सुटतील पण जप भरून राहील. आधी माणूस अनेक विचारांनी भरलेला होता, नंतर तो राम-राम-राम-राम-रामने भरला जाईल. आता राम-रामपेक्षा व्यर्थ विचार भले कारण त्यातून काहीतरी सार्थक तरी होईल. पण राम-राममधून काय हाती लागणार?

जपाला यज्ञ म्हणणं हे मोठं गुपित आहे. कृष्ण जेव्हा 'जप'ला यज्ञ म्हणतात, तेव्हा लक्षात ठेवा जपसुद्धा अग्नीसारखा आहे. आधी दुसऱ्यांना जाळेल, मग स्वतः जळेल. आणि जेव्हा स्वतःला जाळेल, स्वतः जळला तेव्हा समजा सार्थक झालं.

तर आम्ही शब्दाचा उपयोग करू शकतो, दुसऱ्या शब्दांना बाहेर काढण्यासाठी, पण मग त्या शब्दालाही बाहेर घालवावं लागेल. आणि जर मोहात पडलात, तो शब्द सोडू शकला नाहीत तर जपयज्ञ राहणार नाही, जप संमोहन होईल. मग तो शब्द आमचा वेडेपणा झाला. पीडित झालो. म्हणून जप करताना जी माणसं समरस होतात, ती माणसं जप कधीही सोडू शकत नाहीत. समरसता, लीनतेमध्ये एक गहिरा संबंध स्थिरावतो. जी माणसं जप करताना साक्षी बनतात, तेव्हा असं म्हटलं जात नाही की मी जप करतो आहे. उलट असा अनुभव करतात की जप मनातून होत आहे आणि मी तो बघतो आहे – अशी माणसं एक दिवस जपातून बाहेर येतात. तेव्हा जप यज्ञ बनतो. कारण तेव्हा तो अग्नीसारखा होतो. आधी तो इतर विचारांना जाळतो, मग स्वतः जळून राख होतो. जेव्हा तुम्ही रिकामे होता, शून्य, तेव्हा तुम्हाला ध्यान, समाधी उपलब्ध होते.

म्हणून कृष्णाने ज्ञान आणि जप दोहोंबरोबर यज्ञाचा प्रयोग केला. यज्ञाचा प्रयोग अग्नीच्या केंद्रावर आहे. आणि अग्नीचं प्रतीक आम्ही समजलो जर तर या दोन्ही गोष्टी स्वच्छ होतील. खरं तर जो जळण्यासाठी तयार आहे, तो यज्ञासाठी तयार आहे, जो मिटण्यास तयार आहे, तो यज्ञास तयार आहे. जो होमासाठी तयार आहे तो यज्ञास तयार आहे. आणि तेव्हा सर्व यज्ञ छोटे होतात आणि जीवनयज्ञ केवळ उरतो.

'भगवान श्री, श्रीकृष्ण म्हणतात की ज्ञानीजन कर्मफळाचा त्याग करून जन्मरूप बंधनातून सुटतात आणि परमपद

प्राप्त करतात, तर मग कृष्ण जन्माला बंधन मानतात? तुम्ही तर जन्म, संसाराला निर्वाण म्हणता.'

कृष्ण म्हणतात ज्ञानीजन कर्मफळाची आसक्ती सोडून जन्मरूपी बंधनातून मुक्त होतात. हे सर्व समजून घेऊ. पहिली गोष्ट, फलासक्तीतून मुक्त होऊन! कर्मातून मुक्त होऊन नाही, तर फलासक्तीतून मुक्तता. कर्मातून मुक्त होण्यासाठी नाही सांगत आहेत, कर्मफळाचा त्याग, त्यातून मुक्त होण्यास सांगत आहेत. कर्म तर राहणारच. फलासक्ती राहणार नाही.

फलासक्तीतून मुक्त होऊन कोण कसा कर्माला उपलब्ध होणार, हे विचार करण्यासारखं आहे. आम्ही जर फळातून मुक्त होऊ तर कर्मातूनच मुक्त होऊ. जर कुणी तुम्हाला म्हणालं कर्म कर, पण फळाची अपेक्षा ठेवू नकोस, तर तुम्ही म्हणाल, मी वेडा आहे का? जर फळाची इच्छा नाही, तर कर्म काय करणार? फळाच्या अपेक्षेतूनच तर कर्म होतं. एक पाऊल जरी उचललं जातं तरी फळाची अपेक्षा ठेवली जाते. फळ मिळणार नसेल तर पाऊल का उचलावं?

या 'फलासक्तीतून मुक्त होऊन' या शब्दांमुळे, ज्यांनी कृष्णाचा विचार केला आहे त्यांना अडचणीत टाकलं आहे. आणि त्यांनी अशी मोठी अडचण निर्माण केली की अगदी रहस्यपूर्ण पद्धतीने या फळाची पुन:प्रतिष्ठा केली. त्यांनी असं म्हटलं की जे फलासक्तीतून मुक्त होतात त्यांना मोक्ष अथवा मुक्ती मिळते आणि मुक्ती आणि मोक्षला 'फळ' म्हणून उपयोगात आणणं सुरू केलं. तुम्ही असं केलंत की तसं होईल. असं मिळेल...! हीच तर फळाची आकांक्षा आहे. मोक्षालाही फळ बनवलं. तेव्हा ते लोकांना समजावू शकले की तुम्ही इतर फळांची आशा सोडून द्या. जर मोक्ष हवा असेल तर सर्व 'फळं' सोडून दिलीत तरच मोक्ष प्राप्त होईल. पण कृष्णाशी मात्र हा अन्याय, जबरदस्ती झाली. जर कृष्ण असं म्हणतात की जे सर्व फलासक्तीतून मुक्त होतात, ते ज्ञानीजन जन्मरूपी बंधनातून मुक्त होतात, तर हे जे त्यांचं म्हणणं आहे ते केवळ परिणामसूचक आहे. ते फळ नाही. असं नाहीये की जन्मरूपी बंधनातून मुक्त होणं आहे, त्यांनी आकांक्षा सोडून द्यावी, तर मग ही पुन्हा फळाचीच आकांक्षा झाली. ही केवळ एक बातमी आहे की असं होतं. फळाची आकांक्षा सोडून दिल्याने मुक्ती फलित होते, असं होतं. पण मुक्तीची आकांक्षा जे करतात त्यांची मुक्ती फलित नाही होऊ शकत, कारण ते फळाची आकांक्षा करतात. पण आम्ही फळाची अपेक्षा न ठेवता कर्म कसं करू?

आमच्या जीवनात दोन तऱ्हेची कर्मं आहेत. एक कर्म जे आम्ही उद्या काही मिळेल या आशेवर करतो. असं कर्म भविष्याकडे खेचून नेणारं आहे. भविष्य ओढतं लगामासारखं. एका गायीला जसं कुणी गळ्यात दोरी बांधून खेचून नेतं, तसं भविष्य

आमच्या गळ्यात दोऱ्या बांधून खेचत राहतं आम्हाला. अमुक मिळेल म्हणून अमुक करत आहोत. भविष्यात मिळेल, म्हणून आज करत आहोत. गळ्यात, हातात जी दोरी आहे, ती भविष्यासाठी आहे. मिळेल – न मिळेल, माहीत नाही. कारण भविष्य म्हणजे जे नक्की नाही, माहीत नाही. पण होईल, या आशेवर आम्ही जनावरांसारखे पळत आहोत.

ही मस्त मजेची गोष्ट आहे, हा जो शब्द आहे 'पशू','जनावर' मस्त आहे. तुम्ही कधी विचार केला नसेल. पशूचा अर्थ जो पाशात अडकलेला खेचला जातो आहे, तर मग आम्ही सगळे पशू आहोत जे भविष्याच्या पाशात अडकून खेचले जात आहोत. जो रोज 'आज' जगतो आहे केवळ उद्या काहीतरी होईल म्हणून. जो आज उद्यासाठी जगतो आहे आणि कधी जगू शकणार नाही कारण जेव्हा येईल उद्या – तो आज म्हणूनच येईल. आणि त्याचं जगणं नेहमी उद्यासाठी असेल. माणसाचं पूर्ण जीवन न जगलेलं असंच जाईल. मरताना तो म्हणेल की मी केवळ जगण्याची इच्छा केली, जगलो नाही. आणि मरतानाच्या मोठ्या वेदना असतील की आता काही फळ दिसत नाही. जर पुढे फळ दिसत असेल तर तो मरणही स्वीकारेल. म्हणून मरताना माणूस विचारतो, पुनर्जन्म आहे? मी मरणार तर नाही? तो खरं तर असं विचारतो की उद्या आहे का अजून? जर असेल तर हरकत नाही, कारण माझ्या जगण्याचं फळ, पद्धत उद्यावर अवलंबून आहे. भविष्यकेंद्रित जीवन म्हणजे फलासक्ती! फळाची आसक्ती!

एक असं कर्मही आहे जे भविष्याकडे खेचलं जात नाही आणि झऱ्याप्रमाणे आमच्या आतून फुटतं. जे 'आम्ही' आहोत, त्यातून निघतं. जे आम्ही होऊ, त्यातून नाही. तुम्ही रस्त्यावरून जात आहात, तुमच्या पुढे चालणाऱ्या एका माणसाची छत्री पडते. ती तुम्ही उचलता आणि त्याला देता. छत्री देताना असा विचार येत नाही की कुणी याची नोंद घेतली का? तो माणूस धन्यवाद देईल का? तर हे कर्म फलासक्तीरहित झालं. सहजी घडलं. पण समजा की त्या माणसाने धन्यवाद दिले नाहीत. छत्री घेतली आणि निघून गेला. तेव्हा जर मनात थोडासा जरी विषाद निर्माण झाला तर तुमच्या फलाकांक्षाचं तर माहीत नाही, पण अचेतनेत फलाकांक्षाची प्रतीक्षा मात्र होती. तुम्ही सचेतन नव्हतात, की धन्यवाद द्यावेत, पण अचेतन मन धन्यवाद मागत होतं. म्हणेल ते मन की कसा माणूस आहे, मी एवढी त्याची छत्री त्याला उचलून दिली आणि साधे आभारही मानले नाहीत त्याने! ही सुद्धा फलाकांक्षा! जर कृत्य स्वत:त परिपूर्ण असेल, काही मागणी नसेल तर ते फलाकांक्षारहित आहे.

कोणतंही कृत्य जे आपल्यात परिपूर्ण आहे, वृत्तासारखं फिरतं आपल्याभोवती आणि पूर्ण होतं आणि काही अपेक्षा नाही. उलट छत्री देऊन तुम्ही त्याचे आभार मानलेत की तू मला एक परिपूर्ण कृत्य करण्याची संधी दिलीस! फलाकांक्षेने

भरलेली व्यक्ती कोणती ना कोणती आकांक्षा, अपेक्षेने भरलेली असेल; पण जेव्हा पूर्णकृत्य होतं तेव्हा मिळणाऱ्या आनंदाला पारावार नाही. फलाकांक्षारहित कृत्याचा माझ्या दृष्टीने जो अर्थ आहे तो असा की कृत्य पूर्ण होवो, त्यापलीकडे काही प्रश्न नाही. ते कृत्य अत्यानंद देतं, ते कृत्यच फळ आहे, या क्षणीचं फळ आहे.

जीझस एका गावातून जात आहेत आणि त्या गावाच्या आजूबाजूला लिलीच्या फुलांचं मोठं शेत आहे आणि ते आपल्या शिष्यांना म्हणतात की ही लिलीची फुलं बघताय? शिष्य बराच वेळ बघत होते, पण नव्हते बघत. कारण केवळ डोळ्यांनी तर दिसत नाही, प्राणांनी बघितलं जातं. ते म्हणाले, 'बघतो आहोत, पण यात बघण्यासारखं काय आहे? जशी लिलीची फुलं असतात, तशी आहेत.' जीझस म्हणाले, 'नाही, मी सांगतो तुम्हाला. सम्राट सॉलोमनही आपल्या पूर्ण प्रतिष्ठा आणि गौरवात इतका सुंदर नव्हता, जितकी सुंदर ही गरीब लिलीची फुलं आहेत या गावाच्या किनाऱ्याने.' शिष्य म्हणाले, 'सॉलोमनची तुलना कशी काय करता तुम्ही फुलांशी? कुठे सॉलोमन!' ख्रिश्चनांमध्ये कुबेराचं तुलनात्मक प्रतीक सॉलोमन आहे. जीझस म्हणाले, 'जरा निरखून बघा. फूल आत्ता आणि इथेच उमलतात. सॉलोमन नेहमी भविष्यात राहतो आणि भविष्याचा ताण कुरूप करून टाकतो. फुलांना उद्याचं माहीत नाही. ही हवेची झुळुक सर्व काही आहे. ही सूर्याची किरणं सर्व काही आहे. हा पृथ्वीचा तुकडा सर्वस्व आहे. ही वाट इथेच असणं हेच सर्वस्व! या पलीकडे काहीही नाही. असं नाही की संध्याकाळ होणार नाही. संध्याकाळ आपली आपण येईल. तुमच्या अपेक्षेप्रमाणे येते का? असं नाही की फुलांना बी लागणार नाही, फळं लागणार नाहीत. ते आपले आपण लागतील. तुमच्या अपेक्षेने लागतात का? पण आपण त्या वेड्या बाईसारखे आहोत...

एक वेडी बाई एके दिवशी सकाळी आपल्या गावावर रागावून निघून गेली. सर्वांनी विचारलं काय करतेस? कुठे जातेस? ती म्हणाली, मी जाते. तुम्ही सगळ्यांनी मला फार त्रास दिलात. आता उद्या तुम्हाला समजेल. 'काय समजेल?' मी तो कोंबडा माझ्याबरोबर घेऊन जात आहे. ज्याच्या ओरडण्यामुळे या गावात सूर्योदय होत होता. आता हा सूर्य दुसऱ्या गावात उगवेल. ती दुसऱ्या गावात गेली. कोंबडा आवला. सूर्योदय झाला. ती म्हणाली, 'आता त्या गावातली माणसं बसली असतील रडत, कारण सूर्य तर या गावात उगवला आता.'

त्या वेड्या बाईच्या तर्कात काही कमतरता आहे? जराही नाही. तिचा कोंबडा आरवला आणि सूर्योदय झाला. आणि आता तर निश्चिच झालं ना की त्या गावाचं काय झालं असेल? कोंबड्याला भ्रांत पडत नाही पण कोंबड्याच्या मालकाला पडते. सूर्य उगवतो म्हणून कोंबडा आरवतो. पण मालकाला तसं वाटत नाही. कोंबडा आरवतो म्हणून सूर्य उगवतो.

आमचं सर्वांचं चित्त असं आहे. भविष्य तर आपलं आपण येतं. ते येणारच. आम्ही थांबवून ते थांबणार नाही. आम्ही आमचं कृत्य पूर्ण करावं, इतकं पुरेसं आहे. त्याबाहेर आम्ही होण्याची आवश्यकता नाही. कृष्ण इतकंच सांगतात की तुमचं कृत्य पूर्ण असो. तुम्ही पूर्ण करा, जराही कणभरही अपूर्ण ठेवू नका. संपलं. तुम्ही परमात्म्यावर फळ सोडून द्या. तो तुमचा हिशेब ठेवेल. परमात्म्यावर सोडा याचा अर्थ एवढाच की कृपा करा. तुम्ही केवळ करा आणि समष्टीतून त्या कृत्याचा, करण्याचा प्रतिध्वनी येतच असतो, येणारच. जसं मी या डोंगरामध्ये ओरडू. पहाड-डोंगर प्रतिध्वनी देणारच. ते तुम्ही डोंगरांवर सोडून द्या. चिंता करू नका. कारण तुमची चिंता तुमचा आवाज दाबून टाकेल मग प्रतिध्वनी येणार नाही. प्रतिध्वनीसाठी ध्वनी तर असायला हवा. फलाकांक्षामध्ये अडकलेले लोक कर्म करताना चुकतात, कारण कर्माचा क्षण आहे वर्तमान आणि फळाचा क्षण आहे भविष्य! ज्यांचे डोळे भविष्यावर लागले आहेत, ते जर वर्तमानातल्या नाजूक क्षणांमध्ये चूक करतात, तर त्यात आश्चर्य नाही आणि जिथे लक्ष – ध्यान आहे, तिथे आम्ही आहोत. ध्यान जर वर्तमानातल्या क्षणांवर नसेल तर ते गैरध्यान, त्यात पूर्णता नसते, त्यात असण्याचा आनंद नसतो.

कृष्णाची फलाकांक्षारहित कर्माची जी दृष्टी आहे, त्याचा केवळ अर्थ असा आहे की तुम्ही अगदी लहानसाही भाग भविष्यासाठी तोडू नका की या कामात व्यत्यय येईल. तुम्ही हे काम पूर्णच करा. भविष्य जेव्हा येईल तेव्हा भविष्यात पूर्ण व्हा, कृपा करून तुम्ही आत्ता पूर्ण व्हा. भविष्य येईलच. आणि तुमच्या पूर्णत्वामुळे फळ मिळेल. त्याची तुम्ही चिंता करू नका. तुम्ही निश्चिंत होऊन परमात्म्यावर सोडून द्या. म्हणजे याचा अर्थ असा की आम्ही जे करतो, तो आमचा आनंद व्हावा, तेव्हाच आम्ही भविष्यापासून आणि फळापासून वाचू. जे आम्ही करतो, ते आमच्या आनंदातून सृजित होवो, आमच्या आनंदातून व्यक्त होवो, निर्माण होवो. त्याचा आविर्भाव आमच्या आनंदातून होवो, आमच्या आतून झऱ्यासारखं फुटू दे. कोणत्या भविष्यासाठी नाही, जनावरांसारखं नाही, झऱ्यासारखं. झरा कुठल्या भविष्यासाठी नाही फुटत.

तुम्ही विचार करत असाल, की नदी सागरासाठी वाहते. चूक करता तुम्ही. सागरापर्यंत पोहोचते ही वेगळी गोष्ट. नदी वाहते स्वतःच्या वेगामुळे, स्वतःच्या क्षमतेने. या संपूर्ण प्रवासात गंगेला सागराशी काहीही देणं-घेणं नाही, सागर मिळेल, न मिळेल. काहीही संबंध नाही. गंगेची आतली ऊर्जा इतकी आहे की ती वाहत राहते, वाहत राहते आणि प्रत्येक किनाऱ्यावर नाचते. सागरकिनारीच नाचते असं नाही. दगडधोंड्यातून, डोंगरातून, खड्ड्यातून, उंचावरून, सुखात, दुःखात, वाळवंटात, वृक्षांत, मनुष्यात, निर्मनुष्यात – प्रत्येक ठिकाणी नाचते. ज्या ज्या तटावर नाचते,

नाच पूर्ण आहे. त्या नाचामुळेच पुढच्या तटावर पोहोचते; पण पुढच्या तटावर पोहोचण्याची तिला घाई नाहीये. मग एक दिवस सागराला जाऊन मिळते. सागरात जाणं हे तिच्या जीवनाची फलश्रुती आहे. पण त्या फळाची तिला आकांक्षा नाही. झरा फुटतो, तो आपल्या आतल्या ऊर्जेमुळे, त्याचं कृत्य फुटतं. कृष्ण असं सांगत आहेत की, माणसानं असं जगावं की, आपल्या आतल्या ऊर्जेनं फुटत राहावं. माझ्या दृष्टिकोनातून संन्यासी आणि गृहस्थ यात हाच फरक आहे. गृहस्थ रोज उद्यासाठी जगतो, संन्यासी आजच्या ऊर्जेत फुटतो आणि जगतो. आज पर्याप्त आहे. उद्या येईल तो आज होऊन येईल, त्यातही आम्ही आजच्यासारखे जगू.

मोहम्मदच्या जीवनातील एक छोटीशी घटना आहे. मोहम्मद त्या थोड्या संन्याशांसारखा आहे, जसे संन्यासी मी बघू इच्छितो. मोहम्मदला भेटायला रोज माणसं येतात. कोणी मिठाई आणतं, कोणी रुपये, कोणी फळं अन् अजून काय काय. संध्याकाळपर्यंत जी माणसं येतात, खातात, पितात – संध्याकाळी मोहम्मद आपल्या बायकोला सांगतो, संध्याकाळ झाली. सर्व वाटून टाक. संध्याकाळी मोहम्मद पुन्हा फकीर होतो. पत्नी म्हणते, हे बरोबर नाही. उद्यासाठी थोडं वाचवून ठेवायला हवं. तर मोहम्मद म्हणतो, जे आलं होतं त्याची पुन्हा उद्या वाट बघू. आणि जर आज मावळला तर उद्याही मावळेल. निघून जाईल. आणि तू काय मला नास्तिक समजतेस की मी उद्याची सोय करू? उद्याची सोय ही नास्तिकता आहे. उद्याची सोय करणं म्हणजे त्या समष्टीवर विश्वास नसणं. ज्याने मला आज दिलं, माहीत नाही उद्या देईल की नाही? उद्याची सोय ही अश्रद्धा आहे; जागतिक ऊर्जेवर, विश्वप्राणावर. आणि मी किती सोय करून ठेवू शकेन? किती काळासाठीची? वाटून टाक. उद्या सकाळी पुन्हा श्रद्धेने प्रतीक्षा करू. मी आस्तिक आहे. म्हणून उद्याची सोय नाही करू शकत. परमात्मा म्हणेल की 'ए मोहम्मद, इतकाही विश्वास नाही?'

मग मोहम्मदचा मृत्यू जवळ येतो. मरणाची रात्र, तो काही 'उद्या' बघू शकत नाही. तर पत्नीने विचार केला, आज तरी काहीतरी वाचवून ठेवायला हवं. रात्रीला औषधपाणी लागू शकतं, तर तिने पाच रुपये उशीखाली लपवून ठेवले. रात्री मोहम्मदला खूप वेदना होतात, तडफडतो. शेवटी त्याने चादर घेतली आणि पत्नीला म्हणाला, असं वाटतंय की आज गरीब मोहम्मद गरीब नाहीये. काहीतरी घरात बाकी आहे. पत्नी घाबरली, म्हणाली, 'तुम्हाला कसं माहीत?' 'तुझ्या चेहऱ्याकडे बघून समजलं. आज तू तशी निश्चिंत नाहीस जशी रोज असतेस. नक्कीच काहीतरी वाचवून ठेवलं आहेस.' जे चिंतित असतात तेही साठवतात आणि जे वाचवतात तेही चिंतित असतात. तर मोहम्मद सांगतात, 'ते काढ आणि वाटून टाक आता. मला शांतपणे मरू देत. शेवटची रात्र आहे. परमात्मा म्हणेल

की मोहम्मद शेवटच्या रात्री तू चुकलास. मग त्याच्या समोर अपराधी होऊन उभं राहावं लागेल. काढ आधी.' त्याच्या पत्नीने ते पाच रुपये काढले. 'कुणालाही हाक मार रस्त्यावर जाऊन.' 'अर्ध्या रात्री कोण येणार?' 'तू हाक तर मार.' तिने हाक मारली. रस्त्यावर एक भिकारी होता, तो आला. मोहम्मद म्हणाला, 'बघ, अर्ध्या रात्री घेणारा येऊ शकतो, तर देणाराही येऊ शकतो. तू त्याला देऊन टाक.' ते पाच रुपये त्याला दिले गेले. मोहम्मदने पुन्हा चादर ओढली. ते त्यांचं शेवटचं कृत्य होतं. चादर ओढण्याचं. मोहम्मद त्या क्षणी डुबून गेले. जणू ते पाच रुपये म्हणजे अडथळा होता, पीडा होती. ती पाच रुपयांची गाठ संन्याशाला भारी झाली, जड झाली. थांबवत होती.

प्रत्येक कृत्य, प्रत्येक क्षण आणि प्रत्येक दिवशी स्वतःत पूर्ण होत गेलं, तरीही उद्या येतो. आणि उद्या नेहमी ताजा असतो. उद्या आम्हाला विषादाने भरून टाकेल जर आज आमच्या अपेक्षेपेक्षा काही विपरीत घडतंय. आणि कोणत्या अपेक्षांनुसार भविष्य घडतं? कधीही नाही. कारण भविष्य इतकं विराटावर निर्भर आहे आणि आमच्या अपेक्षा इतक्या क्षुद्रावर निर्भर आहेत की या क्षुद्र अपेक्षा त्या विराटात कशा पूर्ण होणार? त्यांचा पत्ताच लागणार नाही. हे असं आहे जसं नदीचा एक थेंब ठरवतो की उद्या पश्चिमेकडे जायचं, तर मजा येईल. नदीला जिथे वाहायचं आहे तिथे ती वाहील. तो थेंबही तिच्याच बरोबर असेल पण दुःखी असेल. कारण त्याने ठरवलं होतं पश्चिमेकडे जायचं आणि नदी पूर्वेकडे जात आहे. आणि तेव्हा विषाद आणि पीडा निर्माण होईल. अपेक्षा, फलाकांक्षा, विषाद, दुःख आणि पीडेने भरून जातात. असफलतेने भरून जातात. जो माणूस प्रत्येक क्षण पूर्णत्वाने जगतो, त्याच्या जीवनात विषाद नाही.

म्हणून जे करतो त्यात पूर्ण होऊ आणि फळ परमात्म्यावर सोडून देऊ. कृष्ण म्हणतात, असं जो करेल, तो जन्मरूपी बंधनातून सुटेल. 'जन्मरूपी बंधन?' जन्म बंधन आहे असं ते नाही म्हणत. खरं तर जो माणूस फलाकांक्षाने भरलेला आहे, तो जन्म घेण्याच्या आतुरतेने भरलेला आहे. कारण फळ पूर्ण करण्यासाठी उद्या तर हवं ना? जो माणूस फळाच्या अपेक्षेने जगतो तो जन्म घेण्यासाठी आतुर असतो. त्याला जन्म घ्यावाच लागेल. आणि त्यामुळे जन्म बंधन होतो. ती त्याची मुक्ती नसते. कारण जन्माचाही आनंद त्याला नाही. आनंद त्याचा काही फळ प्राप्त होण्यात आहे. जन्म ही एक संधी आहे फलप्राप्ती होण्याची. मृत्यू त्याच्यासाठी दुःख आहे. कारण मृत्यू त्याचे सर्व मार्ग तोडून टाकेल ज्या मार्गावरून भविष्यात जगता येतं. आणि जन्म बंधन वाटेल, कारण त्याला जीवन म्हणजे काय हे माहीतच नाही, जे जीवन म्हणजे मुक्ती आहे. आणि एकदा जीवन म्हणजे काय हे जाणलं की मग जन्मही राहत नाही, मृत्यूही राहत नाही. कृष्णाने जे सांगितलं ते अधुरं आहे,

ते पूर्ण करायला हवं. ते म्हणतात जन्मरूपी बंधनातून मुक्ती. मी सांगतो की तो मृत्युरूपी बंधनातूनसुद्धा मुक्त होतो.

याचा अर्थ असा नाही की जन्म आणि मृत्यू बंधन आहे. याचा अर्थ असा की जन्म-मृत्यू अज्ञानामुळे बंधन आहेत असं प्रतीत होतं. ज्ञानीकरता जन्म-मृत्यू राहतच नाहीत. ही जी बंधनाची प्रचिती आहे ती ज्ञानी मनाची प्रचिती आहे. जन्म वाईट आहे, असं ते नाही सांगत आहेत. पण आम्ही जसे आहोत, आम्हाला बंधन वाटेल. आमच्यासारखी माणसं प्रेमालाही बंधन मानतात. अशा किती पत्रिका येतात लग्नाच्या त्यात लिहिलेलं असतं की माझा पुत्र अथवा कन्या विवाहबंधनात बांधले जात आहेत. प्रेमालाही बंधन म्हणतो जेव्हा प्रेम म्हणजे मुक्ती आहे. असं लिहायला हवं की माझी मुलगी प्रेमात मुक्त होत आहे. आम्ही असे आहोत की प्रेमाला, जन्माला बंधन मानतो. मृत्यूलाही बंधन मानतो. आम्ही असे आहोत की संपूर्ण जीवनाला बंधन मानतो. जी व्यक्ती 'क्षण'मध्ये जगते, वर्तमानात जगते, फलाकांक्षातून मुक्त होऊन जगते, जी जीवनभर जीवनाला अभिनय समजून, सारखं जगते, जी न करताही करते आणि करूनही करत नाही अशी व्यक्ती जीवनात जे काही आहे त्या सर्वाला मुक्ती बनवते. तिच्यासाठी बंधनही मुक्ती आहे आणि आमच्यासाठी मुक्तीसुद्धा बंधन आहे. हे आमच्या होण्यावर अवलंबून आहे. हे जीवन मुक्ती आहे. आमच्या बघण्यावर अवलंबून आहे.

मी असं ऐकलं आहे की एका विद्रोही फकिराला कुणा खलिफाने तुरुंगात टाकलं. त्याच्या हातापायांत बेड्या ठोकल्या. हा सूफी फकीर अव्याहत स्वातंत्र्याची गाणी गायचा. खलिफा त्याला भेटायला गेला. म्हणाला, 'काही त्रास तर नाही?'

'त्रास कसला? शाही मेहमानला कसला त्रास? मी मोठा आनंदात आहे. झोपडीतून महालात आलो.'

'मस्करी करतो आहेस?'

'जीवन म्हणजेच मस्करी, तसंच बघितलं जीवनाकडे म्हणून असं म्हणू शकतो.'

'बेड्या जड तर नाहीत?'

'त्या माझ्यापासून फार दूर आहेत. खूप अंतर आहे. म्हणून तू या भ्रमात राहू नकोस की मला तुरुंगात टाकलंस म्हणजे माझ्या मुक्तीलाही तुरुंगात टाकलंस. कारण मी तुरुंगालाही मुक्ती बनवू शकतो.'

यावरच सर्व अवलंबून आहे की आम्ही बघतो कसं! मन्सूरचे हातपाय कापले, सुळावर चढवला त्याला, तरीही तो हसत होता आणि त्याचं हसणं वाढतच गेलं. लोकं जमली होती बरीच. म्हणाली, 'वेडा मन्सूर. ही काय हसण्याची गोष्ट आहे?' मन्सूर म्हणाला, 'मी हसतो आहे कारण तुम्हाला वाटतंय की तुम्ही मला मारत

आहात. पण तुम्ही दुसऱ्यालाच मारत आहात आणि लक्षात ठेवा की तुम्ही मन्सूरला स्पर्शही करू शकत नाही, मग कापण्याची गोष्ट लांबच राहिली. ज्याला कापत आहात तो मन्सूर नाहीये.' त्यांनी त्याचे एकेक अवयव कापले, फोडले; पण मन्सूर हसत होता. त्याचा कणन्‌कण हसत होता. लोक म्हणाले, 'तुम्ही याला रडवू शकत नाही. त्याच्याकडे कापून टाकण्यासारखं काही उरलंही नाही, पण त्याचं पूर्ण अस्तित्व हसत होतं.'

जीवन तसं होऊन जातं, जसं आम्ही आहोत. जन्म तसा होऊन जातो, जसे आम्ही आहोत. मृत्यू तसा होऊन जातो, जसे आम्ही आहोत. जर आम्ही मुक्ती आहोत, तर जन्म, जीवन, मृत्यू, मुक्ती आहे. जर आम्ही बांधलेले आहोत पाशात तर पशू आहोत. जन्म, जीवन, प्रेम, मृत्यू बंधन आहे. सर्व बंधन परमात्माही तेव्हा एक बंधन, एका बंधनासारखा दिसू लागतो.

'आधीच्या चर्चेत तुम्ही म्हणाला होतात की पुरुषात साठ टक्के पुरुष आणि चाळीस टक्के स्त्री तथा स्त्रीमध्ये साठ टक्के स्त्री आणि चाळीस टक्के पुरुष असतं. जर दोन्ही शक्तींचा पन्नास-पन्नास टक्के अनुपात झाला तर ती शक्ती नपुंसक असेल? आणि परमात्म्याला अर्धनारीश्वर का म्हटलं जातं?'

मी एक उदाहरण म्हणून साठ-चाळीस टक्के म्हटलं होतं. अनुपात खूप होऊ शकतात. सत्तर-तीसही ऐंशी-वीसही, नव्वद-दहाही होऊ शकतात आणि पन्नास-पन्नासही. पन्नास-पन्नास असेल तर ती व्यक्ती यौन दृष्टिकोनातून द्वंद्वतून बाहेर जाते, नपुंसक!

ही मजेशीर गोष्ट आहे की या देशाने ब्रह्म शब्द नपुंसकलिंगी म्हटला आहे. ब्रह्म पुरुष आहे की स्त्री? तो जो सर्व शक्तिमान आहे तो नपुसकलिंगी! कारण तो स्त्री कसा काय असू शकतो? तो पक्ष होईल. पुरुष तरी कसा काय? तोही पक्ष होईल. तो नि:पक्ष आहे. नि:पक्ष आहे तर पन्नास-पन्नास दोन्ही पूर्ण. अर्धनारीश्वरची कल्पना ब्रह्मची कल्पना आहे. त्यात स्त्रीत्व आणि पुरुषत्व अर्ध अर्ध आहे. दोन्ही एकत्र आहे, कारण तो दोन्ही नाहीये. जर पुरुष असेल तर स्त्रीत्वाचा या जगात कुठून आविर्भाव असेल? जर स्त्री आहे तर पुरुषत्वाचा या जगात कुठून आविर्भाव असेल? तो दोन्ही आहे म्हणून दोघांची निर्मिती करू शकतो.

आणि जोपर्यंत आम्ही स्त्री-पुरुष आहोत तोपर्यंत आम्ही परमात्म्याचे तुटलेले दोन भाग आहोत. म्हणून स्त्री-पुरुषाचं एकमेकांमधलं आकर्षण एक होण्याचं

आकर्षण आहे. हे आकर्षण पूर्ण होण्याचं आकर्षण आहे. अर्धनारीश्वर ही आमची कल्पना मोठी अद्‌भुत आहे. जगाने अनेक प्रतिमा बनवल्या, पण अर्धनारीश्वरमध्ये जे मोठं मनोवैज्ञानिक सत्य आहे, त्याची तुलना नाही. अर्धनारीश्वरमध्ये आम्ही एवढंच म्हणू शकतो की परमात्मा दोन्ही आहे, एकत्र – पूर्ण. त्याची एक बाजू स्त्रैण आहे आणि एक बाजू पुरुष आहे. तो दोहोंचा मध्य आहे.

हे जे मी म्हणालो 'मध्य', जीझसने एक शब्द उपयोगात आणला आहे 'यूनक ऑफ गॉड' ज्याला परमात्मा मिळवायचा आहे त्याने नपुंसक झालं पाहिजे. अजब आहे! पण योग्य. ज्याला परमात्मा मिळवायचा आहे त्याला परमात्म्यासारखं होता आलं पाहिजे. म्हणून बुद्ध, कृष्ण आपल्या पूर्ण गरिमेत ना स्त्री आहेत, ना पुरुष. ते दोन्ही आहेत. ते द्वंद्वाच्या पलीकडे गेले. पण आमच्यामध्ये द्वंद्व आहे मात्रांचं द्वंद्व!

आणि आमच्यात तिसरा सेक्स निर्माण होतो, याचंही हेच कारण आहे. ज्याच्यात शारीरिक पातळी दोन्ही तत्त्व समान झाली, तर त्याचं लिंग कोणत्याही दिशेने विकसित होत नाही. दोन्ही शक्ती एकमेकांना छाटत राहतात. आधी तर अचानक असं व्हायचं क्वचित की आधी स्त्री असलेली व्यक्ती पुढे पुरुष व्हायची आणि आधी पुरुष असलेली व्यक्ती पुढे स्त्री व्हायची.

आता शास्त्र विकसित झालं आहे. आज असं होत आहे की स्त्री पुरुष होत आहे. जर स्त्रीमध्ये पुरुषत्व जास्त असेल तर हे शास्त्राने तसा बदल घडवून आणता येत आहे. हार्मोन्स बदलता येतात आणि पुरुष स्त्री होऊ शकतो अथवा स्त्री पुरुष होऊ शकते.

अर्धनारीश्वर या गोष्टीची सूचना आहे की विश्वाचं मूळ स्रोत ना तर स्त्री आहे, ना पुरुष आहे. दोन्ही एकत्र आहे. पण जो नपुंसक आहे तो परमात्म्याच्या जास्त जवळ पोहोचेल? हे मी नाही म्हणत आहे. परमात्मा दोन्ही आहे आणि नपुंसक दोन्ही नाहीये. हा फरक लक्षात घ्या. नपुंसक एक अभाव आहे आणि परमात्मा भावाने भरलेला आहे. नपुंसकपाशी कोणतंही व्यक्तित्व नाही म्हणून त्याच्या वेदनांचा अंत नाही. म्हणून जीझस म्हणतात तसं यूनचेंज ऑफ गॉड. जे अगदी योग्य आहे की परमात्म्यामधे, परमात्म्यासाठी, न स्त्री राहता उपयोगी, ना पुरुष; दोन्ही व्हावं!

'जैनशास्त्रात का म्हटलं आहे की स्त्रियांना मोक्ष नाही?'

कारण आहे त्याचं. जैन शास्त्र पुरुषचित्तद्वारा निर्मित शास्त्र आहे. जैन साधना, पुरुष साधना आहे; आक्रमक साधना आहे. म्हणून जैन शास्त्र विचार करू शकत नाही की स्त्रीला मोक्ष कसा मिळेल? जर कृष्णभक्तांना आम्ही विचारलं तर ते

म्हणतील, 'स्त्रीशिवाय अजून कुणाला मोक्ष प्राप्त होणारच नाही. पुरुषाला मोक्ष कसा मिळेल?' कारण कृष्णभक्त पुरुष जरी असला तरी स्वत:ला स्त्री बनवून कृष्णाच्या प्रेमात पडतो. मीरा जेव्हा वृंदावनमध्ये गेली आणि मंदिरात प्रवेश करू लागली तर पुजाऱ्याने तिला अडवलं, कारण तो स्त्रीयांकडे बघत नसे. तर मीराने त्याला विचारलं की कृष्ण सोडून कोणी पुरुष आहे? आणि कृष्णाचे पुजारी होऊनही अजूनही पुरुष बनून राहिलास? तर पुजाऱ्याने तिला आत घेतलं. मला माझी चूक कळली. तर कृष्णाच्या आजूबाजूला जे चित्त आहे ते स्त्रीचं आहे – समर्पण!

महावीरांच्या आजूबाजूला पुरुषचित्त आहे. ते स्वत: पुरुषचित्त साधक आहेत. त्यांची सर्व साधना पुरुषचित्ताची साधना आहे. म्हणून महावीर विचारही करू शकत नाहीत. मानूही शकत नाहीत की स्त्रीला मोक्ष प्राप्त होईल. तर महावीरांच्या परंपरेत स्त्रीला जरा वाट बघावी लागेल. एक पर्याय घ्यावा लागेल. एकदा पुरुष व्हावं लागेल, मग ती जाऊ शकते. आणि मला वाटतं यात काही चूक नाही. जर महावीरांची साधना करायची असेल तर जगातली कोणतीही स्त्री करू शकत नाही. स्त्रैणचित्त महावीर-साधना करू शकत नाही. केवळ पुरुषचित्त! आणि पुरुषचित्त साधना करायची असेल तर कृष्णाबरोबर कठीण होईल. होऊ शकत नाही. पुरुषचित्ताचा कृष्णाशी काही ताळमेळ नाही.

ही जी आमची दोन चित्तं – मनं आहेत – त्यावर सर्व निर्भर आहे.

आता उद्या सकाळी बोलू.

◆

६

'भगवान श्री, महावीरांची वीतरागता, ख्राइस्टचं होली इन्डिफरेंस, बुद्धाची उपेक्षा, कृष्णाची अनासक्ती यात कोणती सूक्ष्म समानता आणि भिन्नता आहे? यावर प्रकाश टाका.'

ख्राइस्टची तटस्थता, बुद्धाची उपेक्षा, महावीरांची वीतरागता आणि कृष्णाची अनासक्ती यात खूप समानता आहे, पण मूलतः फरक आहे. समानता शेवटीवर, उपलब्धतेत, अंतिम पण भेद मार्गाचा आहे. अंतिम क्षणी हे चारही मार्ग एकाच ठिकाणी पोहोचतात.

जीझस ज्या तटस्थतेने सांगतात, बुद्ध ज्या उपेक्षेने सांगतात यात गहिरी समानता आहे. हे जग जसं आहे, या जगाची धारा जशी आहे, अंतर्द्वंद्व जसं आहे, भेद आणि विरोध जसे आहेत त्यांच्या प्रति कोणी तटस्थ होऊ शकतं. पण तटस्थता कधीही प्रसन्न असू शकत नाही. तटस्थता खोलवर उदासी बनते. म्हणून जीझस उदास आहेत. आणि जर त्यांना आनंद प्राप्त होतो, तर तो उदासीच्या मार्गानेच उपलब्ध होतो. ते या जीवनपथावर गाणी गात नाही निघत. तटस्थता उदासी बनते आणि जीझसची तटस्थता खूप उदास बनली आहे.

मी जर निवड करत नाही तर माझ्या आत वाहणारे सर्व प्रवाह थांबतील. नदी ना पूर्वेकडे वाहणार, ना पश्चिमेकडे, ना दक्षिणेला, ना उत्तरेला. उदास झालो तर एक उदास तलाव बनेल. तलावही सागराला मिळतो पण नदीच्या मार्गाने नाही. सूर्यकिरणांच्या रस्त्याने. पण नदी ज्या तऱ्हेने नाचत-गात सागराला जाऊन मिळते ते भाग्य तलावाचं नाही. तलाव उन्हात सुकून जातो, वाफ बनते, ढग बनून सागराला मिळतो. ही उदासी स्वाभाविक आहे. सूर्यकिरणात तापणं आणि वाफ बनणं उदासच असू शकतं. तो सरळ सागरापर्यंत पोहोचत नाही. ढग बनून

राजपथरूप भव्य जीवनधारेचे प्रतीक : कृष्ण!

पोहोचतो, तर जीझस एका उदास ढगासारखे आहेत, जो आकाशात फिरतो आणि सागराची यात्रा करतो.

तर बुद्ध आणि जीझसच्या जीवनव्यवस्थेत थोडं साम्य, जवळीक आहे. बुद्ध जरा वेगळे आहेत. जिथे जीझसची तटस्थता जीझसला उदास करते तिथे बुद्धांची उपेक्षा बुद्धांना शांत करते, उदास नाही. एवढाच फरक आहे. बुद्धाची उपेक्षा शांत करून टाकते. तिथे जीझससारखी उदासी नाही, कृष्णासारखं नाचणारं गाणं नाही, ना महावीरांसारखं झिरपणारं अप्रकट सुख आणि आनंद आहे. बुद्ध शांत आहेत. तटस्थ आहेत. ते केवळ तटस्थ नाहीत तर उपेक्षेला उपलब्ध आहेत. समजलं आहे की हेही व्यर्थ आहे, तेही व्यर्थ आहे. म्हणून उत्तेजित होण्यासारखं काहीही नाही. त्यांना कोणताही विकल्प उत्तेजित करू शकत नाही. सर्व विकल्प समान झाले. जीझस अजूनही काय चूक, काय बरोबर हे सांगतील. जरी ते दोघं तटस्थ असले तरीही, पण खोलवर त्यांची निवड आहे. बुद्ध अचुनाव, निवडच नाही, हे त्यांनी मिळवलं. त्यांच्यासाठी काहीही चूक नाही आणि काहीही बरोबर नाही. केवळ निवड करणं चूक आहे आणि न निवडणं हे बरोबर आहे. म्हणून जीझस आपल्या तटस्थतेतही मंदिरात जाऊन आसूड घेतात हातात आणि अतिरिक्त व्याज घेणाऱ्यांना आसुडानं पिटून काढतात. त्यांचं राज्य उलथवून टाकतात. ख्रिश्चनांच्या मंदिरातले पुजारी व्याजाचं कामही करत असत. दरवर्षी मेळ्याला लोक गोळा व्हायचे आणि पुजारी त्यांना उधार कर्ज द्यायचे. आणि व्याज इतकं वाढवलं होतं की लोक आपलं मूळ कर्ज कधी फेडू शकत नसत, व्याजही चुकतं करता येत नसे. वर्षभर मेहनत करकरून पुजाऱ्याचे व्याजाचे पैसे कसेबसे भरू शकत. पूर्ण देशाचं धन सिनेगॉगमध्ये साठत चाललं होतं, तर जीझस अशांच्या अंगावर आसुडाने फटके देत, जे अतिरिक्त व्याज घेत असत.

जीझस तटस्थ आहेत पण निवड आहे. या जगात तटस्थता हवी, पण जर काही चुकीचं होत असेल तर निवड हवी असं ते म्हणत. पण बुद्धांच्या हातात आसूड असा विचारही आम्ही करू शकत नाही. त्यांची काहीही निवड नाही आणि त्यामुळेच त्यांना गहिरी शांतता उपलब्ध झाली. म्हणून बुद्धांना समजून घेताना शांती हा अतिशय महत्त्वपूर्ण शब्द आहे. तर बुद्धांच्या प्रतिमेतून जो भाव प्रकट होतो आणि पाझरतो चारही दिशांना तो शांतीचा आहे. असं म्हणायला हवं की शांती मूर्तिमंत बुद्ध झाली. कोणतीच उत्तेजना नाही. तलावाचीही नाही. तलाव सूर्यकिरणांमुळे कमीत कमी वाफ तरी बनतो, आकाशाकडे झेपावतो. बुद्ध इतके शांत आहेत की ते म्हणतात, की सागराकडे जाण्याचीही उत्तेजना नाही, सागराला यायचं असेल तर त्याने येवो. त्यांना तेवढा प्रवासही करायचा नाही. तेवढी यात्रासुद्धा ताण आहे.

म्हणून बुद्धांनी अनेकांच्या प्रश्नांना उत्तर देण्यास नकार दिला. ईश्वर आहे? ब्रह्म आहे? मोक्ष आहे? आत्म्याचं काय होतं माणूस मेल्यानंतर? अशा प्रश्नांना त्यांनी हसून टाळलं. ते म्हणतात की हे असं विचारून नका. कारण मग त्यापर्यंतचा प्रवास सुरू होतो आणि प्रवास अशांत बनतो. मी जिथे आहे, तिथेच आहे. मला कोणता प्रवास करायचा नाही, निवड करायची नाही. म्हणून बुद्धांची उपेक्षा केवळ संसाराची उपेक्षा नाहीये. जीझसची उपेक्षा केवळ संसाराची आहे, पण परमात्म्याची निवड चालू आहे. बुद्धांची उपेक्षा परमात्म्याची उपेक्षाही आहे. परमात्मा मिळवणं हीसुद्धा मनाची तृष्णा आणि ईर्षा आहे. शेवटी नदीही सागराला का मिळवू इच्छिते? आणि जरी मिळवला तरी काय मिळणार? जर सागरात जास्त पाणी आहे तर एखाद्या मात्रेचा फरक पडतो. नदी आणि सागर दोहोंत पाणी आहे आणि त्यात फरक कोणता आहे? बुद्ध म्हणतात, आम्ही जे आहोत, आहोत. आणि तिथेच शांती आहे. म्हणून बुद्धाची उपेक्षा यात्राविहीन आहे. बुद्धांच्या चेहऱ्यावर, नजरेत यात्रा दिसत नाही. ते स्थिर आहेत. जसं एखादं शांत सरोवर, ना नदीकडे, ना आकाशाकडे. एक हलकीशी लाटही नाही असं बुद्धांचं होणं आहे.

स्वभावत: बुद्धांची शांती नकारात्मक असेल. त्यात कृष्णाचा प्रकट आनंद असू शकत नाही. महावीरांचा अप्रकट आनंदही असू शकत नाही. पण जो शांत, इतका शांत की ज्याला सागरापर्यंत पोहोचण्याचीही इच्छा नाही, त्यांना अंतत: आनंद उपलब्ध होणार नाही? होईल, पण ती बुद्धाची आतली दिशा असेल. त्यांच्या अंतरतम मध्ये तो आनंदाचा दीप जळेल. पण बाहेर त्यांची पूर्ण आभा, प्रभामंडल, ते शांतीचं असेल. दिव्याची गहिरी ज्योत जिथे असेल तिथे आनंद असेल, पण त्याचं प्रभामंडळ केवळ शांतीचं असेल. बुद्धांना हलतं-डुलतं असा विचार करणंही कठीण वाटेल. त्यांची प्रतिमा बघून वाटेल की हा माणूस कायम बसलेला असेल. त्यांची प्रतिमा म्हणजे सर्व गोष्टी थांबलेल्या, स्थिर, गतिहीन, त्यांची आभा शांतीची

आभा आहे.

बुद्धांची उपेक्षा समस्त तणावांची उपेक्षा आहे. मग ते तणाव मोक्षाचेही का असेनात. कोणी माणूस मोक्ष मिळवू इच्छित, तर बुद्ध म्हणतील, वेडा आहेस! मोक्ष आहे का कुठे? कुणाला आत्मा मिळवायचा तर बुद्ध म्हणतील, आत्मा असतो का कुठे? खरं तर जोपर्यंत मिळवणं आहे, तोपर्यंत बुद्ध म्हणतील तुम्ही मिळवू शकणार नाही. तुम्ही अशा जागी उभे राहा जिथे 'मिळवणं' हे नाहीच. तेव्हा तुम्हाला मिळेल! पण हे कधी ते सांगत नाहीत. कारण इतकं जरी ते म्हणाले तर आम्ही तत्काळ पळत सुटू, तर ते केवळ निषेध करत राहतात. ना परमात्मा आहे, ना आत्मा आहे, ना मोक्ष आहे. कोणीही नाहीये. कारण जोपर्यंत काही आहे तोपर्यंत तुम्ही ते मिळवू पाहाल आणि जोपर्यंत तुम्ही मिळवू पाहता, तोपर्यंत तुम्ही मिळवू शकणार नाही. कारण जे मिळवायचं आहे ते थांबून, मौन, स्थिरतेत, शून्यात मिळवणं आहे. आणि तुमची तृष्णा तुम्हाला पळवत राहील. तृष्णा मूळ आहे आणि उपेक्षा सूत्र आहे तृष्णातून मुक्त होण्याचं. निवड नको, विचारूच नका की कुठे जायचं आहे. मुक्कामाचं ठिकाण बनवूच नका. नाहीच आहे.

जीझससाठी मुक्कामाचं ठिकाण आहे. म्हणून जगासाठी ते पवित्र तटस्थतेची गोष्ट करतात. पण परमात्म्यासाठी नाही. जर असा कुणी माणूस आहे तर ती अपवित्र तटस्थता असेल. पवित्र तटस्थता संसारासाठी. जर आम्ही जीझसना विचारलं की बुद्ध तर म्हणतात, कोणी परमात्मा, आत्मा नाही. ना काही मिळवण्यासारखं आहे, ना कोणी मिळवणारा आहे. म्हणून बुद्ध जे बोलतात ते खूप अद्‌भुत आहे. जर त्यांना विचारलं की कोणीही नाहीये? तर ते म्हणतील, जे आम्हाला दिसत आहे ते केवळ संघटित आहे. जसा एक रथ, त्याची चाकं वेगळी करा, घोडे वेगळे करा, त्याचा खांब वेगळा करा, तर मागे काही उरत नाही. रथ केवळ एक जोड आहे. तसेच तुम्हीही एक जोड आहात. हे सर्व जग एक जोड आहे. वस्तू तुटतात, मागे काही उरत नाही. ना आत्मा, ना परमात्मा. आणि तेच मिळवणं योग्य आहे पण हे सर्व बुद्ध आत बोलतात. म्हणून ज्यांना गहिरं समजतं, तेच समजू शकतात. इतर तृष्णा असणारे सगळे परतून येतात. ज्यांना काही मिळवायचं आहे, ते म्हणतात हा माणूस व्यर्थ आहे. केवळ शांत होण्यासाठी आम्ही नाही आलो आणि बुद्ध हसतात कारण शांत झाल्यानंतरच मिळू शकतं. तो परमात्मा आहे, शांत झाल्यावरच प्राप्त होतो. तो आत्मा, तो मोक्ष... पण तुम्ही ते लक्ष्य बनवू नका. जर मला विचारलंत मोक्ष आहे? आणि मी हो म्हणालो, तर तुम्ही लगेचच ते तुमचं लक्ष्य बनवाल. आणि लक्ष्याकडे पळणारा माणूस कधीही शांत होऊ शकत नाही. म्हणून बुद्धांची उपेक्षा शांतीत घेऊन जाते. इतकी गहिरी शांतता, जिथे कोणतीच यात्रा नाही.

महावीरांची वीतरागता बुद्धांच्या शांतीशी जुळते, काही अंतरापर्यंत. कारण या

जगात तेही उपेक्षेच्या पक्षात आहेत. आणि काही अंतरापर्यंत महावीरांची वीतरागता जीझसशीही जुळते, कारण त्या जगात मोक्षासाठी त्यांची निवड आहे. महावीर मोक्षासाठी निवड करतात. कारण जर महावीर म्हणाले की जर मोक्षही नाहीये, तर मग शांत होण्याचं प्रयोजन काय? मग अशांत राहण्यास हरकत काय? जर काही मिळवायचंच नसेल तर मग गप्प आणि मौनाचं प्रयोजनच काय? महावीर म्हणतील सर्व सोडून देऊ, तर काही मिळवायचंही आहे आणि काही मिळवण्यासारखं आहे, त्यासाठी सर्व सोडता येतं. म्हणून मोक्षासाठी महावीरांची उपेक्षा नाहीये. वीतरागता त्यांची या जगात जे द्वंद्व आहे त्यातून पार नेणारी आहे. निर्द्वंद्व उपलब्धतेचा मार्ग आहे. बुद्धाची उपेक्षा अनुपलब्धीचं दार आहे. जिथे सर्व शून्य होईल आणि सर्व हरवेल.

बुद्धाचा संन्यास एकाअर्थी पूर्ण आहे. त्यात परमात्म्याची अपेक्षाही नाहीये, मागणं नाही. महावीरांच्या संन्यासात मोक्षाला जागा आहे आणि महावीर म्हणतात, संन्यास संभवच नाही. जर मोक्ष नसेल. कारण महावीरांचं चिंतन मोठं वैज्ञानिक आहे, ते म्हणतात विनाकार्य-कारण काहीही होत नाही. म्हणून ते बुद्धांशी सहमत होणार नाहीत की केवळ शांत बसावं विनाकारण. ते म्हणतात, शांत होण्यासही कारण असतं आणि अशांत होण्यासही कारण असतं. ते कृष्णाशीही सहमत होत नाहीत की आम्ही सर्व काही स्वीकारावं. कारण जर आम्ही सर्वांचा स्वीकार केला तर आम्ही आत्मवान नाही, दगडासारखं होतो. आत्म्याचं असणं याचा अर्थच मुळी विवेक आहे. काय योग्य, काय अयोग्य याचा विवेक असणं हा आत्मवान होण्याचा अर्थ आहे. जे अयोग्य आहे ते सोडून देत जाणं, रागही चूक आणि विरागही चूक म्हणून दोहोंना सोडून द्यायचं आहे आणि वीतरागाला धरायचं आहे. महावीरांसाठी वीतरागातून उपलब्धी आहे आणि वीतरागातूनच मोक्ष आहे.

म्हणून महावीर शांत आणि आनंदी आहेत. मोक्षाची उपलपब्धीची किरणे केवळ त्यांच्या आत पसरत नाहीत, तर शरीरातून चारही बाजूंनी नाचतात. म्हणून जर महावीर आणि बुद्धांना एकत्र उभं केलं तर बुद्ध पॅसिव्ह सायलेन्स, जणू नाहीच आहेत, तर महावीर ॲक्टिव्ह सायलेन्स खूप मजबुतीने आहेत. पण जर महावीरांना कृष्णासमोर उभं केलं तर महावीर शांत वाटतील आणि कृष्ण आनंदच आनंद वाटतील. कृष्ण नाचू शकतात, महावीर नाही नाचू शकत. जर महावीरांचा नाच बघायचा असेल तर तो त्यांच्या शांतीत, मौनात, स्थिरतेत बघायला हवा. तो दिसू शकतो; पण ते नाचू शकत नाहीत, तो नाच परोक्ष आहे.

तर महावीरांची वीतरागता प्रकट रूपाने आनंद घोषित करते. हाच आहे फरक महावीर आणि बुद्धांच्या प्रतिमेत. महावीर असे झाले आहेत जसे पूर्णपणे आहेत. त्यांच्या अस्तित्वाची घोषणा समग्र आहे. म्हणून महावीर ईश्वराला नाकारतात, पण

आत्मा नाकारू शकत नाही. ते म्हणतात परमात्मा नाहीये कुठेच. मीच परमात्मा आहे, आत्माच परमात्मा आहे. तुम्ही सगळे परमात्मा आहात. वेगळा कुणी परमात्मा नाहीये. ही घोषणा त्यांच्या प्रगाढ आनंदातून निघते, हर्षोन्माद! कारण जर माझ्यापेक्षा वर कोणी परमात्मा आहे तर मी कधी पूर्णपणे स्वतंत्र होऊ शकणार नाही. जर माझ्यावर कोणी नियंता आहे आणि त्याच्या कायद्याने जर जग चालत असेल, तर माझ्या मुक्तीला अर्थ काय? जर तो सांगतो की या मुक्त माणसाला पुन्हा संसारात पाठवून द्या, तर मी काय करू शकणार? म्हणून स्वातंत्र्याची खातरी केवळ हयात आहे की परमात्मा नसेल. परमात्मा आणि स्वतंत्रता दोन्ही एकत्र असू शकत नाहीत. म्हणून आत्माच परमात्मा आहे. प्रकट आनंद! हीच त्यांची वीतरागता.

वीतरागतात ते बुद्धांशी सहमत आहेत निवड न करण्यासाठी. राग आणि विरागमध्ये निवड करायची नाहीये; पण संसार आणि मोक्षमध्ये निवड करायची आहे. ते या बाबतीत बुद्धांशी सहमत नाहीत. याबाबतीत ते जीझसशी सहमत आहेत. या बाबतीत जीझसची तटस्थता त्यांना जवळची वाटते. पण जीझसचा परमात्मा परलोकात आहे आणि जीझस मेल्यानंतरच प्रसन्न होऊ शकतात, जेव्हा परमात्मा त्यांना मिळेल. महावीरांचा परमात्मा परलोकात नाही. त्यांचा परमात्मा आत आहे आणि ते इथेच त्याला मिळवून प्रसन्न आहेत. म्हणून जीझस उदास आहेत आणि महावीर उदास नाहीत.

कृष्णाच्या अनासक्तीचा या तिघांशी काही ताळमेळ आहे आणि काही मूळ भेद आहे. कृष्णाची अनासक्ती उपेक्षा नाहीये. कृष्ण म्हणतात, ज्याच्यापाशी उपेक्षा झाली, त्याच्यासाठी आम्ही अनासक्त नाही होऊ शकत, कारण उपेक्षाही विपरीत आसक्ती आहे. रस्त्यावरून गेलो आणि मी तुमच्याकडे बघितलं नाही. बघण्यातही एक आसक्ती आहे, न बघण्यातही एक आसक्ती आहे. केवळ विपरीत आसक्ती आहे की नाही बघणार! मग कृष्ण म्हणतात, उपेक्षा त्याची कारण परमात्म्याशिवाय काही नाहीच आहे. ज्याची उपेक्षा झाली, तो परमात्माच आहे. हे जग जर संपूर्णपणे परमात्मा आहे, तर उपेक्षा कुणाची? आणि उपेक्षा करणार कोण? आणि जो उपेक्षा करणार तो अहंकारातून मुक्त कसा होणार? उपेक्षा करणार कोण? मी करेन उपेक्षा? वाइटाची उपेक्षा करेन चांगल्यासाठी, संसाराची उपेक्षा करेन मोक्षासाठी. करणार कोण? आणि करणार कुणाची? म्हणून उपेक्षेसारख्या नकारात्मक आणि निंदात्मक शब्दाचा उपयोग कृष्ण करत नाहीत.

तटस्थतेचा उपयोगही ते करू शकत नाहीत. कारण कृष्ण म्हणतील, परमात्मा स्वतः तटस्थ नाहीये, तर आम्ही तटस्थ कसे होणार? तटस्थ होता येतच नाही. कृष्ण म्हणतात, आपण नेहमी प्रवाहात आहोत, तटावर नाही. जीवन एक प्रवाह आहे आणि जीवनाला किनारा, तट नाही ज्यावर आम्ही उभे राहू शकू आणि तटस्थ

होऊ आणि म्हणू की आम्ही प्रवाहाबाहेर आहोत. आम्ही जिथे कुठे आहोत प्रवाहात आहोत, जीवनात आहोत, अस्तित्वात आहोत, आम्ही तटावर उभे राहू शकत नाही. होणं, अस्तित्वच प्रवाह आहे. म्हणून आम्ही तटस्थ होणार कसे? हो, नदीकिनारी आम्ही उभे राहू शकतो. नदी वाहत राहते आम्ही तटावर उभे राहतो. पण जीवनाची अशी कुठली नदी आहे जिच्या तटावर आम्ही उभे राहू शकू. जीवन नदीला किनारा नाही, तर तटस्थता शब्दाचा प्रयोग ते करत नाहीत, उपेक्षा शब्दाचा प्रयोग ते करत नाहीत.

वीतराग शब्दाचा उपयोग ते करू शकत नाहीत, कारण ते म्हणतात की जर राग वाईट आहे, विराग वाईट आहे, तर तो आहेच कशाला? वाइटाचं अस्तित्वच कसं काय असू शकतं? अथवा आम्ही असं मानू की जगात दोन शक्ती आहेत. एक शुभ – परमात्म्याची शक्ती आहे. एक अशुभ – सैतानाची शक्ती आहे. जसं की झरतुष्ट्र मानतात, जसे ख्रिश्चन मानतात, जसं मुसलमान मानतात! त्यांचे कष्ट असे आहेत की जर जगात अशुभ आहे, तर मग अशुभ शक्ती आम्हाला परमात्मापासून वेगळी करायला हवी. कारण परमात्मा शुभचा स्रोत! ते झरतुष्ट्र विचार करू शकले नाहीत, मोहम्मद विचार करू शकले नाहीत, जीझसही मान्य करत नाहीत. म्हणून सैतानासाठी, अशुभसाठी आम्हाला वेगळी जागा तयार करावी लागते. कृष्ण असं म्हणतात की अशुभ असलं तरी वेगळं असलं तरी काय झालं, ते परमात्म्याच्या आज्ञेमुळे आहे, की परमात्म्याच्या आज्ञेशिवाय? त्यांच्या असण्यासाठी परमात्म्याच्या आधाराची गरज आहे की ते स्वतंत्र रूपात आहेत? जर ते स्वतंत्र रूपात असतील तर मग परमात्म्याशी समतोल शक्ती झाली. मग या जगात शुभ कधीही फलित होऊ शकणार नाही. मग तो हरेलच का? हरण्याची आवश्यकताच काय? मग या जगात दोन परमात्मा झाले आणि या जगात दोन परमात्म्यांची कल्पना अशक्य आहे.

म्हणून कृष्ण म्हणतात की शक्ती एकच आहे आणि त्या शक्तीतूनच सर्व निर्माण होतं. ज्या शक्तीमुळे स्वस्थ फळ लागतं वृक्षाला, त्याच शक्तीमुळे नासकं फळही लागतं. त्यासाठी वेगळी शक्ती असण्याची गरज नाही आणि ज्या मनातून वाईट निर्माण होतं, त्याच मनातून चांगलंही निर्माण होतं, वेगळ्या शक्तीची गरज नाही. शुभ-अशुभ एकाच शक्तीची दोन रूपांतरं आहेत. अंधार आणि प्रकाश एकाच शक्तीची दोन रूपं आहेत. म्हणून कृष्ण सांगतात की मी दोहोंना सोडण्यास सांगत नाही, दोहोंना त्यांच्या समग्रतेने जगायला सांगतो.

अनासक्तीचा अर्थ एका पक्षाची दुसऱ्याच्या प्रति आसक्ती नाही, शुभ-अशुभ दोन्ही बाजूंना आसक्ती नाही, अपक्षामध्येही आसक्ती नाही, आसक्तीच नाही. निवडच नाही आणि जसं जीवन आहे, या समग्र जीवनाची पूर्ण स्वीकृती आणि या

समग्र जीवनापाशी स्वयंचं पूर्ण समर्पण! अनासक्तीचा अर्थ असा आहे की मी वेगळा नाहीच, एक आहे या जगताशी. कोण निवडणार, कोणाला निवडणार? जग जसं करवतं आहे तसा मी लाटेसारखा समुद्रात वाहत जात आहे. मी वेगळा नाहीये.

यात काही समान सापडेल.

कृष्ण बुद्धासारखी शांती मिळवतील कारण त्यांना काही मिळवायचं नाहीये. जे काही आहे ते मिळालेलंच आहे. ते महावीरांसारखे वीतराग दिसतील काही क्षणांमध्ये, कारण त्यांच्या आनंदाला पारावार नाही. ते जीझससारखे परमात्म्याची घोषणा करताना दिसतील. म्हणून नाही की या लोकी आणि परलोकी परमात्मा कुठे बसलेला आहे, उलट सर्व काही परमात्माच आहे. कृष्णाची अनासक्ती समर्पण आहे. 'मी'च न होणं, 'मी' नाहीये, हे जाणणं. हे समजल्यानंतर जे होत आहे, ते होत आहे. त्याला काही इलाज नाही. यात आम्ही काही करू शकत नाही. यात आम्ही काही करू शकतो, असं नाहीच आहे. यात आमच्याकडून काही होऊ शकेल याची शक्यता नाही. कृष्ण स्वत:ला एका तरंगासारखं समुद्रात बघतात. काही निवड करायची नाहीये म्हणून आसक्तीही नाहीये. अनासक्तीची ही स्थिती जर आम्ही नीट समजून घेतली तर ही स्थिती नाहीये. 'स्टेट ऑफ माइंड' नाहीये, हे समस्त स्टेट ऑफ माइंड सोडून द्यायचं आहे. समस्त स्थिती सोडून द्यायची आहे आणि अस्तित्वाबरोबर होऊन जायचं आहे.

या एकतेत कृष्ण पोहोचतात जिथे आपापल्या चिंचोळ्या गल्लीतून महावीर पोहोचतात, जीझस पोहोचतात, बुद्ध पोहोचतात. पण त्यांची निवड पाऊलवाटेची आहे. कृष्णाची निवड राजमार्गाची आहे. पाऊलवाटेवरचेही पोहोचतात आणि राजमार्गावरचेही पोहोचतात. पाऊलवाटेवर सोयही आहे, गैरसोयही आहे.

व्यक्तिगत निवड आहे. काही लोकांना पाऊलवाट भावते. त्यांना त्यातच मजा वाटते एकटेपणात, मागे-पुढे कोणीही नाही, गर्दीचे धक्के नाहीत, प्रत्येक क्षणी रस्ता शोधावा लागतो दाट जंगलातून, तेव्हाच त्यांच्या चेतनेला प्रोत्साहन मिळतं, आव्हान मिळतं. ते पाऊलवाट शोधत पोहोचतील. काही लोकांना पाऊलवाट अजिबात आनंददायी वाटत नाही. एकटं राहणं त्यांना जड जातं. सर्वांबरोबर असणंच त्याचं असणं आहे, सर्वांबरोबरच त्यांचा आनंद आहे. आनंद त्यांच्यासाठी सहजीवन, सहयोग, साथ-संगतीत आहे. ते राजमार्गावरून जातील. निश्चितच पाऊलवाटेवरून जाणारे उदासीन चालू शकतात. राजमार्गावरून जाणारे उदासीन होऊन चालतील तर पाऊलवाटेला धक्का मारत जातील. राजमार्ग जिथे लाखो लोक चालतील, तिथे नाचतच जाता येईल, गाणी म्हणत चालता येईल. पाऊलवाटेवरून जाणारे शांतपणे चालू शकतील. राजमार्गावरून जाणाऱ्यांवर अशांतीचे ढगही येत राहतील. त्यांना तेही मान्य करावं लागेल. तीच त्यांची शांती असेल. पाऊलवाटेवरचे

आपल्या निजतेतल्या आनंदात तल्लीन होऊ शकतात, राजमार्गावरून जाणाऱ्यांना दुसऱ्याच्या सुख-दुःखात सामील व्हावं लागेल. हा सर्व फरक राहणार. पण कृष्ण, जसं मी सांगितलं 'मल्टीडायमेन्शनल' त्यांची निवड राजमार्गाची आहे.

आणि जर आम्ही नीट समजून घेतलं, तर परमात्म्याजवळ पोहोचण्याचा कोणता एक मार्ग नाहीये. जो जिथे आहे, तिथूनच प्रत्येकासाठी मार्ग बनू शकतो की तो परमात्म्यापर्यंत पोहोचेल. परमात्म्यापाशी पोहोचण्यासाठी बनवलेला असा कोणताही मार्ग नाही. सगळे आपल्या पद्धतीने पोहोचू शकतात. पोहोचल्यावर यात्रा एकाच ठिकाणी पूर्ण होते. त्यांची जे वीतरागता हून जातात, त्यांची जे तटस्थतेतून जातात, त्यांची जे उपेक्षेतून जातात, त्यांची जे आनंदातून जातात.

मुक्कामाचं ठिकाण एक आहे, रस्ते अनेक आहेत आणि प्रत्येक व्यक्तीला काय अनुकूल आहे, ते निवडायला हवं. त्याने याची चिंता करायला नको की कोण चूक आहे. कोण बरोबर? त्याने याची चिंता, काळजी केली पाहिजे की माझ्यासाठी, माझ्या स्वभावानुसार काय अनुकूल आहे.

'भगवान श्री, आत्ता तुम्ही कृष्णाच्या निवड न करण्याबाबत सांगितलंत, परंतु गीतेत उल्लेख आहे की जेव्हा उत्तरायणाचा सूर्य असेल तेव्हा ज्याचा अंत होतो तर मोक्ष होतो. जर दक्षिणायन सूर्य असेल तर कुणाला त्रास होतो का? आणि स्थितप्रज्ञ आणि भक्त विषयाबद्दल गीतेत जे सांगितलं आहे, त्या दोहोंत काय समानता अथवा भिन्नता आहे? स्थितप्रज्ञ मनुष्य सुखात अनुद्विग्न आणि दुःखातही अनुद्विग्न राहिला, तर असा प्रश्न निर्माण होण्याची शक्यता नाही की सुख-दुःख दोहोंत त्याची संवेदनशीलता बधिर होईल, होते? जर सुखाला सुखासारखं आणि कष्टाला कष्टासारखं नाही घेतलं तर त्याच्या संवेदनांना मानवी कसं म्हणणार आम्ही?

हे सूत्रं खूप बहुमूल्य आहे. कृष्णाचं असं म्हणणं की सुख-दुःखात अनुद्विग्न राहू, तिचं खरी स्थितप्रज्ञता. हा प्रश्न खूप छान आहे. अर्थपूर्ण आहे की जर सुखात कुणी सुखी होत नाही आणि दुःखात कुणी दुःखी होत नाही तर त्याची संवेदनशीलता मरून जाणार नाही का?

दोन उपाय आहेत सुखात आणि दुःखात अनुद्विग्न होण्याचे. एक उपाय हाच आहे जो प्रश्नात मांडला आहे. एक उपाय हा आहे की जर संवेदनशीलता मारून

टाकली, तर सुख सुख वाटणार नाही आणि दुःख दुःख वाटणार नाही. जसं की जर जीभ जळली तर ना प्रिय स्वादाचा पत्ता लागेल न अप्रिय स्वादाचा पत्ता लागेल. डोळे फुटले तर ना काळोख समजेल, ना उजेड. कान नष्ट केले तर ना संगीत समजेल ना विसंगती समजेल. सरळ रस्ता हाच वाटतो की संवेदनशीलता नष्ट केली जावी, मारून टाकावी, तर व्यक्ती सुख-दुःखात अनुद्विग्न होईल. आणि साधारणपणे कृष्णाला न समजणारी माणसं असंच समजतात आणि असंच करण्याचा प्रयत्न करतात. ज्यांना आम्ही संन्यासी म्हणतो, त्यागी म्हणतो, विरक्त म्हणतो, ते हेच करत आले आहेत. ते संवेदना मारत आले आहेत.

पण कृष्णाचं सूत्र वेगळं आहे. कृष्ण म्हणतात सुख-दुःखात अनुद्विग्न. ते असं म्हणत नाहीत की सुख-दुःखात असंवेदनाशील, ते म्हणतात अनुद्विग्न! सुख-दुःखापलीकडे त्यांच्या वर, त्यांच्या पुढे. स्वच्छ आहे ही गोष्ट की सुख-दुःख मिटून जावेत, असं ते म्हणत नाहीत. जर सुख-दुःख मिटली तर त्यांच्या पलीकडे कसं जाणार? सुख-दुःख म्हणजे काय हेच जर समजलं नाही तर सुख-दुःखात अनुद्विग्नतेचा अर्थ काय झाला? काही अर्थ नाही. मेलेला माणूस सुख-दुःखाच्या बाहेर जातो, अनुद्विग्न नाही होत. म्हणून मी दुसरा अर्थ करतो.

एक अजून मार्ग आहे जो कृष्णाचा मार्ग आहे. जर कुणी व्यक्ती सुखाचा पूर्ण अनुभव घेते, पूर्ण इतका पूर्ण की बाहेर काही राहतच नाही, सुखात पूर्ण होते, सुखाशी पूर्ण संवेदनाशील होते, तर अनुद्विग्न होते. कारण उद्विग्न होण्यासाठी बाहेर काही शिल्लक राहणार नाही. जर कुणी व्यक्ती दुःखात बुडते, पूर्ण दुःखात तर दुःखाबाहेर दुःखी होण्यासाठी कोण शिल्लक राहतं? कृष्ण जे सांगत आहेत, तो म्हणजे संवेदनशीलतेचा अंत नाहीये. संवेदनशीलतेची पूर्णत्वाची गोष्ट आहे. जर आम्ही पूर्ण संवेदनशील होतो, समजा माझ्यावर दुःख कोसळलं, मला समजतंय की दुःख आलंय, कारण दुःखापासून वेगळं राहून मी विचार करतो. मी असं म्हणतो की माझ्यावर दुःख आलं. मी असं नाही म्हणत आहे की मी दुःखी झालो आहे आणि जेव्हा आम्ही असं म्हणतो की दुःखी झालो आहे, तेव्हाही अंतर राहतं. आम्ही असं म्हणत नाही की मी दुःखी आहे.

थोडं समजून घेणं उपयोगी होईल.

आम्ही जीवनात सगळ्या गोष्टी तोडून ठेवतो, जे सत्य नाहीये. मी जेव्हा कुणाला म्हणतो की माझं तुझ्यावर प्रेम आहे, तर भाषा म्हणून योग्य बोललं गेलं असलं तरी अस्तित्वगत रूपात चूक आहे. जेव्हा मला कुणाशी तरी प्रेम होतं, तर असं होत नाही की माझं कुणावर तरी प्रेम आहे. असं होतं की मी कुणाचं तरी प्रेम आहे. मी पूर्ण प्रेमच असतो. माझ्यापलीकडे काही उरतच नाही जे प्रेम नाही. आणि जर माझ्यापलीकडे थोडंसं जरी काही उरतं जे सांगण्यासाठी आहे की मला तिच्याशी

प्रेम झालं, तर मी पूर्ण प्रेम नाही झालेलो आणि जो पूर्ण प्रेमात जात नाही, तो प्रेमात नाहीच. तो असू शकतच नाही. जेव्हा आमच्यावर सुख येतं, दुःख येतं तेव्हा आम्ही पूर्ण त्यांच्यात नाही जात. जर आम्ही पूर्ण असू आणि त्याच्या अलीकडे-पलीकडे काहीही उरत नाही तर कोण म्हणेल, कोण उद्विग्न होईल, कोण पीडित होईल? मी दुःखच होऊन जाईन, तर संवेदनशीलता तर पूर्ण असेल. आपल्या सर्वोच्चतमेत असेल. कारण माझं रोमन्रोम दुःखाने भरलं जाईल. माझे डोळे, माझा श्वास, माझं अस्तित्व, दुःख होईल आणि तेव्हा उद्विग्न होण्यासाठी कोणी शिल्लक नसेल. मी दुःखी आहे, उद्विग्न कोण होणार?

असंच जेव्हा सुख येईल मी पूर्ण सुख होऊन जाऊ, तर मग उद्विग्न कोण होणार? मी सुखी होणार आणि जर दुःख आणि सुख दोहोंत मी असा पूर्ण होत जाईन तर कधीही सुख-दुःखाची तुलना करण्याची संधी कशी मिळणार? कोण तोलणार? की जेव्हा दुःखी होतो तेव्हा फार कष्टात होतो आणि जेव्हा मी सुखी होतो तेव्हा खूप छान होतो? आणि आता पुढेही सुखच असायला हवं. दुःख असता कामा नये. प्रत्येक क्षण आमचं पूर्ण अस्तित्वाला वेढून टाकतो, तो संवेदनशीलता समग्र होते. पूर्ण होते पण उद्विग्नता हरवते. काही कारणच राहत नाही. काहीच कारण राहत नाही.

दोन दिवसांपूर्वी एक मित्र माझ्याकडे आले, म्हणाले, मी सिगारेट ओढतो आणि त्यामुळे खूप त्रस्त झालो आहे. मी म्हणालो की असं वाटतंय की तुम्ही तुम्हाला दोन भागांत तोडलं आहेत. एक सिगारेट ओढणारा, एक त्रस्त होणारा. नाही तर हे कसं शक्य आहे? सिगारेट तरी ओढा अथवा त्रस्त तरी व्हा. या दोन्ही गोष्टी एकत्र असणं अशक्य आहे. तुम्ही तुमचे दोन भाग केले आहेत. दोन आत्मा. एक जो सिगारेट ओढत राहतो आणि एक जो पश्चात्ताप करत राहतो. आता जो पश्चात्ताप करतो आहे तो आयुष्यभर पश्चात्ताप करत राहील आणि जो सिगारेट ओढतो, तो आयुष्यभर सिगारेट ओढत राहील. पश्चात्ताप करणारा कधी कधी नियम करेल आणि सिगारेट ओढणारा तो नियम तोडेल. तुम्ही सिगारेट तरी ओढा अथवा पश्चात्ताप तरी करा. दोन कामं एका वेळेस कराल तर कष्टी व्हाल. सिगारेट ओढणारा व्हायचं असेल तर स्वतःला शिल्लक ठेवू नका मागे. तो जो दूर उभं राहून सांगतो आहे की वाईट करतो आहेस, चांगलं करतो आहेस, त्याला वाचवून ठेवू नकोस. ज्या दिवशी सिगारेट ओढायची तर पूर्ण व्हा. कारण पूर्ण माणूस सिगारेट सोडूही शकतो. तरच तो पूर्ण करू शकतो काहीही. ओढणंही, सोडणंही. तेव्हा मग द्विधा होत नाही. पूर्ण पितो तरी आनंदित होतो. पूर्ण सोडतो तरी आनंदित होतो.

हा जो अर्धा अर्धवट माणूस आहे, विभागलेला त्याला ओढताना त्रास होतो. पश्चात्ताप होणारा भाग सांगतो, वाईट करत आहेस. जेव्हा ओढत नाही तेव्हा

ओढणारा भाग म्हणतो, संधी चुकते आहे. उद्विग्नता त्याचं भाग्य बनेल. नियती बनेल. हा अनुद्विग्न होऊ शकतच नाही. अनुद्विग्न तोच होऊ शकतो जो पूर्ण आहे. कारण तेव्हा उद्विग्न होण्यासाठी बाकी काही राहत नाही. जो पूर्ण आहे, समग्र आहे स्थितीत, मग जशी स्थिती असेल. असो, अशी व्यक्ती साक्षी होऊ शकत नाही. ती साक्षीच्या पलीकडे गेली आहे. साक्षी केवळ साधन आहे, सिद्धी नाहीये. कृष्ण साक्षी नाहीयेत, अर्जुनाला ते सांगत आहेत, तू साक्षी हो. कृष्ण सिद्ध आहेत. सिद्ध याचा अर्थ आता इतकंही अंतर नाही की कोण बघतंय आणि कोण बघणारा आहे. आता केवळ बघण्याची क्रियाच उरली. ज्याची दोन टोकं आहेत. एका टोकावर लोक म्हणतात दिसणार आहे आणि एका टोकावर लोक म्हणतात, बघणारा आहे. आता बघणं पूर्ण झालं. ते एकच आहेत.

साक्षी जगाला दोनात विभागतो. ऑब्जेक्ट आणि सब्जेक्ट. दिसणारं आणि बघणारं. साक्षी कधीही अद्वैत नाहीये. साक्षी द्वैताची अंतिम सीमारेषा आहे. ते जग आहे जिथे फळी लागली आहे की आता अद्वैत सुरू होतं. पण साक्षी न होता कुणी अद्वैतमध्ये क्वचित जाऊ शकतं. साक्षीचा अर्थ की आम्ही अनेक विभाजनं बंद केली, आता दोनच विभाजनं करतो. दोनात विभागल्यानंतर खूप कठीण नाहीये. कारण जो माणूस साक्षी असेल, त्याला साक्षी होण्यातही काही काही क्षण असे मिळतात, जेव्हा त्याला समजतं की ना साक्षी उरला, ना ज्याची साक्ष होती तो राहिला, केवळ साक्षी होणं राहिलं. हे जे क्षण त्याला दिसायला सुरुवात झाली, जसं की मी कुणावर प्रेम करतो, तर प्रेम करणारा आहे, प्रेम केलं जात आहे, तो आहे, पण प्रेमात असे काही क्षण येतात जेव्हा करणारा उरत नाही आणि ज्याच्यावर प्रेम केलं जात आहे तोही उरत नाही. केवळ प्रेमाचा एक तरंग उरतो जो दोघांना स्पर्शून जातो आणि प्रेमाच्या अशा गहिऱ्या क्षणात प्रेमी-प्रेमिका, प्रेमी-प्रेमपात्र उरत नाहीत केवळ प्रेम राहतं. ते अद्वैत क्षण आहेत. साक्षीतही असे अद्वैत क्षण येतात. सब्जेक्ट-ऑब्जेक्ट मिटून जातात. केवळ जाणीव राहते. ज्याची दोन टोकं आहेत. दूर आणि जवळ जवळ. ज्याला आम्ही मी म्हणतो, दूर ज्याला आम्ही तू म्हणतो. पण हे दोघं आता एकच तरंग होऊन जातात. ज्या दिवशी स्थिती पूर्णतेला उपलब्ध होते आणि कधी हरवत नाही. त्या दिवशी साक्षी संपतो. त्या दिवशी सिद्ध उरतो.

कृष्ण साक्षी नाहीये. कृष्ण अर्जुनाला साक्षी होण्यासाठी सांगतात. पण कृष्ण अखंड साक्षी होण्याबद्दलही बोलत आहेत आणि या क्षणाचीही चर्चा करत आहेत की साक्षी संपावा. ते साधनाबद्दलही बोलत आहेत आणि साध्याबद्दलही बोलत आहेत. ते मार्गाबद्दलही बोलत आहेत आणि मुक्कामाच्या ठिकाणाबद्दलही बोलत आहेत. जेव्हा ते म्हणतात की सुख-दुःखात अनुद्विग्न तेव्हा ते साक्षीबद्दल नाही बोलत आहेत. गीता समजणारे अनेक जण असंच समजत आहेत की ते साक्षीबद्दल

बोलत आहेत. असं समजलं आहे की तुम्ही सुखाचे साक्षी व्हा, बघत राहा, पळून जाऊ नका आणि पूर्णवेळ स्वत:ला वाचवत राहील माणूस. अनुद्विग्न माणूस कधी सुखात आहे, कधी दु:खात आहे हे समजता कामा नये. जर हे समजतं की हे सुख आहे, हे दु:ख आहे, तर मग उद्विग्नता आहे आणि दोहोंत भेदही आहे आणि हे जर साक्षीला समजत असेल की हे सुख आहे, हे दु:ख आहे, तर सूक्ष्म उद्विग्नता आहे, जी दिसत नाही. पण सुख-दु:खातला फरक चालू आहे आणि जोपर्यंत फरक आहे, तोपर्यंत उद्विग्नता आहे.

मी जे सांगतो आहे ते फार वेगळं सांगतो आहे. मी जे सांगतो आहे ते संपूर्ण गुंतणं, साक्षीसारखं दूर उभं राहणं नव्हे, अभिनेत्यासारखं संपूर्णत: डुबणं, उडी मारणं. एक होऊन जाणं. नदी तुम्हाला बुडवते कारण तुम्ही वेगळे आहात. तुम्ही नदीच झालात हे सांगतो आहे. मग बुडवणार कशी? कुणाला बुडवेल, कोण बुडवेल, कोण ओरडणार, वाचवा! जी स्थिती आहे ज्या क्षणाची, त्या क्षणात पूर्णपणे एक होऊन जाणं. तो क्षण गेला, दुसरा क्षण आला. तुम्हाला क्षणांशी एकरूप होण्याची कला साध्य झाली, तर तुम्ही क्षणाक्षणाशी एकरूप व्हाल आणि तेव्हा मजेची गोष्ट की दु:ख येईल आणि तुम्हाला निर्मळ करून जाईल. सुख येईल तुम्हाला निर्मळ करून जाईल. दु:खही तुहाला काही देईल आणि सुखही तुम्हाला काही देऊन जाईल. तेव्हा दु:खही मित्र वाटेल आणि सुखही मित्र वाटेल. तेव्हा जीवनाच्या अंतिम क्षणी निरोप घेताना तुम्ही सुखांनाही धन्यवाद द्याल आणि दु:खानाही धन्यवाद देऊ शकाल. कारण दोघांनी मिळून तुम्हाला घडवलं. केवळ दिवसच तुम्हाला घडवत नाही, रात्रही तुम्हाला घडवते. हा उजेडच नाही जो तुमचं जीवन आहे, अंधारही तुमचं जीवन आहे आणि तो जन्मच नाही जो आनंदाचा भाग आहे. मृत्यूसुद्धा उत्सवाचा क्षण आहे.

पण हे तेव्हाच होईल जेव्हा तुम्ही प्रत्येक क्षण पूर्ण जगाल. तेव्हा आम्ही असं म्हणू शकणार नाही की दु:ख शत्रू होता आणि सुख साथी होता. नाही, तेव्हा आम्ही असं म्हणू शकू की दु:ख डावा हात होता आणि सुख उजवा हात होता. दोघांमुळे आम्ही चालू शकलो. दु:ख डावा पाय, सुख उजवा पाय. दोन्ही आमचेच पाय होते; पण जो पूर्ण झाला आहे, जेव्हा तुम्ही आपला उजवा पाय उचलता तेव्हा तो अर्धवट उचलता, पूर्ण उचलता, तेव्हा तुम्ही पूर्णपणे डाव्या पायाबरोबर असता. जेव्हा तुम्ही गप्प असता तेव्हा तुम्हाला आपल्या मौनात अबोलतेत पूर्ण असायला हवं. जेव्हा बोलता, तेव्हाही बोलताना पूर्ण असायला हवं.

जेव्हा आम्ही विकल्प निवडतो, तेव्हा उद्विग्नता सुरू होते आणि जोपर्यंत निवड करणारा वेगळा उभा आहे तोपर्यंत निवड चालू राहते. म्हणून साक्षी फार उच्च अवस्था नाहीये, मध्यअवस्था आहे. कर्तापेक्षा चांगली आहे. अशा अर्थी की कर्ता

सरळ अद्वैततेत झेप घेऊ शकत नाही. साक्षी जम्पिंग बोर्डपर्यंत जातो, जिथून उडी मारता येऊ शकते; पण साक्षी किनाऱ्यावर उभा आहे आणि कर्ता किनाऱ्यावर उभा आहे. कर्ता किनाऱ्यापासून जरा दूर उभा आहे, जिथून सरळ उडी मारता येत नाही आणि साक्षी अगदी किनाऱ्यालगत, सहज उडी मारता येऊ शकेल. पण जोपर्यंत उडी घेत नाहीत तोपर्यंत दोघेही जमिनीच्या तुकड्यावर उभे आहेत. उडीनंतर अद्वैत राहतं.

तर इथे अनुद्विग्नतेबद्दल कृष्ण बोलतात, ती अद्वैताची गोष्ट आहे. उद्विग्न होणारा वाचणार नाही, तो पूर्णपणे बुडेल. म्हणून मी मानतो की कृष्णाची ही दृष्टी संवेदनाशीलतेच्या विरुद्ध नाहीये. उलट संपूर्ण संवेदनाशीलतेची उपलब्धता आहे.

दक्षिणायन आणि उत्तरायणाबद्दल गीतेत कृष्णाने जे म्हटलं आहे, ते सूर्य आणि दक्षिणायन व उत्तरायण बद्दलही नाहीये. दक्षिणायन सूर्यात मुक्ती मिळते, मोक्ष मिळतो, उत्तरायण सूर्यात मुक्ती, मोक्ष मिळत नाही असं नाहीये. ही आमच्या पृथ्वी आणि सूर्याची बाब नाही. प्रतीकात्मक आहे.

आमच्या आतल्या चित्ताच्या प्रकाश-सूर्याबद्दल ते सांगतात. आणि जसं आम्ही या पृथ्वीला दोन भागांत विभागलं आहे, तसंच आम्ही मनुष्याच्या व्यक्तित्वाला दोन भागांत विभागलं आहे. त्या मनुष्याच्या व्यक्तित्वाच्या आतल्या सूर्यप्रकाशाला, सत्याला जे काही आम्ही नाव देऊ, एक गती आहे. आणि मनुष्याच्या आतल्या चक्रांची एक व्यवस्था आहे. त्या व्यवस्थेत एका विशिष्ट जागेपर्यंत प्रकाशाचा अनुभव सुरू झालेला नाहीये, तर व्यक्ती मुक्त होत नाही. एका विशिष्ट जागेपर्यंत, आतलं – अंत:जीवनात सूर्याचा प्रवेश झाला आहे, तर व्यक्ती मुक्त होते. ती मोठी चर्चा असेल. पुन्हा केव्हातरी बोलू. आत्ता इतकं समजून घेणं उचित होईल की बाहेरच्या उत्तरायण-दक्षिणायनाची ही बाब नाही. आतही सूर्य गतीची व्यवस्था आहे. बाहेर आमचं अस्तित्व आहे, जिथे प्रकाशगती आहे. त्या प्रकाशगतीची ही चर्चा आहे आणि त्यात असं म्हटलं आहे की उत्तरायण चक्रांवर जेव्हा प्रकाश असेल, अशा स्थितीत जीवनगतीतून बाहेर पडलेली व्यक्ती जन्म-मरणरूपी बंधनातून मुक्त होतो. तो स्वत:ला मग नेहमी मुक्तच जाणतो. जेव्हा आपण चक्र आणि आंतरशरीराबद्दल पूर्ण ज्ञात होऊ तेव्हाच हे समजू शकेल. म्हणून आत्ता नको बोलू या. आत्ता इतकं समजणं उचित आहे.

'भगवान श्री, स्थितप्रज्ञ आणि भक्त यांच्यात काय समान आणि भिन्न आहे, हा प्रश्नही होता.'

स्थितप्रज्ञचा अर्थ आहे, जो आता भक्त नाही राहिला, भगवान झाला. भक्तचा

अर्थ आहे, जो भगवान होण्याच्या वाटेवर आहे. भक्त वाटेवर आहे, स्थितप्रज्ञ पोहोचला, वाट तीच आहे, पोहोचणं तेच आहे.. पण मुक्कामाच्या ठिकाणी पोहोचलेल्याचं नाव स्थितप्रज्ञ आहे. आणि भक्त यात्रेकरू आहे.

समानता असणार, कारण वाट आणि मुक्काम जोडलेले असतात. अन्यथा वाट मुक्कामापर्यंत पोहोचणार कशी? समानता असणारच कारण मुक्काम केवळ वाटेची पूर्णता आहे. जिथे वाट पूर्ण होते तिथे मुक्काम येतो. समानता असणारच कारण जो वाटेवर आहे तो एका अर्थी मुक्कामी आहे, थोडं अंतर आहे इतकंच. अंतर जे आहे ते पोहोचण्याचं आणि पोहोचतंच आहोत यात आहे. भक्त वाटचाल करतो आहे, स्थितप्रज्ञ मुक्कामी बसला आहे. म्हणून भक्तासाठी त्या सर्व अपेक्षा आहेत, ज्या स्थितप्रज्ञाला उपलब्ध आहेत. कारण तेव्हाच तो तिथे पोहोचू शकतो.

भक्ताची शेवटची पायरी त्याचं भक्त नसणं ही आहे. जोपर्यंत तो भगवान होत नाही तोपर्यंत तृप्तता नाही. भक्त कितीही ओरडो, रडो परमात्मा मिलनासाठी आणि मिलन होवोही आणि दोघं आलिंगनबद्ध उभे राहोत, तरीही भक्ताचं ओरडणं बंद होणार नाही. कारण ती मिठी जरी असली तरी त्यात दूरत्व आहे. कोणी कोणाला कितीही घट्ट जवळ घेतलं तरी मध्ये अंतर राहतच. अंतर संपतं तेव्हाच जेव्हा दोन राहत नाहीत, एक होतात. इंचभरही अंतर असेल तरी ते तितकंच आहे जितकं लाखो मैलांचं अंतर! अंतर शेवटी अंतर आहे, इंचाने फरक पडत नाही. तर भक्त तेव्हाही तृप्त होत नाही.

ही पीडा तर प्रेमींची आहे. प्रेमींची पीडा हीच आहे की ते कितीही जवळ असोत, तरीही दुःखी असतात. प्रेमी मिळाला तरीही दुःख असतं. हे जर समजलं तर त्याचं खरं दुःख समजेल ते हे की जोपर्यंत तो प्रेमीच होत नाही. तोपर्यंत दुःख राहणार आणि हे होणं मोठं कठीण आहे. प्रेमाच्या पातळीवर होणं तर कठीण आहे. खूप कठीण आहे. कसं होणार? कितीही जवळ येवोत. म्हणून प्रेमी जितके जवळ येतात तितका त्रास सुरू होतो. कारण जितके जवळ येतील भ्रमनिरास होईल. दूर होते तर विचार होता, कल्पना होती की जवळ आल्याने सुख मिळेल. आणि जवळ आल्यानंतर आता सुख कसं मिळणार? आता अजून जवळ येता येणार नाही. आणि मग प्रेमी एकमेकांवर चिडू लागतात. वाटतं, दुसरं कुणीतरी अडथळा निर्माण करतंय. नुकसान करतंय. दुसऱ्याचं तेवढं प्रेम नाही. दगा देतोय. दुसरा कुणावर तरी दुसऱ्यावर प्रेम करू लागलाय, ही प्रेमाची चिंता सुरू होते जवळ आल्यानंतर. खरं कारण हे आहे की प्रेमी तोपर्यंत तृप्त होऊ शकत नाही जोपर्यंत तो इतक्या जवळ येत नाही की अंतरच राहणार नाही. हे तेव्हाच होऊ शकतं जेव्हा ते एक होतील.

म्हणून जे प्रेमी आहेत ते आज ना उद्या भक्त होतील, कारण मग शरीरधारी व्यक्तीच्या इतकं जवळ जाणं असंभव आहे. तेव्हा अशरीरी परमात्म्याजवळच इतकं

जाता येतं, जिथे अंतर उरतच नाही. म्हणून प्रेम उद्या प्रार्थना बनते. अंततः बनायला हवीच. अन्यथा दुःख देत राहील. जे प्रेमी भक्त बनू शकत नाहीत, तो नेहमी दुःखी राहील. कारण आकांक्षा त्याची भक्तीची आहे आणि मागणी तो प्रेमाने पूर्ण करू पाहतो आहे. इच्छा काही वेगळी आहे आणि करतो काही वेगळं आहे. इच्छा आहे पूर्ण एकरूप व्हायची, 'मी आणि तू'चं अंतरही नको आहे. पण हे तो ज्याच्याकडून मागतो आहे, तो ते देऊ शकत नाही. 'मी आणि तू'चं अंतर राहणारच. दोन माणसं इतकी जवळ कधीही येऊ शकत नाहीत. केवळ दोन अव्यक्ती इतके जवळ येऊ शकतात जिथे 'मी-तू'चं अंतर मिटून जाईल. परमात्मा अव्यक्ती आहे. ज्या दिवशी भक्तही अव्यक्ती होईल, त्या दिवशी उपलब्धतता होईल. जोपर्यंत भक्त बाकी आहे – परमात्मा नाहीच आहे त्या अर्थी ज्या अर्थी भक्त आहे. परमात्म्याचं होणं, न होण्यासारखं आहे. त्याची उपस्थिती अनुपस्थिती सारखी आहे.

ही मजेशीर गोष्ट आहे. विचारात घ्यायला हवी.

आम्ही, भक्त अव्याहत विचारतो की परमात्मा प्रकट का होत नाही? कारण परमात्मा जर प्रकटला तर त्याच्याशी मिलन अशक्य आहे. केवळ अप्रकटाशी पूर्ण मिलन होऊ शकतं. भक्त नेहमी विचारतात की तू का लपला आहेस? समोर का नाही येत? जर तो समोर आला तर इतका मोठा पडदा पडेल की मिलन अशक्य होईल. तो लपलेला आहे म्हणून मिलन शक्य आहे. तो अदृश्य आहे, म्हणून त्याच्यात बुडता येतं. दृश्य झाला तर भिंत उभी राहील, मिलन अशक्य होईल.

एक अद्‌भुत फकीर इकहार्ट. तो म्हणाला, परमात्म्याला धन्यवाद दिले आहेत की तुझी अनुकंपा अपार आहे की तू दिसत नाहीस. तुझी अनुकंपा अपार आहे की तुला धरता येत नाही. तुझी अनुकंपा अपार आहे की शोधूनही तू सापडत नाहीस. का आहे अनुकंपा अपार? कारण या तऱ्हेने तू अव्याहत आम्हाला हे शिकवत राहतोस की जोपर्यंत तुम्हीही असे होत नाही, की न असण्यासारखे, तोपर्यंत मिलन असंभव आहे. भगवान तर अरूप आहे. ज्या दिवशी भक्तही अरूप होईल, त्या दिवशी मिलन होतं. म्हणून बाधा केवळ भक्ताकडून आहे. भगवानाकडून कोणतीही बाधा नाही.

स्थितप्रज्ञाचा अर्थ आहे, भक्त जो अरूप झाला. आता तो देवावरही ओरडत नाही. कारण ओरडणारा शिल्लक राहिलाच नाही. आता जो ओरडतो, अथवा ओरडत नाही ती प्रार्थना आहे, निवेदन आहे. आता आम्ही दोन्ही तऱ्हेने बोलू शकतो. स्थितप्रज्ञचा अर्थ आहे की मनुष्यही तसाच झाला जसा परमात्मा आहे. भक्तचा अर्थ आहे की त्याने यात्रेला प्रारंभ केला आहे, पण अजून तो मनुष्य आहे. त्याच्या सर्व आकांक्षा, अपेक्षा मनुष्याच्या आहेत. मीरा किती ओरडते. तिचं काव्य अद्‌भुत आहे कारण ते फार मानवी आहे, एका प्रेयसीचं आक्रंदन आहे. एक भक्ती. ती म्हणते,

की 'सेज सजा दी है, तुम आ जाओ. मी दार उघडून तुझी प्रतीक्षा करत आहे.' या मानवी प्रतीक्षा आहेत.

भक्त म्हणजे मनुष्य जो परमात्म्याकडे जायला निघाला, पण अजून मनुष्य आहे. स्थितप्रज्ञ कुठेही जात नाही. जाण्याचा प्रश्न नाही, तो आणि परमात्मा एकत्रच आहेत. केवळ तो अरूप होतो. जीझसचं वचन आहे 'जो स्वत:ला शिल्लक ठेवेल, तो हरवेल. जो स्वत:ला हरवेल त्याला मिळेल.' कबीरांचं वचन आहे 'शोधता शोधता पुन्हा मीच हरवलो. अजून काही मार्गच नव्हता. शोधायला निघालो होतो, पण या शोधाने मलाच हरवलं.' – 'हेरत हेरत हे सखी, गया कबीर हेराय.'

लाओत्सेचं एक अद्‌भुत वचन आहे – 'सीक अँड यू विल नॉट फाइंड' – शोधा आणि तुम्हाला मिळणार नाही. 'डू नॉट सीक अ‍ॅन्ड यू विल फाइंड' – शोधू नका आणि मिळवा. तो आहे आणि इथेच आहे. शोधामुळे तुम्ही दूर निघून जाता. कारण कोणीही आत्ता आणि इथेच शोधणार नाही. शोधचा अर्थच कुठेतरी दुसरीकडे असा आहे. कोणी मक्केला, मदिना, काशी, मानसरोवर, कैलास कुठेंही जातील शोधायला. आणि तो आत्ता आहे, इथेच आहे. म्हणून शोधणारा त्याला जोपर्यंत शोधत राहतो तोपर्यंत हरवत राहतो. ज्या दिवशी शोधणारा शोधून शोधून थकतो, संपतो, पडतो. मग तो कुठेही पडो, जिथे पडेल तिथे त्याला समजतं की तो आहे तिथेच. तो नेहमीच आहे, आमचं असणं हा अडथळा आहे. आम्ही नसणं होऊ दे.

भक्त अजून हजर आहे. स्थितप्रज्ञ गैरहजर आहे. म्हणून भक्त हजर तर ईश्वर गैरहजर. ईश्वर हजर, तर भक्त गैरहजर, स्थितप्रज्ञ! म्हणूनच भक्त ईश्वराला हजर करण्याच्या युक्त्या शोधतो. मूर्ती बनवतो, मंदिरं बनवतो. याने काही प्रश्न सुटत नाहीत. हा भक्तानेच बनवलेला खेळ आहे. तोही लवकरच उबून जाईल. आपणच बनवलेल्या परमात्म्यापासून तृप्तता मिळत नाही. मग तो मूर्ती फेकून देईल. म्हणेल, मला तो हवा आहे, जो आहे. पण तो एकाच अटीवर मिळतो. 'मी नसणं!' माझं असणं हीच भिंत आहे. माझं नसणं दार बनतं. बस, भक्त आणि स्थितप्रज्ञ मध्ये एवढाच फरक आहे.

'सेक्सच्या संदर्भात श्रीकृष्णाचे विद्रोही आणि क्रांतिकारी अनुदानावर सविस्तर प्रकाश पाडण्याची कृपा करा. दोन पूरक प्रश्नही आहेत.

श्रीकृष्णाकडे स्त्रियांचं आकर्षण – याचं कारण काय? हजारो-लाखो गोपिका त्यांच्यामागे वेड्यापिशा होत्या आणि त्यांच्या सहवासानेच त्या तृप्त व्हायच्या, असं का व्हायचं? जर प्रेमपूर्णतेमुळे कामशून्यता येते तर कामशून्यतेमुळे मुलं

कशी जन्माला येणार? संभोग कसा घडणार? आत्मसमाधी, ब्रह्मसमाधी आणि निर्वाणसमाधीनंतर संभोग संभव आहे? कारण संभोगासाठी प्राणांची चंचलता आवश्यक आहे. हो ना?'

कृष्णाचं आकर्षण लाखो स्त्रियांना होतं, हे तसं जसं पहाडावरून पाणी वाहत राहत खाली आणि सरोवरात साठतं. आम्ही कधीही विचारलं नाही की पहाडावरून पाणी धावत सरोवरात का जमतं? जरी विचारलं तरी त्याला उत्तर नाही कारण सरोवर सरोवर आहे. खड्डा आहे. पाणी खड्ड्यात भरतं. पडतं पर्वताच्या शिखरावरून भरतं सरोवरात. पाण्याचा तो स्वभाव आहे खड्डे शोधण्याचा. कारण ते तिथे निवास करतं.

हे जर आम्ही नीट समजून घेतलं की स्त्रीचा स्वभाव आहे पुरुषाला शोधण्याचा. ती पुरुषात निवास करू शकते. पुरुषाचा स्वभाव आहे स्त्रीला शोधण्याचा. तो स्त्रीमध्ये निवास करू शकतो. हा स्वभाव आहे आणि जीवनाच्या सर्व गोष्टींचा हा स्वभाव आहे. जसा अग्नीचा, पाण्याचा, एक स्वभाव आहे, तसाच पुरुष होण्याचा स्वभाव आहे की तो स्त्रीमध्ये स्वत:ला शोधेल. स्त्री म्हणजे पुरुषात स्वत:ला शोधते. स्त्रैणचा अर्थच असा की जी पुरुषाशिवाय अपूर्ण आहे. पुरुष म्हणजे जो स्त्रीशिवाय अपूर्ण आहे. अपूर्ण असणं स्त्री-पुरुषाचं असणं आहे. म्हणून निरंतर शोध आहे. जेव्हा हा शोध पूर्ण होत नाही तेव्हा पीडा, त्रास, दु:ख होतं. स्वभावाच्या प्रतिकूल होण्याचं कारण संताप आहे, कष्ट आहे, चिंता आहे.

कृष्णाचं आकर्षण याचं एकमेव कारण आहे की कृष्ण पूर्ण पुरुष आहेत. पुरुष जितका पूर्ण असेल, तितकं स्त्रियांचं आकर्षण वाढेल. जितकी स्त्री पूर्ण असेल, तेवढी ती पुरुषांना आकर्षित करेल. पुरुषाची पूर्णता कृष्णात पूर्णपणे प्रकट होऊ शकली आहे. महावीर कमी पुरुष नाहीत. कृष्णासारखेच पुरुष आहेत. पण महावीरांची संपूर्ण साधना आपलं पुरुष असणं सोडून देणारी साधना आहे. महावीरांची पूर्ण साधना स्त्री-पुरुष नियमांचं जे हे जग आहे, याच्या पार होण्याची साधना आहे. आणि असं असूनही महावीरांच्या भिक्षुणी चाळीस हजार आहेत आणि भिक्षू दहा हजार आहेत. तरीही स्त्रियाच जास्त आकर्षित झाल्या आहेत. तर महावीरांपाशी चाळीस हजार संन्यासिनी एकत्र होऊ शकतात, अशा व्यक्तीजवळ जिची सर्व साधना पुरुष आणि स्त्रीच्या पलीकडे जाण्याची, जो स्वत:ला पुरुष म्हणू नाकारतो. कुणा स्त्रीच्या स्त्रीत्वाला नाकारतो, जो म्हणतो की या सगळ्या सांसारिक बाबी आहेत, यापलीकडे सर्व आहे आणि तरीही स्त्रिया आकर्षित होतात. महावीरांना स्पर्शही करू शकत नाहीत स्त्रिया, जवळही बसू शकत नाहीत. तरीही स्त्रिया महावीरांसाठी दिवाण्या

आहेत. या गोष्टीला अशा नजरेने कधी बघितलं गेलं नाही आणि जे दहा हजार पुरुष महावीरांपाशी आले, जर त्यांची छानबिन केली तर समजेल की त्यांच्या चित्तात स्त्रैणता आहे कुठे ना कुठे. असणार. हे जरुरी नाहीये की पुरुष शरीर असेल तर मनही पुरुषच हवं. असंही जरुरी नाही की स्त्री शरीर आहे आणि मन स्त्रैणच आहे. मन नेहमीच शरीररूपाशी ताळमेळ ठेवतं असं नाही. महावीर आकर्षक तेव्हाच होतात जेव्हा आत आहेत. महावीरांचं आकर्षण ही अर्धी बाब आहे. आमचं चित्तही त्या दिशेने वाहायला हवं.

तर कृष्णाबरोबर अजूनच अद्‌भुत स्थिती आहे. कृष्ण तर सर्व सोडून पळून गेलेले नाहीयेत. स्त्रिया त्यांच्याजवळ केवळ साध्वी बनून उभ्या राहू शकतात असं नाहीये. फक्त बघू शकतात असं नाहीये. कृष्णाबरोबर त्या नाचू शकतात, तर कृष्णापाशी लाखो स्त्रिया गोळा झाल्या तर त्यात आश्चर्य नाही. सहज आहे हे.

बुद्ध तसेच पूर्ण पुरुष आहेत. म्हणून मजेशीर घटना घडली. बुद्धांनी स्त्रियांना दीक्षा देण्याचं नाकारलं. कारण त्यांना धोका वाटला की स्त्रियांची गर्दी होईल आणि स्त्रिया साधनेसाठीच येतील याची खातरी नव्हती. बुद्धांचं आकर्षणही असू शकतं. ती भावनाही असू शकते. कृष्णापाशी जमलेल्या गोपिका परमात्मा, उपलब्धीसाठीच जमल्या असं नव्हतं. कृष्णही परमात्मा आहेत. त्यांच्यापाशी उभं राहणं हेही मोठं सुखद आहे. कृष्णाला चिंता नव्हती की कोण कशासाठी येत आहे; कारण कृष्णाला निवडच नव्हती. पण बुद्धांना निवड आहे आणि बुद्ध नाकारतात जबरदस्तीने, कठोरतेने की स्त्रियांना दीक्षा नाही. अनेक दिवस हा संघर्ष चालू राहतो आणि स्त्रियांचं आंदोलनही, की आमची चूक काय? का नाही आम्हाला दीक्षा मिळणार? आणि शेवटी नाइलाजाने बुद्ध मान्य करतात.

कृशा गौतमी नावाची एक स्त्री बुद्धांना म्हणते की, आम्हा स्त्रियांना बुद्धत्व मिळणार नाही? पुन्हा कुठे येणार तुम्ही आमच्यासाठी? आणि जर आम्ही मुकलो तर ती तुमची जबाबदारी. आमची चूक काय? आमचं स्त्री असणं ही चूक? या कृशा गौतमीसाठी बुद्धांना मान्य करावं लागतं. ती बुद्धांसाठी नाही आलेली, बुद्धत्वासाठी आलेली आहे. ती म्हणते, तुमचं प्रयोजन नाहीये, पण तुम्ही असण्याचा लाभ पुरुषांनाच का केवळ? स्त्री असण्याची एवढी मोठी शिक्षा आम्हाला मिळते आहे आणि तुम्हीही इतकी निवड करता? ही शंभरावी आहे. नव्याण्णववाली नाही. मग कृशा गौतमीला आज्ञा मिळते. दार उघडतं. मग तेच होतं जे महावीरांपाशी झालं. पुरुष कमी, स्त्रिया जास्त!

आजही मंदिरात स्त्रिया जास्त आहेत, पुरुष कमी आहेत. पुरुष मंदिरात कमी राहतील तोपर्यंत जोपर्यंत स्त्री तीर्थंकर आणि स्त्री अवताराच्या मूर्ती मंदिरात नसतील. कारण शंभर जातात, तर त्यातले नव्याण्णव सहज कारणाने जातात आणि एक

मात्र असहज कारणाने जातो.

कृष्णापाशी तर फार सरळ गोष्ट आहे. कृष्णासाठी तर कोणते अडथळेच नाहीत. कृष्ण तर जीवनाच्या समग्रतेचा अंगीकार करतात आणि कृष्ण आपलं पुरुषत्व स्वीकारतात. कुणाचं स्त्रीत्व स्वीकारतात. खरं तर हे आहे की कृष्णाने चुकूनही कोणत्या स्त्रीत्वाचा, स्त्रीचा अपमान केलेला नाही. जीझसच्या वचनात, महावीरांच्या वचनात, बुद्धांच्या वचनात, स्त्री अपमानाची शक्यता आहे. आणि कारण एकच की ते त्यांचं पुरुष असणं मिटवून टाकू इच्छितात. स्त्रीशी काही संबंध नाही. महावीर, बुद्ध, जीझस आपल्या जैविक अस्तित्वाला पुसून टाकू इच्छितात. स्वभावतः स्त्री तसं करू देणार नाही. स्त्री जवळ पोहोचेल तर त्यांचा पुरुष प्रकट होऊ शकला असता; पण जीझससारख्या उदास माणसापाशी, त्यांच्या ओठांवर बासरी नाही, तरीही स्त्रिया गोळा झाल्या आणि जीझसचं शव क्रूसावरून स्त्रियांनी खाली उतरवलं, पुरुषांनी नाही. त्या युगातली सर्वांत सुंदर स्त्री मेग्दलीन, मेरी मेग्दलीन, हिने त्यांचं पार्थिव खाली उतरवलं. पुरुष तर निघून गेले होते. स्त्रिया थांबल्या होत्या आणि जीझसने स्त्रियांसाठी सम्मानपूर्वक कधीही काहीही म्हटलं नव्हतं.

महावीर म्हणतात, स्त्रिया पर्यायातून मोक्ष मिळवू शकत नाहीत. त्यांना एकदा पुरुष जन्म घ्यावा लागेल. मग त्यांना मोक्ष मिळेल. बुद्ध तर दीक्षाही नाकारत. दीक्षा दिली पण तेव्हा एक वचनही सांगितलं की माझा धर्म जो हजारो वर्षं असता, तो आता पाचशे वर्षांपेक्षा जास्त असणार नाही, कारण स्त्रिया दीक्षित झाल्या.

'या कथनात सत्यता तर होती!'

प्रश्न तो नाहीये. बुद्धांच्या कथनात सत्यता होती. कारण बुद्ध, महावीरांच्या मार्गावर स्त्रीला उपाय नाहीयेत. पण महावीर, बुद्ध आकर्षक आहेत आणि स्त्रिया येतात. खरेपणा त्यांच्या मार्गाच्या संदर्भात आहे. स्त्रीला मोक्ष प्राप्त होण्यात काही अडथळे नाहीयेत. पण मार्ग अन्य असणार. महावीरांच्या मार्गाने नाही मिळू शकत. जसं डोंगरावर जाण्यासाठी दोन मार्ग आहेत. एक सरळ चढण आहे. त्यावर पाटी लावली आहे 'स्त्रियांसाठी मनाई' आणि एक लांबचा गोल रस्ता आहे तिथे पाटी लावली आहे 'स्त्रियांसाठी!' एवढाच फरक आहे. हे रस्त्यांच्या बाबतीत खरं आहे. महावीरांच्या मार्गावर हे सत्य आहे की स्त्रीला मोक्ष नाही. महावीरांच्या मार्गाने जाण्याचा स्त्रीचा अट्टाहास असेल तर एकदा पुरुष रूपात येणं अत्यावश्यक आहे. कारण सरळ चढ आहे. चढाची अनेक कारणं आहेत.

मोठं कारण तर हे की ना कुठला परमात्मा आहे महावीरांच्या रस्त्यावर, ना

कोणी सोबती. ना कुणाचा खांदा आहे आधारासाठी. स्त्रीचं व्यक्तित्व असं आहे की खोटा आधार जरी मिळाला तरी ठीक. कुणाच्या तरी खांद्यावर हात ठेवता आला की ती आश्वस्त होते. हा तिच्या व्यक्तित्वाचा ढंग आहे. यात अजून काही कारण नाही. पुरुषाला कुठला खांदा नको. जर हात ठेवावा लागला तर त्याला दीन वाटतं. स्त्री एकटी असताना दीन होते.

'गांधीजी दोन स्त्रियांच्या खांद्यावर हात ठेवून चालत असत!'

त्याबद्दल नंतर बोलावं लागेल. हे जे गांधींबद्दल विचारलं आहे, तेही एका क्षणासाठी घ्यायला हवं. गांधीजी स्त्रियांच्या खांद्यावर हात ठेवून चालत, कदाचित या विचारांनी की ते पहिले पुरुष आहेत. कोणी कधी कुणा स्त्रीच्या खांद्यांवर हात ठेवून नाही चाललेलं!

'म्हातारे होते म्हणून?'

'नाही, म्हातारे नव्हते. म्हातारे नव्हते तेव्हासुद्धा हात ठेवत होते. ती एक विशेष घोषणा आहे. या देशात जिथे नेहमी स्त्रीने पुरुषाचा आधार घेतला, स्त्री अर्धांगिनी आहे, तीही दुसरी, पहिली नाही. कायम मागे, तिथे गांधींना वाटतं की कुणा पुरुषाने ही घोषणा करायला हवी की स्त्रीचे खांदे दुबळे नाहीत, त्यावर हात ठेवता येतात. आधार घेता येतो. एका पूर्वापार चालत आलेल्या परंपरेच्या विरोधातला एक प्रयोग, यापलीकडे काहीही नाही. अर्थात गांधीजी स्त्रियांच्या खांद्यांवर हात ठेवून फार काही सुंदर दिसत नाहीत आणि गांधीजींच्या हाताखाली दबलेल्या स्त्रिया मोठं ओझं, त्याने ग्रासलेल्या वाटतात. हे अगदी स्वभावाच्या विरुद्ध केलं जात आहे. हे योग्य नाही. स्त्री आणि पुरुषांच्या 'असण्याच्या', 'बिइंग' संबंधात गांधींना समजत नाही जास्त. केवळ एका परंपरेचा विरोध हे वेगळं. पण स्त्री-पुरुष संबंध व्यक्तित्व संबंधांत गांधीजींची समज फार गहिरी नाहीये.

म्हणून गांधींनी अनेक स्त्रियांना जवळ जवळ पुरुष करून टाकलं. त्याने स्त्री जातीला फायदा झाला असं मी म्हणणार नाही. नुकसानच झालं आहे. कारण स्त्रीला पुरुष बनवता येत नाही. तिची स्त्री असण्याची आपली पद्धत आहे. तीच तिची खुबी आहे आणि ही अगदी मजेची गोष्ट आहे की ना केवळ स्त्री कुणाच्या खांद्यावर हात ठेवते, तर ती स्वत: गौरवित होते, त्या पुरुषाला अभिमानाने भारून टाकते. असं नाही की फक्त हे घेणं आहे, त्यात काही देणंही आहे. हा केवळ खांद्याचा आधार असं नाहीये, ज्यातून स्त्रीला काही मिळतं. पुरुषालाही खूप काही मिळतं. असा पुरुष

ज्याच्या खांद्यावर कुणी स्त्री हात ठेवत नाही, तो स्वत:ला दीन समजतो.

महावीर, बुद्ध, जीझस या लोकांच्या व्यक्तित्वात जैविक व्यक्तित्वाचा निषेध हा त्यांच्या साधनेचाच भाग आहे. कृष्णाच्या जीवनात समस्तची स्वीकृती ही साधना आहे. त्यात जैविकही स्वीकार आहे. काम-शरीर स्वीकार आहे. काम-चित्त स्वीकार आहे. निषेध काहीच नाही. कृष्णाच्या दृष्टिकोनातून जो निषेध करतो, तो कोणत्या ना कोणत्या अर्थी थोडासा नास्तिक आहे. निषेध करणं नास्तिकता आहे. किती प्रमाणात कोण करतं, कोण शरीर स्वीकारत नाही, कोण यौवन स्वीकारत नाही. कोणी ईश्वर स्वीकारत नाही. ते त्या त्या अस्वीकारात नास्तिक आहेत. अस्वीकृती नास्तिकता आहे. स्वीकृती-आस्तिकता आहे. म्हणून मी महावीर, बुद्ध, जीझस यांना तितकं आस्तिक म्हणू शकत नाही जितकं कृष्णाला म्हणतो. निषेधच नाही, निंदा नाही. जे आहे त्याला अस्तित्वात जागा आहे.

म्हणून कृष्णापाशी लाखो स्त्रिया गोळा होऊ शकल्या तर ते आकस्मिक नाही. महावीरांपाशी गोळा झाल्या स्त्रिया तरी अंतर होतं. महावीरांशी गळाभेट ही अशिष्टता होईल. महावीर हे सहनच करणार नाहीत, ना त्या स्त्रीला त्यात काही सुख मिळेल, अपमानच होईल.

'महावीर का सहन करणार नाहीत?'

महावीर दगडासारखे उभे राहतील. त्यांचं पूर्ण अस्तित्व नाकारेल. 'नको स्पर्श करूस!' महावीर म्हणतील आणि स्त्रीचा अपमान यामुळे नाही होत की 'स्पर्श करू नकोस' असं कुणी म्हणतंय. अपमान होतो तो या कारणाने की ती स्पर्श करेल पण समोरून प्रतिसाद मिळत नाही. प्रश्न हा नाहीये. महावीर असे नाहीत. स्पर्श नको असंच म्हणणारे आहेत, याला इलाज नाही. ते कुणा स्त्रीचा अपमान करू बघतात असं नाहीये. हे त्यांचं असणं आहे, त्यांच्या परीने. ती त्यांची पद्धत आहे. म्हणून औपचारिक अंतर स्त्रियांनी कायम ठेवलं त्यांच्याबरोबर. त्यांच्या अस्तित्वाचं एक वलय आहे, रिंगण आहे, ते तोडून आत जाता नाही येत.

पण कृष्णाशी तसं नाहीये. स्त्री काही अंतर ठेवू इच्छील तरी ठेवता येणार नाही. ती दूर जरी उभी राहिली तरी वाटेल की जवळ जात आहे, पडत आहे. कृष्णाच्या जवळ जाईल तर जवळ जावंच लागेल. जितकं जाता येईल जवळ तितकं. जसं जणू कृष्ण बोलावत आहेत. एक निमंत्रण आहे.

हेन्री थारोच्या संबंधात इमर्सनने म्हटलं आहे की, जर हेन्री थारोशी कुणी हात मिळवला तर असं वाटेल की झाडाच्या सुकलेल्या फांदीला स्पर्श केला आहे. कारण हेन्री थारो प्रतिसाद देत नाही, केवळ हात मिळवतो आणि हातात काही जीव

नसतो. ऊब, प्रवाह काहीही नसतो हातात. हेन्री थारोची मैत्री महावीरांशी होऊ शकते.

कृष्णापासून लांब जरी उभं राहिलं तरी वाटेल की ते स्पर्श करत आहेत. बोलावत आहेत. त्यांचं संपूर्ण अस्तित्व निमंत्रण आहे, आमंत्रण आहे. या आमंत्रणाचा स्वीकार हजारो स्त्रियांनी केला असेल तर त्यात नवल नाही. ते सहज झालं.

आता गोष्ट उरली ती ही की कृष्णासाठी संभोगासारखी गोष्ट संभव आहे? कृष्णासाठी काहीही असंभव नाही. आमच्यासाठी संभोग प्रश्न आहे. आम्ही नाही विचारत की फुलांसाठी संभोग संभव आहे? पक्ष्यांसाठी संभोग संभव आहे? आम्ही नाही विचारत की सर्व जण संभोगाच्या लीलेत लीन आहेत? हे सारं अस्तित्व संभोगरत आहे. माणसं विचारू लागतात की कृष्णासाठी संभोग संभव आहे? कारण माणूस इतका तणावाखाली आहे, जीवन म्हणजे निंदा, त्याच्यासाठी संभोगासारखी गहन गोष्ट संभव राहिलेली नाही. त्याच्यासाठी संभोगातले अस्तित्वातले क्षण जटिल, कठीण, एखादं जाळं, तसे बनले आहेत. तोही सिद्धान्त, भिंतींच्या आड उभा आहे.

संभोगाचा अर्थच मुळी काय आहे? संभोगाचा अर्थ इतकाच की दोन शरीरं इतके जवळ यावे, जितकी प्रकृती त्यांना जवळ आणू शकते. अजून काही अर्थ नाही. दोन शरीरं आपल्या जैविक जवळिकीने, जैविक जवळिकीत यावेत. यापुढे प्रकृतीचा इलाज नाही. प्रकृतीचा शेवटचा टप्पा जो आहे, तो संभोग आहे. प्रकृतीच्या पातळीवर जी जास्तीत जास्त जवळीक आहे, तो संभोग आहे. त्यापुढे मग परमात्म्याचं क्षेत्र सुरू होतं. पण कृष्ण प्रकृतीच्या जवळिकीचा स्वीकार करतात. ते म्हणतात, प्रकृतीसुद्धा परमात्म्याची आहे.

कृष्णासाठी संभोग विचारणीय नाहीये, प्रश्न नाहीये, समस्या नाहीये, जीवनातलं एक तथ्य आहे. आम्हाला कठीण जाईल खूप. आम्ही संभोगाला एक समस्या बनवलं आहे. जीवनातलं तथ्य नाही. आम्ही बाकीच्या गोष्टी अजून नाही बनवल्या, पण उद्या बनवू शकतो. उद्या विचारू शकतो की कृष्ण डोळे उघडतात की नाही? जर कधी आम्ही असा प्रश्न प्रस्थापित करतो आणि सिद्धान्त बनवतो की डोळे उघडणं पाप आहे, तर मग हाही प्रश्न तयार होईल. मग आम्ही विचारू की त्यांनी डोळे उघडले आहेत की नाही? आत्ता आम्ही नाही बनवणार हा प्रश्न.

माझाही समज आहे की कृष्णाच्या जीवनाला काही मर्यादा नाहीत. हेच त्यांचं व्यक्तित्व आहे, हीच त्यांची विशेष गोष्ट आहे. ते मर्यादा मानतच नाहीत. मर्यादा हे त्यांच्यासाठी बंधन आहे आणि अमर्याद त्यांची मुक्ती आहे. पण अमर्यादेचा आमचा अर्थ त्यांच्यासाठी नाही. आमच्यासाठी अमर्याद याचा अर्थ मर्यादेचं उल्लंघन. कृष्णासाठी अमर्यादाचा अर्थ मर्यादेची अनुपस्थिती आहे. हे समजून घ्या, नाही तर

कठीण होईल. कृष्णासाठी संभोग विचारणीय नाहीये, फलित व्हायचा असेल तर होतो, होऊ शकतो. नाही फलित होत, तर नाही होत. त्याची ते काळजी करत नाहीत. आमची हालत अजब आहे. आम्ही संभोगाला मानसिक बनवून टाकलं आहे. आम्ही संभोगही विचार करतो. करतो तरी विचार करतो, नाही करत तरीही विचार करतो. संभोगही आमचा निर्णय बनून होतो. कृष्णासाठी निर्णय नाहीये. कुणाचं प्रेम, तो क्षण इतकं जवळ आणतो की संभोग घडतो, तर कृष्ण उपलब्ध आहेत नाही घडत तर कृष्ण आतुर नाहीयेत. ना कृष्णाच्या मनात विरोध आहे, ना प्रशंसा. जे घडतं त्यात सहज जगण्यासाठी मान्यता, स्वीकृती, स्वीकार आहे.

मी पुन्हा सांगतो, आमचे जे अर्थ आहेत, त्यानुसार स्वीकार नाही. कारण आम्ही जरी स्वीकारतो तरी अस्वीकाराच्या विरोधात करतो. कृष्णाचा स्वीकार म्हणजे केवळ अस्वीकार नाही. म्हणून कृष्णाला समजणं आम्हाला सर्वांत जास्त कठीण आहे. महावीर, बुद्ध, जीझस यांना समजणं सोपं आहे. म्हणून अन्याय सर्वाधिक त्यांच्या बाबतीत घडणं सहजी होतं. आमची सर्व धारणा महावीर, बुद्ध, जीझस आणि मोहम्मद निर्मित आहे. आमच्या धारणांचं जग, आमचे विचार, आमचे सिद्धान्त, आमच्या शुभ-अशुभाच्या व्याख्या महावीर, बुद्ध, जीझस, मोहम्मद, कन्फ्युशियस यांनी ठरवल्या आहेत. कृष्णाने आम्हाला निर्मित केलेलं नाही. खरं तर कृष्ण कुणाला निर्माण करतच नाहीत. ते म्हणतात, 'जे आहे ते ठीक आहे. निर्माण करण्याचा प्रश्नच कुठे? तर जे निर्माण करतात, त्यांच्याकडून आम्ही निर्मित झालेलो आहोत.' कृष्णाने कुणालाही निर्माण केलेलं नाही म्हणून त्यांना समजून घेणं कठीण आहे.

जेव्हा केव्हा आम्ही कृष्ण समजून घ्यायला जातो, तेव्हा आमच्या डोळ्यांवर महावीरांचा तरी चश्मा असतो अथवा बुद्धांचा, जीझसचा अथवा कन्फ्युशियसचा, कोणाचा ना कोणाचा जे मर्यादेचा स्वीकार करतात, अशांचा चश्मा अनिवार्यतेने आमच्या डोळ्यांवर असेल, त्यातून आम्ही कृष्णाला बघू आणि कृष्ण म्हणतात, 'जर तुम्हाला मला बघायचं असेल तर चश्मा काढा. कठीण आहे मामला! तो चश्मा जर काढला नाहीत तर कृष्णात काही ना काही गडबड दिसेल. ती तुमच्या चश्म्यामुळेच असेल. उतरवा तो चश्मा, तर कृष्ण अत्यंत सहज पुरुष आहेत. अत्यंत सहज पुरुष!

असं विचारलं जाऊ शकतं की इतकी सहज स्त्री पृथ्वीवर का नाही होऊ शकली? एखादी तरी असायला हवी! कुणी इतकी सहज स्त्री का नाही झाली की लाखो पुरुष तिच्याकडे आकर्षिले जातील? काय कारण आहे? काही कारण आहे. इतकंच कारण नाहीये की स्त्रीला दबावाखाली ठेवण्यात आलं, की पुरुषांनी तिला स्वातंत्र्य दिलं नाही. कारण या गोष्टींत काही तथ्य नाही. जितकं स्वातंत्र्य ज्याला

पाहिजे तितकं नेहमी मिळतं. अन्यथा ते जगणं नाकारतात. नाही, स्त्री कृष्णाचं उत्तर नाही देऊ शकली, कदाचित आता ते देता येणं कठीणही आहे. न देण्याचं कारण आहे. स्त्रीचं सर्व व्यक्तित्व, सर्व पद्धत, तिच्या अस्तित्वाची प्राकृतिक अवस्था एकव्रत आहे. ती एकावरच निर्भर राहू इच्छिते.

'क्लिओपात्रासारखी?'

नाही, सांगतो... ती एकावर निर्भर राहू इच्छिते. तिचं चित्त मोनोगेमस आहे. आत्तापर्यंत, उद्याही राहील असं आवश्यक नाही. पुरुष पोलीगेमस आहे. तो एक त्याला कधी सुखी करू शकत नाही. पुरुष एकाने उबून जातो. स्त्री एकाने कधीही उबत नाही. स्त्री एकाबरोबर जन्मोन्‌जन्म जगण्याची इच्छा धरते.

हा जो स्त्री-पुरुषाचा संबंध आहे, तो पुरुषाने कमी ठरवला आहे आणि स्त्रीने जास्त ठरवून घेतला आहे. पुरुषामुळे नाहीये हे एकपत्नीव्रत अथवा एकपतिव्रत. ते स्त्रीकारणाने आहे. याची जैविक कारणे होती. कारण स्त्रीला निर्भर व्हायचं आहे. अनेकांवर विसंबवून नाही राहू शकत. हे विचारात घेणं गरजेचं आहे. स्त्रीला खांद्यावर हात ठेवायचा आहे. अनेक खांद्यांवर नाही ठेवू शकत. निर्भर होण्यात जिचं सुख आहे, ती अनेकांवर निर्भर राहू लागली तर अनिश्चितता निर्माण होईल, त्यात निर्णय होऊ शकणार नाही. जसं, एक वेल आहे. ती एका झाडावर अवलंबून आहे. ती अनेक झाडांवर अवलंबून असू शकत नाही. एकाच झाडावर चढू शकते, अनेक नाही. पण झाड अनेक वेलींना आमंत्रण देऊ शकतं. एका झाडावर जेवढ्या वेली चढतील, तितका वृक्ष, झाड तृप्त होईल. एक पुरुष अनेक स्त्रियांना, हातात निमंत्रित करू शकतो. ती त्याच्या पुरुषत्वाला पोषक, समाधानकारक, तृप्त करणारी गोष्ट आहे.

पण स्त्री एकावर निर्भर होऊ इच्छील. याचं कारण मन तर आहेच, पण जास्त करून जैविक कारण आहे. मुलं होतील तिला. त्यांच्यासाठी कुणी निर्धारक, काळजी घेणारा, नियंता हवा. नऊ महिने ती असमर्थ असेल. त्यानंतर मुलाला सांभाळण्यात सगळा काळ जाईल. अनेकांवर जर ती निर्भर राहिली तर अनिश्चितता निर्माण होईल. पण पुढे चित्र बदलेलही. वैज्ञानिक विकास झाल्यानंतर स्त्रिया मुलांना नऊ महिने पोटात सांभाळण्यास नाकारतीलही. प्रयोगशाळा सांभाळतील मुलांना. ज्या दिवशी स्त्री या बाळंतपणातून मुक्त होईल त्या दिवशी स्त्रीसुद्धा कृष्णासारखी व्यक्ती निर्माण करू शकेल. त्याआधी नाही. त्यालाही कारणं आहेत.

हे जे मी कृष्णाचं सहज असण्याबद्दल बोललो, मनुष्यता हे जितक्या खोलपणे समजून घेईल, तितकी ती चिंता आणि ताणातून मुक्त आणि संतापातून मुक्त होऊ

शकेल. माणसाचे ताणतणाव माणसाच्या स्वभावामुळे, स्वभाव-संघर्षामुळे निर्माण होतात. चिंता तयार होतात त्या स्वत:शीच लढत राहावं लागतं म्हणून. आणि गंमत अशी आहे की आम्ही आमच्याशी लढू शकतो पण जिंकू शकत नाही. हरतोच. क्वचित कोणी जिंकतं, तर ती मोठी अद्भुत घटना आहे. त्या क्वचित मिळणाऱ्या यशामुळे लाखो माणसं स्वत:शी लढत राहतात आणि हे लाखो लोक स्वत:मुळेच केवळ चिंतित होतात, असफल होतात, हरतात, त्रासतात.

माझ्या दृष्टिकोनातून महावीरांच्या मार्गावर कधी कोणी एखादा यशस्वी होतो. नव्याण्णव माणसं चालतात आणि शंभरातला एखादा पोहोचतो. कृष्णाच्या मार्गावरून नव्याण्णव माणसं पोहोचू शकतात, पण त्यांच्या मार्गावरून एखादा माणूसही चालत नाही. महावीरांचा मार्ग पाऊलवाटेचा आहे. बुद्धांचाही, जीझसचाही. अनेक मार्ग चिंचोळे आहेत आणि व्यक्तीला स्वत:शी भांडूनच जावं लागतं. कधी कधी सफलता मिळते.

कृष्णाचा मार्ग राजमार्ग आहे. अनेक जण जाऊ शकतात, पण खूप कमी लोकं जातात. कारण सहज होण्याची क्षमता माणसं हरवत चालली आहेत. असहज होणं सहज झालं आहे. रुग्ण होणं हेच आमचं स्वास्थ्य झालं आहे आणि स्वस्थ होण्याची धारणा विसरली गेली आहे. पुनर्विचार होण्याची आवश्यकता आहे. होऊ लागला आहे असं मला वाटतं. फ्रॉइडनंतर आता भविष्यात कृष्ण रोज रोज सार्थक होऊ लागतील. कारण फ्रॉइडनंतर प्रथमच मनुष्य मनाला सहन होण्याची, स्वीकारण्याची भूमिका बनत आहे. जसा मनुष्य आहे, त्या मनुष्यालाच विकसित करायचं आहे. आजपर्यंत जसा मनुष्य हवा, तसा तो निर्माण करण्याचा प्रयत्न आम्ही केला होता. आत्तापर्यंत आदर्श महत्त्वाचा होता आणि मनुष्याला त्या आदर्शापर्यंत पोहोचायचंच होतं. फ्रॉइडनंतर संपूर्ण बौद्धिक जगात ऊहापोह सुरू झाला आहे. तो असा की या माणसाने पोहोचवण्याचे सारे प्रयत्न करूनही तो पोहोचू शकला नाही. एखादा माणूस पोहोचला तर तो नियम नव्हे तर अपवाद आहे आणि अपवाद नियमाला सिद्ध करतात, बाकी काही नाही. ते असं सांगतात की सगळे पोहोचू शकत नाहीत. फ्रॉइडनंतर खरं चिंतन सुरू झालं. प्रामाणिक चिंतन. ते प्रामाणिक चिंतन हे सांगतं की माणूस काय आहे हे समजून घेण्यासाठी आम्ही निघालो.

एक पत्नी, तिची इच्छा की तिच्या पतीने दुसऱ्या स्त्रीला बघून प्रसन्न न व्हावं. ही इच्छा पुरुष स्वभावाच्या उलट आहे. ही इच्छा स्त्री स्वभावास अनुकूल आणि पुरुष स्वभावास प्रतिकूल आहे. जर पुरुष इच्छेनुसार नीतिनियम बनवले गेले तर स्त्री दु:खी राहील आणि स्त्री इच्छेनुसार नीतिनियम बनवले गेले, तर पुरुष पीडित होईल. आणि मजेची गोष्ट अशी की एक दु:खी झाला तर दुसरा सुखी होत नाही. इलाजच नाही. पण आत्तापर्यंत असंच घडतंय.

असं होऊ शकत नाही का की आम्ही दोघांचे स्वभाव समजून घेण्याचा प्रयत्न करू? दोघांनी दोघांचेही स्वभाव स्वीकारावेत. जर आम्ही एक संतापहीन, तणावमुक्त जग निर्माण करू इच्छितो, तर आम्हाला व्यक्तींचे स्वभाव समजण्याचा प्रयत्न केला पाहिजे. आणि स्वभाव का आहे, याच्या मुळाशी जाणं आवश्यक आहे. स्वभाव बदलायचा असेल, तर मुळं बदलायला हवीत. वरवर नैतिक बदल, तसा प्रयत्न करून काही उपयोग नाही. स्त्रीची ईर्षा तोपर्यंत राहील जोपर्यंत आर्थिक स्वातंत्र्य नाही, मुलांची जबाबदारी ही एकटीची नाही, ती द्वितीय असता कामा नये. तोपर्यंत ईर्षा राहील. स्त्रीची ईर्षा संपवण्यासाठी पुरुषाप्रमाणे तिलाही प्रथम श्रेणी मिळायला हवी, द्यायला हवी, आर्थिक स्वावलंबन जैविक जबरदस्तीतून मुक्तता हे व्हायला हवं आणि स्त्रीसुद्धा मग पुरुषांमध्ये रस घेऊ इच्छील, आतुर होईल जसे पुरुष असतात. पण हे आत्तापर्यंत नाही झालेलं. आता होऊ शकतं. मनुष्याच्या बाबतीत आमची समज वाढत आहे, गहिरी होत आहे.

आधीची आमची सर्व व्यवस्था मनुष्याच्या स्वभावावर, समंजसतेवर निर्भर नव्हती, तर त्याच्या गरजेवर निर्भर होती. मनुष्याची समाजातली गरज, असे त्यानुसार नियम बनवले. स्वभाव काय? यानुसार नाही बनवले नियम. पण फ्रॉइडनंतर क्रांती घडली. फ्रॉइड दरवाजा बनला कृष्ण परतून येण्याचा, असं मी मानतो. कृष्ण येतील. फ्रॉइडच्या दरवाजातून येतील. त्यांनी काम केलं आहे प्राथमिक. अजून त्या दिशेने बरंच काम होणं बाकी आहे. भविष्यात लोकांना कृष्णजीवनातून प्रकाश मिळण्याची शक्यता वाढत जाणार आहे. त्याची सहजता हळूहळू अनुकूल आणि प्रीतिकर होत जाणार आहे.

आणि ज्या दिवशी हे होऊ शकेल! माझं मानणं आहे की महावीर, बुद्ध, जीझस, कन्फ्युशियसना मानून आम्ही एक स्वस्थ जग निर्माण करू शकलो नाही. एक प्रयोग नक्की करणं आवश्यक आहे की जे जग आम्ही आत्तापर्यंत निर्माण केलं, त्याहून हे जग चांगलं असेल, जर कृष्णाकडे बघून एक व्यवस्था आम्ही देऊ शकलो जगाला तर! कारण आत्तापर्यंत जे जग आम्ही निर्माण केलं ते अपवादाला नियम मानून केलं, आता नियमाला नियम मानूनच करू!

◆

७

'भगवान श्री, कृष्णाच्या संदर्भात जीझसवर चर्चा करतेवेळी एकदा तुम्ही असं म्हणालात की जीझसच्या क्रॉसने ज्या सभ्यतेचा प्रारंभ झाला, त्याचा अंत आधुनिक स्थितीत ॲटमबॉम्बवर झाला आणि आधुनिक सभ्यतेला आता वर्तमान स्थितीत क्रॉस अथवा बासरी यामध्ये निवड करावयाची आहे. ही गोष्ट कृपा करून पुन्हा स्पष्ट करा. तसंच ज्याप्रकारे क्रॉसच्या संस्कृतीचा शेवट ॲटमबॉम्बवर झाला आहे आता, त्याच पद्धतीने बासरीमुळे जी जीवनधारा चालू झाली, त्याचा अंतही सुदर्शन चक्र आणि महाभारतावर झाला होता. मला असं विचारायचं आहे की, तुम्ही क्रॉस आणि ॲटमबॉम्बचा संबंध जोडत आहात तो निवडाल की बासरी आणि महाभारताचा संबंध जोडत आहात तो निवडाल?'

क्रॉस मृत्यूचा सूचक आहे. जेव्हा कबरीवर लागतो तेव्हा त्याचा अर्थ आहे आणि जेव्हा जीवनावर लागतो तेव्हा तो धोकादायक आहे; पण अनेक तथाकथित धार्मिक लोकांनी मनुष्याच्या शरीराला कबर समजलं आहे. त्यांच्या या समजण्याचा परिणाम धोकादायक होणार आहे. आणि जर मनुष्याच्या छातीवर क्रॉस लटकवला, जसा कबरीवर असतो, तर आम्ही जीवनाला स्वीकारत नाही, ती अस्वीकाराची घोषणा आहे. आम्ही जीवनाला वरदान मानत नाही, अभिशाप मानतो. ख्रिश्चन जीझसचं नाव नाही सांगत आहे. ख्रिश्चन असं समजतात की जे माणसाचं जीवन आहे, पापाचं फळ आहे. ज्याला आम्ही जीवन समजतो, ते जीवन परमात्म्याकडून मिळालेलं वरदान नाही, परमात्म्याकडून मिळालेली शिक्षा आहे.

वंशरूपी जीवनाचे प्रतीक : कृष्ण!

असं चिंतन खोलवर दुःखवादी आणि पॅसिमिस्ट आहे. असं चिंतन गुलाबाच्या फुलापाशी उभं राहून काटे किती हे बघणारं, गुलाबाला विसरून जाणारं आहे. असं चिंतन दोन काळोख्या रात्रींत एका दिवसाला बघणारं आहे. दोन प्रकाशित दिवसांमधली एक काळोखी रात्र असं बघणारं नाहीये. असं चिंतन जीवनातलं दुःख गोळा करणारं, जीवनातल्या आनंदाला, सुखाला विसरून जाणारं आहे. दुःख गोळा करणं हे रुग्णचित्ताचं लक्षण आहे. अस्वाभाविक! आणि या दुःखाच्या आधारावर पूर्ण जीवनाच्या संबंधातलं तत्त्वज्ञानाचं जे दर्शन होतं, पसरतं, ते उदास, काळोखी, निषेधात्मक, नकारात्मक आणि क्रॉसचं होऊन जातं.

जीझसचा प्रभाव, जर त्यांना क्रूसावर लटकवलं गेलं नसतं, तर इतका पडला नसता. कदाचित जग त्याला विसरूनही गेलं असतं; पण त्यांना क्रूसावर लटकवल्यामुळेच 'ख्रिश्चन'चा जन्म झाला. आज एक अब्ज माणसं या ख्रिश्चियनिटीमधे सामील आहेत. हा मी जीझसचा विजय मानत नाही, हा विजय क्रॉसचा आहे. क्रूसावर लटकलेले जीझस आमच्या रुग्ण आणि उदास मनांना योग्य वाटलेही, जीवनाचं प्रतीकही वाटले आमच्या, आम्ही सगळे क्रूसावर लटकलेले मनुष्य आहोत. आम्ही दुःखात जगणारे आहोत. आम्ही सगळे दुःखाचीच निवड करतो, गोळा करतो. डोंगर उभे करतो दुःखाचे. शेवटी हातात दुःखच राहतं, सुख मात्र हरवून जातं.

कृष्ण उलट व्यक्तित्व आहे अगदी. आणि कृष्णाच्या बासरीचं प्रतीक क्रॉसच्या अगदी उलट आहे. जसं बासरीला कबरीवर ठेवण्यात काही अर्थ नाही. ती – तिच्यासाठी जिवंत ओठ हवेत आणि केवळ ओठच नाहीत, नाचणारे ओठ हवेत. गाणारे ओठही हवेत आणि ओठ असेच नाचत-गात नाहीत. आतले प्राण आनंदाने उल्लसित व्हायला हवेत यासाठी. माझ्यासाठी जीझसचा क्रॉस आणि कृष्णाच्या बासरीत निवड दिसत राहते. असं नाही की जीवनात दुःख नाही. ते आहे. असंही नाही की जीवनात

सुख नाही. सुख आहे; पण जे दुःखच बघत राहतात, गोळा करतात, त्यांना सुख दिसायचं बंद होतं. जे सुख गोळा करतात, त्यांना दुःख दिसायचं बंद होतं.

जीवनात सुख-दुःख दोन्ही आहेत. सर्व काही व्यक्तीवर अवलंबून असतं की ती काय बघते. माझी अशी समज आहे की व्यक्तीला गुलाबाचं फूल नीट दिसलं तर काटे दिसणार नाहीत. असं नाही की काटे असणार नाहीत. उलट काटे फुलाचे मित्र होतात आणि गुलाबाच्या फुलाचं रक्षण करतात. एकाच झाडावर फुलाचं रक्षण करण्यासाठी निघालेले काटे असतात. पण जो माणूस काट्यांना निवडतो त्याला गुलाबाचं फूल दिसणार नाही. जो काट्यांची निवड करतो, तो म्हणेल, जिथे एवढे काटे आहेत तिथे एक फूल फुलू कसं शकतं? नक्कीच हा माझा भ्रम आहे की मला फूल दिसतंय. काटा सत्य होतो आणि फूल स्वप्न होतं. जो माणूस फुलाला बघू शकतो आणि प्रेम करू शकतो, त्याला एक दिवस असं वाटू लागतं की ज्या झाडावर कोमल फुलं फुलतात त्या झाडावर काटे कसे असू शकतात? त्याच्यासाठी काटे हळूहळू भ्रम होतो आणि असत्य होतं.

माणसाची मर्जी की तो कशाची निवड करतो. स्वातंत्र्य आहे त्याला. सार्त्रचं एक वचन अद्‌भुत आहे. त्यात तो म्हणतो, 'वुई आर कंडेम्ड टु बी फ्री' आमचा नाइलाज आहे स्वतंत्र होण्यात. जबरदस्ती आहे ही स्वातंत्र्याची. आम्ही सगळ्याची निवड करू शकतो, फक्त स्वतंत्रता निवडू शकत नाही. ती मिळालेलीच आहे. कोणताही माणूस असं म्हणू शकत नाही की पारतंत्र्य निवडू शकतो, कारण ते निवडण्याचं स्वातंत्र्य त्याला आहे. कोणीही आत्तापर्यंत स्वतंत्रता बरोबर 'कंडेम्ड' या शब्दाचा उपयोग केलेला नाही.

माणूस स्वतंत्र आहे. आणि परमात्मा असण्याची ही घोषणा आहे. आणि माणसाला जे निवडायचं आहे, निवडू शकतो. तिथूनच अनैतिकता सुरू होते. दुःख निवडणारा माणूस दुसऱ्यासाठीसुद्धा दुःखाची निवड करतो. हे अशक्य आहे की दुःखी माणूस आणखीन कुणासाठी सुख देणारा बनेल. जो घेतानाही दुःख घेतो तो देताना सुख देऊ शकत नाही. हेही लक्षात ठेवायला हवं की जे आमच्यापाशी नाही, ते आम्ही कधीही देऊ शकत नाही. आम्ही तेच देतो जे आमच्याजवळ असतं. दुःख मी निवडलं तर मी दुःखच देणार. दुःख माझा प्राण झालं. म्हणून दुःखी माणूस एकटा दुःखी होत नाही, आपल्या चारही दिशांना हजार तऱ्हेचे दुःखाचे तरंग फेकत राहतो. आपल्या उठण्यात, बसण्यात, असण्यात, मौनात, बोलण्यात, काही करण्यात, न करण्यात सर्वत्र केवळ दुःखाचं वर्तुळ तो पसरवत राहतो. त्याच्या चहुअंगांनी दुःखाच्या उदास लहरी फिरत राहतात आणि परिव्याप्त होत राहतात. तर जेव्हा तुम्ही स्वतःसाठी दुःखाची निवड करता तेव्हा ती केवळ स्वतःपुरती राहत नाही, तुम्ही पूर्ण संसारासाठी दुःख निवडता.

तर जेव्हा मी म्हणालो की दुःखाच्या निवडीने मनुष्याला युद्धापर्यंत पोहोचवलं आहे. आणि असं युद्ध जे समग्र आत्मघात बनू शकतं. ही मनुष्याच्या दुःखाची निवड आहे, जी आम्हाला त्या जागी घेऊन आली आहे. आम्ही अनेकदा ऐकलं आहे, दुःखी माणूस आत्मघात करतो; पण एक अशीही वेळ येईल की पूर्ण मनुष्यता दुःखी होईल आणि आत्मघात करेल. आमची वाढत जाणारी युद्ध आत्मघाताची वाढती कारणं आहेत. हे दुःखाच्या निवडीमुळे शक्य झालं आहे. आणि जेव्हा दुःखाला आम्ही धर्माप्रमाणे निवडतो तेव्हा अधर्म म्हणून निवड करण्यासारखं काही उरत नाही. दुःख हाच आमचा धर्म बनवतो आम्ही, तर मग अधर्म काय असणार? जेव्हा दुःख धर्म बनतो, तर गौरविलाही जातो. 'ग्लोरीफाइड' होतो.

ही जी दुःखाची धारा क्रॉसच्या आजूबाजूला निर्माण झाली आहे, मी जीझसच्या आजूबाजूला असं म्हणत नाहीये, कारण जीझसचा क्रॉसशी अनिवार्य संबंध नाहीये. जीझस क्रॉसशिवायही होऊ शकले असते. ज्या माणसांनी जीझसला सुळी दिली, क्रॉस दिला. इसाई त्यांनी निर्माण केला. मी नेहमी असंच म्हणतो आहे की इसाईयतला निर्माण करणारे जीझस नाहीत, इसाईयत निर्माण करणारे ते पुरोहित आहेत यहुदी, ज्यांनी जीझसला क्रूसावर चढवलं. इसाईयतचा जन्म क्रॉसने होतो, जीझसने नाही. जीझसला बिचाऱ्याला क्रॉसवर लटकावलं गेलं, ही दुसरी गोष्ट, पण त्याच्याशी काही देणं-घेणं नाही. तो क्रॉसनंतर महत्त्वपूर्ण होत गेला आमच्या चित्तात. आणि जे जे स्वतःला क्रॉसवर अनुभवतात, तो क्रॉस परिवाराचा असो, प्रेमाचा असो, राष्ट्राचा असो, धर्माचा असो, दैनंदिन जीवनाचा असो, जी माणसं तसं अनुभवतात क्रूसावर लटकल्यासारखं, त्यांचं जीवन एक महापाप होऊन जातं. ती सगळी माणसं महापाप अनुभवणारे क्रॉसने प्रभावित होत गेले आहेत. आणि 'पॅसिमिस्टो' निराशवादींचा एक मोठा डोंगर सर्व जगात एकत्रित आला आहे.

मागील दोन्ही महायुद्ध इसाई देशांनी लढली आणि निर्माण केली. गैरइसाई देश जरी त्या युद्धात सामील झाले तरी घसरत गेले, खेचत गेले. केवळ ज़पान असा एक देश जो गैरइसाई होता, जो युद्धात आक्रमक होता. पण जपानला आत्ता पूर्व देश म्हणणं कठीण आहे. जपान गहिऱ्या अर्थाने, भोगोलिक दृष्टिकोनातून सोडून द्या, पण पश्चिमेचा भाग बनला आहे. आणि जपानपाशीही आत्मघाताची मोठी परंपरा आहे, ज्याला ते हाराकिरी म्हणतात. माणूस जरासा दुःखी होतो, तर मरतो, दुसरा इलाज नाही. जणू उद्या फूल फुलण्याची शक्यताच नाही. संध्याकाळी फूल कोमेजलं तर मरून जातं. सकाळी फूल फुलण्याची प्रतीक्षा नाही, तेवढं धैर्य नाही.

तर हाराकिरी करणारा एक देश आणि पश्चिमेतल्या क्रॉसवाल्यांचा देश. यांनी मागची दोन मोठी युद्धं लढली. तिसरं युद्ध, मनुष्यतेचा संपूर्ण अंत – असं होऊ शकतं. जसे जीझस क्रूसावर चढले तशी पूर्ण मनुष्यता क्रूसावर लटकू, चढू शकते.

मी असं म्हणत नाहीये की यात जीझसचा हात आहे. आणि मी असंही म्हणत नाहीये की जीझसमुळे प्रभावित होऊन लोकं क्रॉसपाशी जमली. क्रॉसमुळे प्रभावित होऊन जीझसपाशी जमली.

दुसरं जे विचारलं आहे, तर मी मानतो की क्रॉसवादी, दुःखवादी 'सॅडिस्ट' सभ्यता मनुष्याला शेवटी आत्मघातापाशी नेणार आहे. खरं तर क्रॉस घेऊन चालण्यात काही अर्थ नाहीये आणि जीवन जर क्रॉस जरी ठेवतं तरी त्यावर फूल अडकवणं ही आमची निवड आहे.

कृष्ण तर विपरीत वाटतात. त्यांची बासरी विरुद्ध आहे. आणि हेही मी तुम्हाला सांगतो की जीझसना क्रूसावर दुसरे लटकवतात, कृष्णाच्या ओठांवर कोणी दुसरा बासरी ठेवत नाही. म्हणून हे लक्षात घेणं गरजेचं आहे की कृष्णाची बासरी त्यांच्या व्यक्तित्वाचं प्रतीक आहे आणि जीझसचा क्रॉस त्याच्या व्यक्तित्वाचं प्रतीक नाहीये. कृष्णाच्या बासरीत मला जीवनाचा अहोभाव, जीवनाचा अनुग्रह, जीवनासाठी धन्यवादाचं गीत, आभार वाटतो. कृष्णाची निवड जीवनातल्या सुखाची निवड आहे. आणि जसं मी म्हणालो, जो दुःखाची निवड करतो, तो दुःख देणारा बनतो. जो आनंद निवडतो, तो आनंद देणारा होतो.

तर कृष्ण जर बासरी वाजवतात, हेही समजून घ्यायला हवं की जर कृष्ण बासरी वाजवतात तर तो आनंद त्यांच्यापुरता मर्यादित राहत नाही, ते स्वर अनेकांच्या कानांवर पडतात. जर जीझसना तुम्ही क्रूसावर लटकताना बघता, तर तुम्हीसुद्धा उदास व्हाल. आणि कृष्णाला जर एखाद्या झाडाच्या सावलीत नाचताना बघता, तर तुम्हीही प्रफुल्लित होता. सुखही संक्रमक आहे आणि दुःखही संक्रमक आहे. ते पसरतात आणि दुसऱ्यांपर्यंत पोहोचतात. जो माणूस दुःखी असतो तो सर्व जगाला दुःखी होण्यास सांगतो. जो सुखी असतो तो सर्व जगासाठी गीत आणि नृत्याची निवड करतो. सुखी होणं, दुःखी होणं ही ज्याची त्याची निवड आहे. मी धार्मिक त्याला म्हणतो जो इतरांसाठी सुखाची निवड करतो. माझ्यासाठी धार्मिकचा अर्थ आनंद याव्यतिरिक्त काहीही नाही. कृष्ण या अर्थाने माझ्यासाठी धार्मिक आहेत. त्याचं सारं असणं आनंदाचं स्फुरण याव्यतिरिक्त आणखीन काहीही नाही.

पण विचारलं गेलं आहे की कृष्णाच्या बासरीनंतरही तर महाभारत युद्ध झालं? ते कृष्णाची बासरी असून झालं. कृष्णाच्या बासरीमुळे झालं नाही. कारण बासरीचा युद्ध होण्याची काहीही संबंध नाही. क्रॉसचा आणि युद्धाचा आंतरिक संबंध आहे, पण बासरीचा युद्धाशी आंतरिक, तार्किक संबंध नाही. याचा अर्थ असा की आम्ही इतके दुःखवादी आहोत की कृष्णाची बासरीही आम्हाला प्रफुल्लित नाही करू शकली. बासरी वाजत राहिली आहे आणि आम्ही युद्धात उतरलो. बासरी वाजत राहिली आणि आम्ही अहोभावाने भारले गेलो नाही. बासरी आमची बासरी होऊ शकली नाही.

हेही मजेशीर आहे की दुसऱ्याच्या सुखाला स्वत:चं सुख बनवणं कठीण आहे. दुसऱ्याचं दु:ख स्वत:चं दु:ख बनवणं खूप सोपं आहे. म्हणून तुम्ही दुसऱ्याच्या रडण्यात रडू शकता, पण दुसऱ्याच्या हसण्यात स्वत: हसू शकत नाही. कुणाच्या घराला आग लागली तर सहानुभूतीने उभे राहाल त्यांच्याजवळ. पण कुणाचं घर तयार झालं तर त्यांच्या आनंदात सहभागी होऊ शकत नाही. याला बुनियादी कारण आहे.

जीझसच्या क्रॉसशेजारी उभे राहू शकता, पण कृष्णाच्या बासरीशेजारी ईर्षेने भरून परतून याल. ईर्षा जागवेल ती बासरी, सहानुभूती नाही. जीझसचा क्रॉस ईर्षा निर्माण करू शकत नाही, कारण आम्ही क्रॉसवर लटकणार नाही आहोत, तशी तयारीच नाही आमची. पण कृष्ण बासरी वाजवतो, तर ईर्षा आहे. आम्ही तशी बासरी वाजवू शकत नाही. ईर्षा दु:खाला जन्माला घालते. अतिसाधारण मनाची व्यक्तीसुद्धा दु:खात सहभागी होते. दुसऱ्याच्या सुखात सहभागी होणं, दुसऱ्याच्या सुखात बुडून जाणं, दुसऱ्याच्या सुखाला स्वत:सारखं अनुभवणं ही फार मोठी गोष्ट आहे. कोणीही दु:खी असेल तर आम्हाला अडचण वाटत नाही, आम्ही सहज बुडतो त्या दु:खात. सुखी आम्ही नाही आहोत. कोणी सुखी असेल तर आमचा ताळमेळ तिथे बसत नाही.

युद्ध झालं कृष्णाच्या बासरीनंतर. आणि मजेची गोष्ट अशी आहे की जीझसच्या क्रॉसनंतर युद्धांची गती वाढत वाढत आज दोन हजार वर्षं लागली मग झालं. कृष्ण तर बासरी वाजवत असतानाच युद्ध झालं. कृष्णाची बासरी असूनही कृष्णाची बासरी ना समजली जाऊ शकते, ना पकडता येते, ना ओळखता आली आहे. कृष्ण स्वत: युद्धात उतरले, हेही लक्षात घेण्यासारखं आहे. जीझसना युद्धात नाही उतरवता येत. जीझसना युद्धात उतरायला सांगितलं तर ते म्हणतील, 'वेडे आहात का? मी तर सांगतो की कुणी एका गालावर थप्पड मारली तर तुमचा दुसरा गाल पुढे करा. कुणी तुमचा कोट ओढून काढला तर तुम्ही तुमचा शर्ट त्याला काढून द्या. कुणी एका मैलासाठी ओझं वाहून नेण्यास सांगितलं तर तुम्ही दोन मैल वाहून न्या. होऊ शकतं की संकोच वाटून तो तुम्हाला सांगू शकत नसेल!'

हे जे जीझस आहेत त्यांना आम्ही युद्धात नाही उतरवू शकत. पण कृष्ण युद्धात उतरतात. जीझसना युद्धात उतरवता येत नाही, कारण जीवन इतकं घाणेरडं आहे की त्यासाठी लढण्यात काहीही अर्थ नाही. कृष्णाला युद्धात उतरवता येतं कारण जीवन इतकं आनंददायी आहे की त्याच्यासाठी लढता येऊ शकतं.

हे जरा समजून घेऊ.

जीझससाठी जीवन इतकं व्यर्थ आहे, इतकं दु:खपूर्ण आहे की तुम्ही एक थप्पड मारलीत तर त्या दु:खात काही भर पडत नाही. ते इतके आधीच मार खाल्लेले आहेत की तुमच्या एक थपडीने काही फरक पडत नाही. ते दुसरा गाल समोर आणतात की तुम्हाला त्यांचा चेहरा फिरवण्याचा त्रासही नको. जीझस इतके

दु:खी आहेत की त्यांना अजून दु:खी करता येत नाही. लढण्यासाठी तेच तयार होऊ शकतात जे जीवनाच्या आनंदाचे घोषक आहेत. जीवनातल्या आनंदावर आघात झाला तर ते लढतील. जीवनाच्या आनंदासाठी ते स्वत:ला झोकून देतील. जीझसना युद्धासाठी तयार करता येऊ शकत नाही. महावीरांना, बुद्धांनाही युद्धासाठी तयार करता येऊ शकत नाही. केवळ कृष्णाला तयार करता येऊ शकतं. अजून एक माणूस आहे, मोहम्मद, त्यांना तयार करता येऊ शकतं. मोहम्मद एका गहिऱ्या मार्गाने कृष्णाच्या जवळ आहेत. पूर्णपणे जवळ कठीण; पण थोडे जवळ आहेत. ज्यांना असं वाटतं की जीवनात काही वाचवता येण्यायोग्य आहे, केवळ तेच लढण्यासाठी तयार आहेत. ज्यांना जीवनात काही वाचवण्यायोग्य आहे असं वाटत नाही, त्यांच्या लढण्याचा प्रश्न येतोच कुठे?

पण कृष्ण युद्धखोर नाहीयेत. युद्धवादी नाहीयेत. ते आहेत जीवनवादी, पण जीवनावर संकट असेल तर ते लढण्यास तयार आहेत. म्हणून कृष्णाचे सर्व प्रयत्न आहेत, ते युद्ध न होण्यासाठी. त्यासाठी सर्व प्रयत्न केले गेले आहेत. हे युद्ध टाळता यावं आणि जीवन वाचवलं जावं. पण जेव्हा जाणवतं की नाइलाज आहे आणि मृत्यू शक्ती लढणारच, अधर्माची शक्ती झुकण्यास तयार नाही, सामंजस्यासाठीही तयार नाही, तहासाठीही, तेव्हा कृष्ण जीवन आणि धर्म पक्षात लढण्यास तयार होतात.

माझ्या दृष्टिकोनातून कृष्णासाठी जीवन आणि धर्म या दोन वेगळ्या गोष्टी नाहीयेत. स्वाभाविकतेने कृष्णासारखा माणूस जेव्हा लढण्यास तयार होतो, लढतो तेव्हा तो प्रफुल्लित आणि आनंदित असतो. आणि जीझससारखा माणूस न लढताही उदास असतो. कृष्णासारखा माणूस आनंदी; कारण लढणंसुद्धा जीवनातला एक भाग आहे. जीवनातून वेगळं काढता येत नाही लढणं. आणि जसं मी तुम्हाला वारंवार सांगत आहे की कृष्णाची जीवनात अशी काहीही निवड नाहीये जशी सर्वसाधारणपणे साधूंची अथवा नैतिकवादींची असते. ते असं म्हणत नाहीत की युद्ध जे आहे ते हरप्रकारे वाईट आहे. ते म्हणतात युद्ध चांगलंही असू शकतं, वाईटही असू शकतं. प्रत्येक वेळेस एखादी गोष्ट न वाईट असते, न चांगली असते. असे क्षण असतात जेव्हा विष अमृत होतं आणि अमृत विष होतं. आणि असे क्षण असतात जेव्हा शाप वरदान ठरते आणि वरदान शाप ठरतो.

कृष्ण म्हणतात की प्रत्येक परिस्थितीनुसार ठरतं की काय शुभ आहे. हे कुणी अगोदरपासून ठरवून नाही ठेवू शकत की हे शुभ आहे. परिस्थिती बदलली तर कठीण होऊ शकतं. म्हणून कृष्ण क्षणाक्षणानुसार ठरवणं मान्य करतात. त्यांनी प्रयत्न केला की युद्ध न व्हावं, पण बघतात की होणार तर मग पूर्णत्वाने लढायला हवं. पूर्ण मनाने प्रयत्न केले की युद्ध टळावं. पण नाही टळत तर पूर्ण मनाने ते लढावं. युद्ध करायचंच असं नव्हतं की ते सरळ युद्धात भागीदार झाले. ते सक्रिय

होतील युद्धात असा विचार नव्हता. पण असे क्षण येतात, तर त्यांना भागीदार व्हावं लागतं आणि ते हातात सुदर्शन घेतात.

जसं मी मागे म्हणालो, कृष्ण क्षणजीवी आहेत. सर्व आनंदवादी क्षणजीवी असतात. फक्त दुःखवादी क्षणजीवी नसतात. ते मोठे हिशेब ठेवतात आणि या मोठ्या हिशेबांमुळेच ते दुःखी राहतात. पृथ्वी बनली तेव्हापासूनच दुःख गोळा करतात आणि जेव्हा जगाचा अंत होईल तोपर्यंत ते दुःख वागवतात. त्या ओझ्याखाली ते मरतात. आनंदवादी क्षणजीवी आहेत. ते म्हणतात क्षणापलीकडे अस्तित्व नाहीये. क्षणापुरतं अस्तित्व आहे. ना ते कालचा हिशेब ठेवत, ना उद्याचा हिशेब ठेवतात. कारण जो क्षण गेला तो गेला आणि जो क्षण आलेला नाही – आलेला नाही. जे आहे ते या क्षणाचं, पूर्णत्व, पूर्ण जबाबदारीने.

दुःखवादी बंद आहे, तो या क्षणाकडे बघत नाही. त्याला फुलांपाशी न्या, दाखवा की फूल फुललेलं आहे. तो म्हणेल संध्याकाळ झाली की कोमेजल. हे तारुण्य बघ! तो म्हणेल, बघितलं. लवकरच म्हातारपण येईल. तुम्ही सांगा त्याला – हे सुख बघ! म्हणेल, बघितलं. जरा उलटं करून बघ, सर्व सुखांमागे दुःख लपलेलं आहे. आम्हाला फसवू नकोस.

दुःखवादी विस्ताराकडे बघतो, क्षणात नसतो. सुखवादी म्हणेल, संध्याकाळ होऊ देत तरी! आत्तापासून दुःखी होण्यात काय अर्थ आहे? जर फूल दुःखात नाहीये संध्याकाळमुळे आणि आनंदाने नाचत आहे, तर आम्ही का दुःखी व्हावं? येऊ दे संध्याकाळ. आणि गंमत अशी आहे की आनंदवादी संध्याकाळी कोमेजत जाणाऱ्या फुलाचंही सुख घेऊ शकतात. कारण असं कोणी म्हटलंय की केवळ फुलणाऱ्या फुलात सुख असतं म्हणून? कोमेजून गळणाऱ्या फुलातही सुख असतं. आम्ही ते बघितलेलं नाही, ते आमच्या दुःखामुळे. लहान मुलं सुंदर असतात आणि म्हातारी माणसं नसतात? म्हातारपणाचं वेगळं सौंदर्य आहे. आणि कुणी खरोखरच म्हातारं होतं – कुणी रवीन्द्रनाथ – तर त्या सौंदर्याला मोजमाप नाही. वॉल्ट व्हिटमनला म्हातारं बघून असं वाटतं की याहून वेगळं सौंदर्य काय असणार? खरं बघाल तर लहानपणाचं आपलं वेगळं सौंदर्य आहे, तारुण्याला वेगळं सौंदर्य आहे, म्हातारपणाला वेगळं सौंदर्य आहे. जेव्हा सगळे केस पांढरे होतात, जीवनाचा प्रवास पूर्ण होत आलेला असतो, तर ते सौंदर्य तसंच असतं जसा मावळतीचा सूर्य! कुणी सांगितलंय की सौंदर्य केवळ सूर्योदयातच असतं? सूर्यास्ताचं आपलं सौंदर्य नाही? पण दुःखवादींना सूर्योदयाचं सौंदर्यही दिसत नाही... त्यांना त्यावेळेसही सूर्यास्त दिसत असतो.

कृष्ण क्षणवादी आहेत. समस्त आनंदाची यात्रा क्षणात आहे. यात्रा नाहीच आहे कारण क्षणात यात्रा होणार कशी? क्षणात केवळ बुडणं होईल. समय, काळ यात यात्रा असते. क्षण यात तुम्ही दूर जाऊ शकत नाही. गहिरे जाऊ शकता. बुडू शकता.

काळात दीर्घता आहे, गहिरेपणा नाही. म्हणून जो क्षणात बुडतो तो काळाच्या पार जातो. जो क्षणात जगतो तो शाश्वतला उपलब्ध होतो. कृष्ण क्षणात आहेत आणि त्याचबरोबर शाश्वतमध्येही आहेत. जो काळात आहे तो कधी शाश्वतशी संबंध नाही जोडू शकत. तो तर काळाच्या क्षणांचा हिशेब ठेवत राहतो, कणाकणांचा हिशेब ठेवतो. जेव्हा तो जगतो तेव्हा मृत्यूचा हिशेब लिहीत राहतो. सकाळी संध्याकाळच्या हिशेबाचा विचार करत राहतो. प्रेमात असताना विरहाचा विचार करतो, जेव्हा मिलन होतं तेव्हा विरहाच्या अश्रूंनी ते भिजून जातं.

म्हणून एखाद्या क्षणी जर कृष्णाच्या हातात सुदर्शन चक्र येतं, तर तो मागच्या कृष्णाच्या वचनासाठी थांबत नाही, ज्याने म्हटलं होतं की युद्धात मी सक्रिय होणार नाही. कारण ते म्हणतील की तो कृष्ण आत्ता कुठे आहे, ज्याने वचन दिलं होतं? आता गंगा तिथे कुठे आहे, जिथे होती, ते फूल आता कुठे आहे? ते ढग आता कुठे आहेत? आता सगळं बदललेलं आहे. तर मीसुद्धा तिथे असण्याचा ठेका घेतला आहे का? सर्व निघून गेले. आत्ता मी जिथे आहे, तिथे आहे. आणि या क्षणाचा माझा जो प्रतिध्वनी आहे, तेच माझं अस्तित्व आहे. ते क्षमा मागत नाहीत. त्यांना पश्चात्ताप नाही. ते असं म्हणत नाहीत की मी चूक केली वचन देऊन. ते असंही म्हणत नाहीत की वाईट झालं, चुकीचं झालं. मी दुःखी आहे, पश्चात्ताप करेन. प्रायश्चित्त करेन. ते असं काहीही म्हणत नाहीत. ते क्षणाशी फार खरे आहेत.

आता हे थोडं समजावून घ्यायला हवं.

'टु बी ट्रू टु द मोमेंट' ते क्षणाशी फार खरे आहेत. ते इतके खरे आहेत की क्षण अशी घटना घेऊन येतो, जे त्यांच्या मनातही नसतं, तरीही ते बुडून जातात, झेपावतात, उडी मारतात. हो, आम्हाला असं अनेकदा वाटू शकतं की आम्हाला ते तेवढे खरे वाटत नाहीत. कारण म्हणाले होते की युद्धात सहभागी होणार नाहीत आणि तरीही झाले. जो क्षणाच्या बाबतीत खरा आहे, तो अस्तित्वासाठी खरा आहे, पण समाजासाठी खूप खरा असू शकत नाही. कारण समजा काळावर जगतो आणि तो शाश्वत सत्यात जगतो. समाज भूतकाळ, भविष्यकाळात जगतो. असा माणूस क्षणात जगतो.

मी एक गोष्ट ऐकली आहे. एका मोठ्या झेन फकिराकडे रिझाई त्याच्याकडे एक युवक आला, म्हणाला मी सत्याच्या शोधात तुमच्याकडे आलो आहे. रिझाई म्हणाला, 'सत्याची गोष्ट बाजूला राहू दे, आत्ता मी काही वेगळं विचारतो. तू पेकिंगवरून आला आहेस?' 'हो.' 'पेकिंगमध्ये तांदळाचा दर काय आहे?'

तो माणूस इतक्या दूरवरून आला आहे. हा विचार करून आला नव्हता की तांदळाचा दर सांगावा लागेल.

'क्षमा करा, पण आधी मी हे तुम्हाला सूचित करू इच्छितो, म्हणजे पुढे तुम्ही मला हे असे प्रश्न विचारणार नाही. मी ज्या रस्त्यांवरून जातो, त्यांना तोडून

टाकतो. ज्या पुलावरून प्रवास करतो ते पूल पाडून टाकतो. ज्या जिन्यावरून जातो ते जिने मिटवून टाकतो, मला काही भूतकाळ नाही.' 'तर मग बस. मग सत्याच्या गोष्टी होऊ शकतात. मी एवढ्याचसाठी विचारला प्रश्न. जर तुला तांदळाचे दर माहीत असते, आठवत असते, तर सत्य मिळणं खूप कठीण झालं असतं. कारण सत्य सदा क्षणात असतं, वर्तमानात असतं. त्याचा भूतकाळाशी संबंध नाही. आणि जो भूतकाळात जगतो त्याचा वर्तमानाशी ताळमेळ बसत नाही, तो वर्तमानात जगू शकत नाही; पण तो भविष्य जगू शकतो.'

कृष्ण असूनही युद्ध झालं आणि कृष्ण युद्धात सहभागी होऊ शकले. कारण आनंदाचा पक्षपाती लढूही शकतो आणि कृष्णाचं म्हणणं असं आहे की लढणं हे जीवनाचंच एक अंग आहे. जोपर्यंत जीवन आहे, तोपर्यंत कशा ना कशा प्रकारचं युद्ध चालू राहणार. युद्धभूमी बदलेल, आधार बदलतील, मार्ग बदलतील, गुण बदलतील पण युद्ध सुरू राहील. युद्ध त्या दिवशी बंद होईल जेव्हा मनुष्यता राहणार नाही अथवा मनुष्यता पूर्ण होईल. या दोनच अर्थाने युद्ध बंद होऊ शकतं. मनुष्य पूर्ण होईल तर आणि मनुष्य संपूनच जाईल तर मनुष्य जसा आहे अशा मनुष्याच्या जीवनात युद्ध सुरू राहील. मग विचार कसला करायचा? युद्ध होऊ नये याचा? नाही, कृष्ण इतकंच सांगतात, युद्ध धर्मयुद्ध असावं, शांती धर्मशांती असावी!

लक्षात ठेवा, शांतीसुद्धा अधार्मिक असू शकते आणि युद्धही धार्मिक असू शकतं. पण शांतिवादी विचार करतात की शांती नेहमी धार्मिक असते. कृष्ण तरल आहेत. त्यांच्या जीवनात सर्व हवेसारखं आहे. मी रस्त्यावरून जात आहे, मी एक शांत माणूस आहे. मी शांतपणे जात आहे आणि कोणी, कोणाला तरी लुटतो आहे, तरी मी शांतपणे जातो, कारण लढणं माझ्यासाठी नाही. तर ही माझी शांती अधार्मिक झाली. कारण माझी शांती कुणाला तरी लुटण्यासाठी, कोणीतरी लुटून घेण्यासाठी सहकार्य करते आहे. अनिवार्य नाहीये की शांती नेहमी धर्म असेल. बर्ट्रँड रसेल जशी माणसं पॅसिफिस्ट. शांतीला नेहमी ठीक मानता. पण अशी शांती नपुंसक ठरू शकते.

म्हणून कृष्ण वारंवार अर्जुनाला सांगतात दुर्बलतेचा त्याग! मला कधी वाटलं नव्हतं की तू नपुंसक होशील. तू नपुंसकांसारखं बोलतो आहेस. युद्ध समोर उभं आहे आणि जेव्हा युद्ध कृष्णाच्या दृष्टिकोनातून अधर्मासाठी आहे, तेव्हा तू दुबळा होतो आहेस? तुझी शक्ती कुठे हरवली? तुझं पुरुषत्व कुठे गेलं? शांती गरज नाही की धर्म असेल. युद्धही गरज नाही की अधर्म असेल. असं म्हटलं जाऊ शकतं तेव्हा की युद्धखोर म्हणू शकतात की आमचं युद्ध धर्म आहे. म्हणू शकतात. जीवन गुंतागुंतीचं आहे. कोणी थांबवू शकत नाही. पण धर्म काय आहे, याचा विचार स्पष्ट पसरत जावा, तर कठीण होईल त्यांना असा दावा करणं.

कृष्णाच्या दृष्टिकोनातून धर्म काय आहे, ते मी सांगतो. कृष्णाच्या दृष्टिकोनातून

जे जीवनाला विकसित करेल, खुलवेल, नाचवेल, आनंदित करेल तो धर्म आहे. जीवनाला थांबवेल, आनंदात अडसर बनेल, प्रफुल्लता मिटवेल, तोडेल, खुलू देणार नाही. फळू देणार नाही, तो अधर्म आहे. अडसर बनेल जीवनात. तो अधर्म, जीवनाला वरवर नेईल, शिडी बनेल, तो धर्म!

> *'भगवान श्री, कृष्णाला योग्य प्रकारे कोणी आणि केव्हा आत्मसात केलं? आम्हाला त्यांना आत्मसात करायचं असेल तर काय करावं?*
> *कृष्णाला आत्मसात करून मनुष्य सभ्यता आणि संस्कृती ज्या डायमेंशन, परिमाणात प्रवेश करू शकेल, त्याची रूपरेखा प्रस्तुत करण्याची कृपा करा.'*

कोणी कुणा दुसऱ्याला आत्मसात कसं काय करू शकणार? आणि करावं तरी का? दायित्व ही तसं नाहीये. मी स्वत:लाच आत्मसात करेन. कृष्णाला का करू? आणि जर कृष्ण स्वत:ला आत्मसात करतात, तर कृष्णाला कुणी दुसरा आत्मसात करण्यास का जावं? नाही, दुसऱ्याला आत्मसात करणं हा व्यभिचार आहे. दुसऱ्याला आत्मसात करणं म्हणजे स्वत:वर अन्याय करणं आहे. ही गोष्टच चूक आहे. माझा स्वत:चा आत्मा आहे, तो फुलायला हवा. जर मी दुसऱ्याला आत्मसात करतो तर माझ्या आत्म्याचं काय होईल? दुसरा माझ्या वरचढ होईल, मी त्याला ओढून घेईन, माझं काय होईल? माझं दायित्व माझं असण्यामुळे आहे.

नाही, कृष्णाला समजून घेणं पुरेसं आहे, आत्मसात करण्याची आवश्यकता नाही. समजणं पर्याप्त आहे. कृष्णाशी एकरूप होणं आहे. समजणं गरजेचं कारण कृष्णासारखी व्यक्ती जेव्हा फुलते, तर तिच्या फुलण्याचे नियम काय आहेत? कृष्णासारखी व्यक्ती जेव्हा आपल्या सहजतेने प्रकट होते तर त्या सहजतेचे नियम काय आहेत? मीसुद्धा माझ्या सहजतेत प्रकट होऊ शकतो. कृष्णाला समजून घेतल्याने एक सूत्र तर मिळेल की जर कृष्ण खुलू शकतात, तर माझ्या रडत राहण्याचं प्रयोजन काय? गरज काय? कृष्ण जर नाचू शकतात, तर मी का नाही नाचू शकत? असं नाही की कृष्णाचा नाच आणि तुमचा नाच एक होऊ शकेल. तुमचा नाच तुमचा असेल. कृष्णाचा नाच कृष्णाचा असेल; पण कृष्णाला समजल्यामुळे तुमच्या आत्माविर्भावात साहाय्यता मिळेल. आत्मसात करण्यात नाही. तुमच्या स्वत:च्या ज्या आविर्भावात मदत होऊ शकेल.

म्हणून पहिली गोष्ट ही सांगतो की कुणाला आत्मसात करण्याची आवश्यकता नाहीये. काही अज्ञानी माणसांनी तसा प्रयत्न केला आहे. पूर्ण तर कोणीही करू

शकणार नाही, कारण ते अशक्य आहे. मी दुसऱ्याला पांघरू शकतो, पण आत्मसात करू शकत नाही. दुसऱ्याला आत्मा बनवू शकत नाही. कितीही ओढू पण मागे वेगळा राहीनच. अभिनय करू शकतो दुसऱ्याचा, पण होणं नेहमी आपलं असतं. ते दुसऱ्याचं असू शकत नाही. उधार आत्मा असू शकत नाही. कुणाला तरी इतकं ओढून घेऊ शकतो की मी मला आतल्या आत दाबून टाकत जाईन, अंतर्गर्भात लपवेन, माझं सारं व्यक्तित्व दुसऱ्याचं होऊ शकेल तरी मी राहणारच.

कृष्णाला आत्मसात करण्याचे प्रयत्न अनेकांनी केले आहेत, जसे बुद्ध, राम, जीझसना आत्मसात करण्याचे प्रयत्न केले गेले आहेत, पण कधीही कुणीही कुणालाही आत्मसात करू शकत नाही. ती असफलता निश्चित आहे. आत्मघात असेल तो. आणि जी माणसं साधारणपणे आत्मघात करतात, त्यांना आम्ही आत्मघाती म्हणता कामा नये, कारण ते केवळ शरीराघाती आहेत. ते केवळ शरीराचा घात करतात. पण जे दुसऱ्याला आत्मसात करतात ते आत्मघाती आहेत. ते आपल्या आत्म्याला मारण्याचा प्रयत्न करतात. सगळे अनुयायी, सगळे शिष्य, सगळे अनुकरण करणारे सगळे आत्मघातकी आहेत.

पण काही लोकांनी करण्याचा प्रयत्न केला आहे. त्यातून दोन परिणाम होतात. तो माणूस केवळ अभिनय करू शकतो हे एक. दुसरं, त्याच्या ओढण्यात कृष्णाचं पूर्ण रूप बदलून जातं. कारण मी माझ्या पद्धतीने कृष्णाला ओढेन. तेवढा कमीत कमी मी राहणारच. तुम्ही तुमच्या पद्धतीने ओढाल. तितके कमीत कमी तुम्ही राहणारच. म्हणून ना स्वत:शी केवळ व्यभिचार होतो, तर कृष्णाशीही व्यभिचार होतो. जितके धर्मशास्त्री आहेत, मग कृष्ण असोत, जीझस असोत, बुद्ध, महावीर, त्यांच्या मागे ओढण्याच्या प्रयत्नात चालतात. ते सगळे असंच करतात. ते मनुष्याच्या विफलतेच्या अद्‌भुत कहाण्या आहेत आणि मनुष्यतेच्या आत्मघातकीपणाचे अद्‌भुत प्रमाण आहेत.

पण मीरा अथवा चैतन्यसारखी माणसं ओढत नाहीत. जराही नाही. ते कृष्णाला आत्मसात करत नाहीत. ते जे आहेत ते पूर्णत: प्रकट करतात. त्यांच्या प्रकटीकरणात कृष्णाचं व्यक्तित्व ओढलं जात नाही. त्यांचं नृत्य, त्यांची गीतं कृष्णाला आत्मसात करत नाहीत. चैतन्य चैतन्य आहेत. त्यांच्या ढंगाने, त्यांच्या ढंगाने कृष्णावरचं प्रेम, तो प्रवाह त्यांचा आहे आणि जसजसा हा प्रवाह मोठा होत जातो, तसतसे चैतन्य हरवत जातात, तसतसे कृष्णही हरवत जातात. आणि एक असा क्षण येतो की सगळं हरवतं. त्या सर्व हरवण्यातच कृष्ण उरत नाहीत आणि चैतन्यही उरत नाहीत. त्या क्षणी जर आपण विचारलं की तुम्ही चैतन्य आहात की कृष्ण? तर ते म्हणतील, माहीत नाही की मी कोण आहे, मी आहे. कदाचित मीही उरत नाही. 'आहे' इतकंच. आणि ही जी उपलब्धी आहे ती चैतन्यच्या आपल्याच आत्म्याचं फूल आहे. त्यात ओढणं नाही, आत्मसात करणं नाही.

अशी चूक आम्ही करता कामा नये. आमचं मन होतं, पण तरीही अशी चूक करू नये. रेडीमेड, तयार कपडे खरेदी करणं सोपं असतं. लगेचच घालता येतात, मोठी सोय आहे. वाट बघावी लागत नाही. जर कुणाला शोधायचं असेल, तर कधी सापडेल हे सांगता येत नाही. पण जर कृष्णाला ओढायचं असेल, तर आत्ता होऊ शकतं. उधार तर कधीही मिळू शकतो. कमवण्यासाठी वेळ लागतो. म्हणून ओढण्याचा कल असतो. पण हा त्रास असतो, कुणी त्या त्रासातून सुटत नाही. उलट अजून खोलात जातो.

म्हणून धार्मिक मी त्याला म्हणतो, जो स्वतःचा आविष्कार करतो. या आविष्कारात बुद्ध, महावीर, कृष्ण, जीझसचं सहकार्य मिळू शकतं. कारण जेव्हा आम्ही दुसऱ्याला समजून घेऊ शकतो, तेव्हा आम्ही स्वतःला समजण्याचा आधारही ठेवतो. जेव्हा दुसऱ्याला समजतो, तेव्हा सोपं पडतं समजणं, स्वतःला समजून घेण्यापेक्षा. कारण दुसऱ्यामध्ये काही अंतर आहे, दूरत्व आहे, समजणं सोपं जातं. स्वतःला समजणं कठीण आहे. कारण अंतर नाहीये समजवणाऱ्यामध्ये आणि समजावून घेणाऱ्यामध्ये. दुसऱ्याला समजणं सहज आहे; पण त्याला समजल्यावर आमची आपली समज वाढली पाहिजे.

तुम्ही अनेकदा अनुभवलं असेल, कुणी माणूस येतो आणि आपली अडचण सांगतो, तर तुम्ही जो उपाय सांगता, सल्ला देता अगदी योग्य. पण तोच प्रसंग तुमच्यावर आला तर तुम्ही स्वतःला योग्य सल्ला देऊ शकत नाही. काय कारण आहे? माणूस मोठा बुद्धिमान आहे. कोणतेही प्रसंग, संकट येवोत तो सल्ला देऊ शकतो, पण तेच स्वतःसाठी तो करू शकत नाही, सल्ला मागायला जातो. नाही, इतकी जवळीक असते की समजण्यासाठी अवसर मिळत नाही. दुसऱ्याला समजणं सोपं असतं आणि दुसऱ्याची समज हळूहळू आमची आपली समज होत जाते, तर कृष्ण, जीझस, बुद्ध, महावीर यांना नंतर विसरून जाल, शेवटी आम्ही उरू. शेवटी माझी शुद्धता उरते.

अशा शुद्धतेची उपलब्धी मुक्ती आहे. असं परमशुद्ध होण्याचं नाव निर्वाण आहे. असं परमशुद्ध होत जाण्याचं नाव भागवत चैतन्याची उपलब्धता आहे. पण जो कृष्णाला समजून तिथपर्यंत पोहोचेल, तो होऊ शकतं की कृष्णाच्या नावाचा उपयोग करेल, म्हणेल की मी कृष्णाला मिळवलं. हे केवळ जुन्या ऋणांची परतफेड आहे. अनुग्रह आहे. अजून काही नाही. मिळवतो तर अंततः आम्ही स्वतःलाच. पण ज्या दिवशी आम्ही स्वतःला मिळवतो, त्या दिवशी कुणी दुसरा राहत नाही. म्हणून आम्ही कोणत्या ना कोणत्या शब्दाचा उपयोग करू. जो आम्हाला यात्रेत उपयोगी पडला असेल. एक छोटीशी गोष्ट मग आपण ध्यानाला बसू.

प्रश्नाचा दुसरा भाग आहे की कृष्णाची जीवनधारा, त्याने प्रभावित होऊन मनुष्य सभ्यता आणि संस्कृतीमुळे कोणत्या जीवन परिमाणात प्रवेश करू शकेल?

यावर मोठं भाषण द्यावं लागेल. तसं तर याचबद्दल इतके दिवस बोलत आहोत. दोन-तीन शब्द सांगता येतील. मनुष्याची सभ्यता कृष्णाला समजून घेतल्याने सहज होऊ शकते. क्षणजीवी होऊ शकेल, आनंद समर्पित होईल. दुःखवादी राहणार नाही. समय-काळवादी राहणार नाही. निषेधात्मक राहणार नाही, त्यागी राहणार नाही. अनुग्रहपूर्वक जीवनाला वरदान समजलं जाऊ शकेल आणि जीवन व परमात्मा यात भेद राहणार नाही. जीवनच परमात्मा आहे अशी धारणा हळूहळू वाढत जाईल. जीवनाच्या विरोधात कुठेतरी परमात्मा बसलेला आहे असं नाही. जीवनच परमात्मा आहे. सृष्टीच्या अतिरिक्त कुणी श्रेष्ठ कुठे बसला आहे असं नाही, सृष्टीची प्रक्रिया सृजनशक्ती परमात्मा आहे.

या सर्व गोष्टी ज्या मी सांगितल्या या दरम्यान त्यांचं जर स्मरण केलं तर अंतिम मी जे सांगितलं ते स्पष्ट होईल. अनेक बाबतीत मी बोललो, काही आवडलं असेल, काही नावडलं असेल. दोहोंपैकी काहीही असो, त्यामुळे समजून घेण्यात मात्र अडथळा निर्माण होतो. जे आवडलं ते समजून न घेताच मान्य केलं जातं आणि जे नावडलं असेल, ते समजून न घेता दारं बंद केली जातात. मी सर्व सांगितलं ते आवडण्यासाठी, नावडण्यासाठी नाही, तर केवळ तुम्ही सहजतेने, सरळ समजून घ्यावं म्हणून. घरी घेऊन जाऊ नका माझं बोलणं. बोलणं, माझं म्हणणं, माझ्या गोष्टी समजून घेण्याची जी समज तुमच्यात आली असेल, जी प्रज्ञा आली असेल ती भरून घेऊन जा. फुलांना इथेच ठेवा, जे अत्तर, जो सुगंध बोटांना लागला असेल तो घेऊन जा. माझ्या गोष्टी घरी घेऊन जाण्यात काही अर्थ नाही. त्या बेकार आहेत, जशा सगळ्यांच्याच बेकार असतात. पण त्या गोष्टींचा संदर्भ, संघर्ष, तुमच्यासमोर त्यांचा केलेला ऊहापोह त्यामुळे जर आत काही निर्माण झालं असेल, ते तेव्हाच निर्माण होऊ शकतं जेव्हा तुम्ही पक्षपात केला नसेल. चूक-बरोबर अशी तुलना केली नसेल, तेव्हाच एक 'समज' तयार होऊ शकते.

जर तुम्ही असं समजलात की हे कृष्णाच्या बाजूने बोलत आहेत, महावीरांच्या बाजूने नाही तर तुम्ही दुःख घेऊन जाल, समज घेऊन जाणार नाही. ती जबाबदारी माझी नसेल, तुमची असेल. तुमच्या कृष्णाशी, महावीर, बुद्ध, जीझसशी मला काय देणं-घेणं? ना रुची, ना अरुची, ना पक्ष, ना विपक्ष. मला जे दिसतं तसं मी सरळ सरळ तुमच्या डोळ्यांसमोर मांडत गेलो आणि मी स्वतः क्षणजीवी माणूस आहे, म्हणून विश्वासाचा नाही. उद्या काय बोलेन, हे आज नाही सांगता येत, आश्वासन नाही काही. आज मला जसं दिसलं, दिसतं तसं सांगतो. आज जे मला समजलं... त्याला मूल्य नाही. जे समजून समज वाढते, त्याचं मूल्य आहे.

मी आशा करतो की या दिवसांत सगळ्यांच्या समजुतीत थोडाफार समजचा विकास झाला असेल. थोडाफार दृष्टिकोन बदलला असेल, फैलावला असेल, दार

थोडं उघडलं असेल. सूर्याला येण्यासाठी जागा बनली असेल. मी नाही सांगत की तुमच्या आत सूर्य आला तर त्याला तुम्ही काय नाव द्यायचं कृष्ण? बुद्ध? महावीर? जीझस? तुमची मर्जी, की अजून काही? मी इतकंच सांगतो की तुमच्या मनाचं दार उघडं असू देत, तर सूर्य येईल. नाव तुम्ही ठरवा. कारण सूर्य काही नाव सांगत नाही की त्याचं नाव काय आहे. तो अनाम आहे. नाव तुम्ही द्याल. पण दरवाजा त्यांच्याच मनाचा उघडतो, जो समजपूर्वक, समजुतीत, समजून घेऊन जगतो. पक्ष, धारणा, सिद्धान्तासोबत जगत नाही. पक्ष, धारणा, सिद्धान्ताबरोबर ती माणसं जगतात ज्यांना स्वत:च्या समजुतीवर विश्वास नाही. तर ते तयार, पक्के बाजारात विकत मिळणाऱ्या सिद्धान्ताना घेऊन येतात. समज तर पाण्यासारखी तरल आहे. समज एक प्रवाह आहे. सिद्धान्त प्रवाह नाही.

जर तुम्ही सिद्धान्ताच्या आधारे, त्यांच्या आडून मला ऐकलं असेल. मित्र असाल. शत्रू असाल सिद्धान्ताचे. तर मग तुम्ही नाही समजू शकणार मी काय सांगितलं ते.

शेवटचं सांगतो तुम्हाला, कृष्णाशी मला काहीही कर्तव्य नाही. कृष्णाच्या पक्षात, विपक्षात तुम्ही जावं म्हणून सांगितलेलं नाही. कृष्णाचा उपयोग मी एक चित्रकार करतो, तसा कॅनव्हाससारखा केला आहे. मला त्यावर काही रंग रंगवायचे होते तुमच्यासमोर कृष्णाचे. चित्रकाराला जसे कॅनव्हासवर रंग चितारायचे असतात त्याचे. मला महावीरांचा कॅनव्हास, बुद्धांचा कॅनव्हास, जीझसचा कॅनव्हासही रंगवायचा आहे आणि एका कॅनव्हासवर ज्या रंगाचा मी उपयोग करतो, जरूरी नाहीये की दुसऱ्या कॅनव्हासवर त्याच रंगाचा उपयोग करेन आणि असंही मला कधी कोणी म्हणू शकत नाही की काल तुम्ही जे चित्र बनवलं होतं आज त्याच्या अगदी विरुद्ध चित्र बनवलंत. जर मी चित्रकार आहे तर विरुद्ध बनवणारच. आणि जर केवळ कॉपी-पेस्ट असेन तर उद्या पुन्हा तेच चित्र काढेन.

म्हणून माझं वक्तव्य मुळापासून धरण्याची आवश्यकता नाही. ते समजून घ्या आणि सोडून द्या. 'समज' बाकी राहील आणि वक्तव्य सुटेल. त्यामुळे अजून एक फायदा होईल की कधी मी पकडला जाणार नाही. जेव्हा आम्ही कुणाला धरून ठेवतो तेव्हा स्वत:ला हरवतो. जेव्हा आमचे हात रिकामे असतात, तेव्हा अचानक आम्ही आमच्या हातात आम्हाला भरून घेतो. या आशेवर हे सर्व सांगितलं आहे.

माझ्या गोष्टी इतक्या प्रेमाने, शांततेने, मौनाने ऐकल्या आहेत त्यासाठी. त्यामुळे मी अनुग्रहित आहे. आणि शेवटी सर्वांच्या आत बसलेल्या परमात्म्याला वंदन करतो. माझे प्रणाम स्वीकारावेत.

आता आम्ही ध्यानासाठी बसू.

◆

८

(भगवान श्री रजनीशांनी २६ सप्टेंबर १९७० मध्ये सोळा लोकांना नवसंन्यासाची दीक्षा दिली. २८ सप्टेंबरला रात्री एका अतिरिक्त बैठकीत भगवान श्रींनी नवसंन्यासावर विशेष प्रवचन दिलं.)

संन्यास माझ्यासाठी त्याग नाही, आनंद आहे. संन्यास निषेधही नाहीये, उपलब्धी आहे. पण आजपर्यंत संन्यासाला निषेधात्मक अर्थानेच बघितलं गेलं आहे. त्यागाच्या अर्थाने, सोडून देण्याच्या अर्थाने, मिळवण्याच्या अर्थाने नाही. मी संन्यास म्हणजे काही मिळवणं असं बघतो.

निश्चितच ज्यांना हिरे-माणीक मिळतात ते दगड-धोंडे सोडून देतात. पण दगड-धोंडे सोडून द्यायचा अर्थ इतकाच आहे की हिरे-माणकांना जागा मिळायला हवी. दगड-धोंड्यांचा त्याग केला जात नाही. त्याग तर आम्ही अशा गोष्टींचा करतो, ज्या खूप मौल्यवान असतात. दगड-धोंडे असे सोडून दिले जातात की जणू घरातला कचरा. घरातून फेकून दिलेल्या वस्तूंचा हिशेब आम्ही ठेवत नाही की किती कचऱ्याचा त्याग केला.

संन्यास आत्तापर्यंत हिशेब ठेवत राहिला त्याचा जे सर्व सोडलं जातं. मी संन्यासाला बघतो त्या भाषेत, त्या हिशेबात जो मिळतो. निश्चितच यात फरक पडणार, जर संन्यास आनंद आहे, जर संन्यास उपलब्धता आहे. जर संन्यास मिळवायचा आहे, विधायक आहे, तर संन्यासचा अर्थ विराग असू शकत नाही. संन्यासचा अर्थ उदासी असू शकत नाही. तर संन्यासचा अर्थ जीवनातला विरोध असू शकत नाही. तेव्हा तर संन्यासचा अर्थ असेल जीवनातला अहोभाव! संन्यासचा अर्थ प्रफुल्लता! संन्यासचा अर्थ असेल जीवनाचा विस्तार, गहिरेपणा, आक्रसणं नाही.

आत्तापर्यंत ज्यांना आम्ही संन्यासी म्हणतो, ते आकुंचित होतात. सगळं तोडून

नवसंन्यास

टाकतात. सर्वांपासून स्वत:ला बंदिस्त करतात. मी त्याला संन्यासी म्हणतो जो सर्वांशी स्वत:ला जोडतो. जो स्वत:ला बंदिस्त न करता मोकळं करतो.

निश्चितच त्याचे इतरही अर्थ असतील. जो संन्यास संकुचित करणारा आहे, तो संन्यास बंधन होईल. कारागृह होईल. तो संन्यास म्हणजे स्वातंत्र्य असं होऊ शकत नाही. आणि जो संन्यास स्वतंत्र नाही तो संन्यास कसा काय असू शकेल? संन्यासाचा आत्मा तर परम स्वतंत्रता आहे.

म्हणून माझ्यासाठी संन्यासाला कोणतीही मर्यादा नाही. माझ्यासाठी संन्यासाला काहीही नियम नाहीत, अनुशासन नाही. संन्यास व्यक्तीच्या परमविवेकात परम स्वतंत्रतेची उद्‌भावना आहे.

त्या व्यक्तीला मी संन्यासी म्हणतो, जो परम स्वतंत्रतेत जगण्याचं धैर्य दाखवतो. ना कुठलं पाळतो, ना कोणती व्यवस्था पाळतो, ना कुठलं अनुशासन. पण याचा अर्थ असा नाही की तो उच्छृंख होतो, तो स्वच्छंदी होतो. खरं तर असं आहे की तो माणूस स्वच्छंदी जो पारतंत्र्यात असतो आणि जो माणूस बांधील आहे, पारतंत्र्यात आहे, तोच स्वच्छंदी होतो. जो स्वतंत्र आहे तो कधीही स्वच्छंदी होतच नाही.

अशा भूतकाळाशी मी भविष्यातल्या संन्याशाला तोडून टाकतो. आणि मी समजतो की भूतकाळातल्या संन्यासाची जी व्यवस्था होती ती मरणशय्येवर पडली आहे. मेलीच आहे. ती भविष्यात वाचू शकणार नाही.

पण संन्यास असं फूल आहे जे हरवता कामा नये. ती अशी अद्‌भुत उपलब्धी आहे जिचा निरोप घेतला जाता कामा नये. अद्‌भुत फूल आहे जे क्वचित फुलतं. असंही होऊ शकतं की आम्ही विसरूनच जाऊ, हरवून टाकू. जुन्या व्यवस्थेत बांधील, तो मरू शकतो. म्हणून संन्यासचे नवे अर्थ, नवे उद्‌भाव देणं गरजेचं

झालेलं आहे. संन्यास हवाच. तो तर जीवनातली सर्वांत मोठी, गहिरी संपत्ती आहे. पण तिला वाचवायचं कसं? मी त्यासाठी काही सांगतो.

प्रथम असं सांगतो की अनेक दिवस आम्ही संन्याशाला संसार सोडून जाताना बघितलं, त्यामुळे दुहेरी नुकसान झालं. संन्यासी संसारापासून तुटतो, पण दरिद्री होतो. गहिऱ्या अर्थाने दरिद्री होतो. कारण जीवनातले सर्व अनुभव संसारातच मिळतात. सुख-दुःख, संघर्ष-शांती, रस-विरस सगळे अनुभव संसारातच येतात. आणि जेव्हा आम्ही कुणा व्यक्तीला संसारापासून तोडतो, तो बंद खोलीत, कृत्रिम हवेत, कृत्रिम ऊर्जेत खुलणारं फूल बनतो. खोलीतून बाहेर काढलं तर ते कोमेजून जाईल.

संन्यासी तसा झाला आहे. पण संन्यासी कधी बंद खोलीत खुलू शकतो? त्याच्यासाठी मोकळं आकाश हवं. रात्रीचा अंधार हवा, दिवसाचा प्रकाश हवा, चंद्र-तारे हवेत, पक्षी हवेत, धोका हवा. सगळं काही हवं. संसारापासून तोडून आम्ही संन्याशाला मोठं नुकसानीत टाकलं आहे. कारण संन्याशाची आंतरिक समृद्धी क्षीण झाली आहे.

ही मजेची गोष्ट आहे, साधारणतः ज्यांना आम्ही चांगली माणसं म्हणतो, त्यांचं जीवन श्रीमंत नसतं, त्यांच्या जीवनात अनुभवाचं भांडार फार नसतं. म्हणून उपन्यासकार म्हणतात की चांगल्या माणसाच्या जीवनावर चांगली कथा लिहिता येत नाही. कथा लिहायची असेल तर वाईट माणूस मुख्य पात्र हवं. वाईट माणसाची गोष्ट असते. जर माणूस चांगला असेल तर त्याची कथा एका वाक्यात होते 'जन्मापासून मरेपर्यंत तो माणूस अगदी चांगला होता.' संपली कथा.

संन्यासी संसारापासून तुटल्यामुळे अनुभवांना मुकतो. तो एका प्रकारे सुरक्षित होतो. पण प्रत्येक तऱ्हेने दरिद्री होतो.

मला संन्याशाला संसाराशी जोडायचं आहे. असा संन्यासी बघायचा आहे जो कामही करतो. शेतात, दुकानात, कचेरीत. तो पळून गेलेला नसेल. जीवनातल्या सधन बाजारात उभा असेल आणि तरीही संन्यासी असेल. तेव्हा त्याच्यासाठी संन्यासचा अर्थ काय असेल? एक स्त्री संन्यासी होते आणि पत्नीही राहते. आत्तापर्यंतचा अर्थ नवरा-मुलांना सोडून गेलेली संन्यासिनी. माझ्या दृष्टिकोनातून अशा संन्यासाला काही अर्थ नाही. कुणीही पती-पत्नी संन्यास घेत आहेत, तर पळून जाऊ नाही. जिथे आहेत तिथेच असावं. जीवनात संन्यासाला तिथेच खुलू द्यावं.

पण मग काय करणार तो? पळून जाण्यात मार्ग दिसत होता. पळालो, वाचलो. पण आता? तो पतीही असेल, कामधंदा करणाराही असेल, बापही असेल, मालकही असेल. जीवनाचा अर्थ हजारो नाती, नात्यांचं जाळं. काय करणार तो? जर त्याग नाही तर संन्यासाचा अर्थ काय?

एक अभिनेता माझ्याकडे आला. नवीन नवीन नट होता. नुकतेच सिनेमे प्रदर्शित झाले होते. त्याने मला एक कोणतंही सूत्रं त्याच्या डायरीत लिहून देण्याची विनंती केली जे त्याच्या उपयोगी पडेल. तर मी लिहिलं, 'अभिनय असा कर की जणू तो जीवन आहे आणि असा जग जणू तो अभिनय आहे.' संन्यासी म्हणजे माझ्यासाठी हाच अर्थ आहे.

जीवनाच्या सधनतेत उभं राहून कुणी संन्यासाचं फूल फुलवू इच्छितो, तर एकच अर्थ असू शकतो की तो कर्ता असू नये, भोक्ता होऊ नये, अभिनेता व्हावं–होवो! साक्षी होवो. बघू दे, करू दे, पण कधीही खोलवर बांधला जाऊ नये. नदीतून जाईल पण कधी पायांना पाणी लागू देणार नाही. नदीतून जाताना पायांना पाणी लागणार नाही, हे कठीण आहे; पण संसारातून जाताना संसाराचा स्पर्श होऊ द्यायचा नाही हे शक्य आहे. अभिनय थोडा समजून घ्यायचा हे आवश्यक आहे आणि आश्चर्य हे आहे की जीवन जितकं अभिनय होत जातं तितकं कुशल होत जातं. तितकं सहज होत जातं, तितकं चिंतामुक्त होत जातं.

कुणी आई, आई होताना कर्ता बनत नाही. साक्षी राहते की ज्या मुलाचं ती संगोपन करत आहे, त्याला तिनेच जन्म दिला आहे पण तो तिचाच नाहीये. जन्म तिच्यामुळे झाला आहे. पण तिने जन्म दिलेला नाही. ती त्याच्यासाठी फक्त एक दार, याहून जास्त काही नाही. आणि जिथून तो आला आहे, ज्याच्यामुळे आला आहे आणि ज्याच्यामुळे तो जगेल आणि ज्याच्यात तो पुन्हा परतून जाईल, त्याचा आहे तो. एवढी लहानशी गोष्ट जर तिला समजली, तर ती कर्ता होणार नाही. ती साक्षी होऊ शकते. आता ती आई व्हायचा अभिनय करू शकेल.

एक छोटासा प्रयोग करून बघा. चोवीस तासांसाठी ठरवा की अभिनय करू. कोणी शिवी दिली तर मी चिडणार नाही, रागाचा अभिनय करेन. कुणी कौतुक केलं, तर मी प्रसन्न होणार नाही, प्रसन्न झाल्याचा अभिनय करेन. हा चोवीस तासांचा प्रयोग तुमच्या जीवनात नवीन दरवाजा उघडेल. तुम्ही आश्चर्यचकित व्हाल की मी उगाचच त्रागा करत होतो. जे काम अभिनयाने होणार होतं. त्यात मी नाहक कर्ता बनत होतो. दुःखी होत होतो. आणि या दिवसभराच्या अभिनयानंतर तुम्ही रात्री झोपायला जाल तर तुम्हाला तत्काळ शांत झोप लागेल. कारण जो कर्ता नव्हता, त्याला चिंता नाही. त्याला ताण नव्हता कसलाच, कसलं ओझं नव्हतं. सगळं ओझं हे कर्ता होण्याचं ओझं आहे.

संन्यास मला घराघरातून पोहोचवायचा आहे, तरच संन्यास राहील. लाखो संन्यासी हवेत. दोन-चार संन्यासी पुरेसे नाहीत आणि जसं मी सांगतो आहे, त्याच आधारे लाखो संन्यासी होऊ शकतात. संसाराला तोडून तुम्ही जगात जास्त संन्यासी आणू शकत नाही. कारण कोण त्यांच्यासाठी काम करणार? भोजनाची व्यवस्था

कोण करणार? कोण कपडे गोळा करणार? एक छोटी संख्या पोसता येते, पण मोठ्या संख्येने संन्यास संसारात नाही येऊ शकत. दोन-चार हजार संन्यासी एक देश पोसू शकतो. ते संन्यासीही दीन होतात. हे संन्यासी निर्भर असतात आणि त्यांचा विशाल व्यापक प्रभाव असत नाही.

जर जगात संन्यासाचा व्यापक प्रभाव हवा असेल, जे गरजेचे आहे, उपयुक्त आहे, अर्थपूर्ण आहे, आनंदपूर्ण आहे, तर आम्हाला हळूहळू अशा संन्यासाला जागा द्यायला हवी, ज्यात तोडून पळून जाणं अनिवार्य होणार नाही. जिथे जो आहे, तिथेच संन्यासी होऊ शकेल. तिथेच तो अभिनय करेल आणि तिथेच तो साक्षी होईल. जे तो होतो आहे, त्याचा साक्षी बनेल.

तर एका संन्याशाला मला सर्व व्यवहारांशी, घराशी जोडण्याचा विचार आहे. अद्‌भुत आणि मजेशीर असेल ते जग जर आम्ही तसं निर्माण करू शकलो, जिथे दुकानदार संन्यासी असेल. स्वाभाविक होईल की तसा दुकानदार लबाड असणार नाही. लबाडी करायला कठीण जाईल त्याला. जर कुणी अभिनयच करतोय, तर लबाडी करता येणं कठीण जाईल आणि जेव्हा कुणी साक्षी बनतंय, तरी लबाडी करणं कठीण जाईल. संन्यासी जर डॉक्टर, वकील, शिपाई, क्लार्क असेल, तर आम्ही हे जग अगदी बदलून टाकू.

तर एका संन्याशाला तोडून संन्यासी दीन होऊन जातो आणि संसाराचंही खूप नुकसान होतं, संसारही दीन होऊन जातो. कारण संसारात जे श्रेष्ठतम फूल फुलू शकलं असतं ते फुलत नाही. बागेच्या बाहेर जातं. बाग उदास होते. म्हणून संन्यासाचं एक जगव्यापी आंदोलन गरजेचं झालं आहे. जिथे आम्ही हळूहळू घरात, दुकानात, बाजारात सर्वत्र संन्यासी होऊ. ती आई, पत्नी असेल, नवरा असेल, कुणीही, काहीही फरक पडत नाही. तो जो असेल, तोच असेल. केवळ त्याचा बघण्याचा दृष्टिकोन बदलेल, साक्षी होईल. त्याच्यासाठी जीवन अभिनय, लीला होईल, काम म्हणून राहणार नाही. जीवन एक उत्सव बनेल. उत्सव होता क्षणी सर्व बदलून जाईल.

अजून एक माझा दृष्टिकोन आहे. तो सांगतो, 'पीरियॉडिकल रिनन्सिएशन' सावधिक संन्यास. मी असं मानत नाही की कुणी माणूस आयुष्यभर संन्यासी होण्याची शपथ घेईल. भविष्यासाठी कोणतीही शपथ धोकादायक आहे. कारण आम्ही कधीही नियंता होऊ शकत नाही. तो भ्रम आहे. भविष्य येऊ देत. जे घेऊन येईल, ते आम्ही बघू. जो साक्षी आहे तो भविष्यासाठी निर्णय नाही करू शकत. निर्णय केवळ कर्ता करू शकतो. ज्याला जाणीव आहे की करणारा 'मी' आहे. तो म्हणू शकतो की मी आयुष्यभर संन्यासी राहीन. पण प्रत्यक्षात जो साक्षी आहे तो कधीही म्हणणार नाही की मी आयुष्यभर संन्यासी राहीन. तो म्हणेल, 'उद्याचं मला

माहीत नाही. उद्या जे व्हायचं असेल, होईल.'

पूर्वी जीवनभरासाठी संन्यास असायचा. एक माणूस कोणत्या भावदशेत संन्यासी होतो आणि उद्या कोणत्या वेगळ्या भावदशेत त्याला जीवनात परतून यायची इच्छा होते, तर आम्ही तो दरवाजा उघडा ठेवला नाहीये. संन्यासात आम्ही आत येण्याचा मार्ग ठेवला आहे, पण बाहेर जाण्याचा मार्ग बंद केला आहे. आणि असा तर स्वर्गही नरक होऊन जातो, जिथे बाहेर जाण्यास मार्ग नाही. पारतंत्र्य बनतं. कारागृह होतं. कुणी संन्यासी परत येऊ इच्छितो, तर तुम्ही म्हणता, येऊ शकतो. पण मग तुम्ही त्याची निंदा करता, अपमान करता. हे पूर्वीच्या संन्याशांसाठी फार कठीण होतं जगणं.

म्हणून आम्ही एक उपाय शोधला आहे की कुणी संन्यास घेतं तर आम्ही मोठा आरडाओरडा करतो. फुलं, हार घालतो, प्रशंसा करतो, मोठा सन्मान, आदर देतो, जणू कुठली मोठी घटना घडत आहे असा उपद्रव करतो. आणि हा उपद्रवाचा दुसरा भाग आहे की जर उद्या परतून यावंसं वाटलं तर हाराऐवजी दगड फेकले जातील, पायताणं फेकली जातील आणि तीच माणसं असतील फेकणारी, अजून कुणी नाही. त्या लोकांनी हार घालून सांगितलं की आता सावध राहा, परतून येऊ नकोस, जितका आदर दिला गेला तितका अनादर वाट पाहील. फार भयानक आहे ही गोष्ट. यामुळे न जाणो किती जण संन्यासचा आनंद घेऊ शकतात. ते घेऊ शकत नाहीत. आयुष्यभर ते निर्णय घेऊ शकत नाहीत. आयुष्यभराचा निर्णय फार कठीण गोष्ट आहे. हक्कच उरत नाही पुढे निर्णय घेण्यासाठी.

माझ्या दृष्टिकोनातून संन्यास नेहमीच सावधिक, अवधी असलेला आहे. तुम्ही कधीही परतून येऊ शकता. कोण अडवणार? संन्यास तुम्ही घेतला होतात. संन्यास तुम्ही सोडता. तुमच्याशिवाय अन्य कुणीही निर्णय घेणारा नाही. तुमचाच निर्णय आहे. ना कुणाची त्यात स्वीकृती, ना काही संबंध. संन्यास निजता, माझा निर्णय आहे. मी घेतो आज, उद्या यायचं आहे परत. ना संन्यास घेताना तुमच्याकडून अपेक्षा आहे की सन्मान करा, ना सोडताना अपेक्षा आहे तुमच्याकडून की निंदा करा. तुमचा काहीही संबंध नाही.

संन्यास एक गंभीर गोष्ट बनवून ठेवली होती, म्हणून तो नेहमी गंभीर आणि रुग्ण माणसंच घेऊ शकत. संन्यास एक हसरा, खेळ असं बनवणं गरजेचं आहे. तुमची मजा आहे, संन्यास घेतलात! तुमची मजा आहे, उद्या परतून येता! नाही मजा आहे, ना परतून येता, आयुष्यभर राहता, ती तुमची मजा आहे. अशाने असं होईल की कुणाला दोनएक महिन्यांसाठी संन्यास घ्यायचा असेल तर तो घेऊ शकतो. गरजच काय दहा-बारा महिने संन्यास घ्यायची? दोन महिन्यांसाठी संन्यासी म्हणून जगेल, परतून येईल, दोन महिन्यांनी पुन्हा संन्यासी होईल... एक अद्भुत गोष्ट

होईल.

एक फकीर होता. त्याच्याकडे सम्राट गेला. सूफी फकीर होता. सम्राट म्हणाला, मलाही परमात्मा भेटव, मीही तहानलेला आहे. फकीर म्हणाला, एक काम कर. उद्या सकाळी ये. सम्राट दुसऱ्या दिवशी सकाळी गेला. फकीर म्हणाला, आता तू सात दिवस इथेच राहा. हे भिक्षापात्र घे आणि सातही दिवस गावातून भीक मागून आण. इथे जेव, इथेच विश्राम कर. सात दिवसांनंतर परमात्म्यासंबंधी बोलू.

सम्राट अडचणीत पडला. त्याचीच राजधानी होती. आपल्याच राजधानीत भीक मागायची? तो म्हणाला, दुसऱ्या गावी जाऊ? फकीर म्हणाला, नाही. गाव तर हेच राहील. आणि जर सात दिवस भीक मागू शकत नसशील तर परतून जा. मग परमात्म्याबद्दल काही बोलू नकोस. सम्राट कसनुसा झाला पण थांबला. दुसऱ्या दिवशी भीक मागायला बाजारात गेला. रस्त्यावर, दारावर उभं राहून त्याने भीक मागितली. सात दिवस!

सात दिवसांनंतर फकिराने त्याला बोलावलं, म्हणाला, आता विचार! तो म्हणाला, आता मला काहीच विचारायचं नाही. मी तर विचारच केला नव्हता की सात दिवस भिक्षापात्र पसरवून मला परमात्मा दिसेल. फकिराने विचारलं, काय झालं तुला? तो म्हणाला, काही नाही झालं. सात दिवस भीक मागितल्यावर अहंकार गेला, विरघळला. वाहून गेला. मी तर विचारच केला नव्हता. सम्राट असून जे मिळालं नाही ते भिकारी होऊन मिळालं. असं मिळू शकतं! आणि ज्या क्षणी विनम्रतेचा जन्म होतो, त्या क्षणी दार उघडतं.

हा एक अद्‌भुत अनुभव असेल की कोणी एक वर्षातल्या एका महिन्यासाठी, दोन महिन्यांसाठी संन्यासी होतो आणि पुन्हा आपल्या जगात परतून येतो. त्या एक-दोन महिन्यातले संन्यासी जगातले सर्व अनुभव त्याची संपत्ती बनतील. ते त्याच्या बरोबर चालतील आणि जर एक माणूस चाळीस-पन्नास-साठ वर्षांच्या आयुष्यात दहा-वीस वेळा थोड्या थोड्या दिवसांसाठी संन्यासी बनतो, तर त्याला संन्यासी व्हायची आवश्यकता पडणार नाही. तो जिथे आहे तिथे हळूहळू संन्यासी होईल. मला असं वाटतं की प्रत्येक माणसाला संन्यासी व्हायची संधी मिळायला हवी.

अजून दोन-तीन गोष्टी. मग याबद्दल जर तुम्हाला काही विचारायचं असेल तर विचारा. आत्तापर्यंत जितके संन्यासी या धरतीवर झाले, ते कुठल्यातरी धर्माचे होते. त्यामुळे फार नुकसान झालं. संन्यासी कुठल्यातरी धर्माचा असणं ही गोष्टच मुळी अर्थहीन आहे. कमीत कमी संन्यासी तरी 'केवळ धर्म' असा हवा. ना जैन, ना इसाई, ना हिंदू, केवळ धर्म! तो तरी कमीत कमी 'सर्व धर्म परित्यज्य' हवा. ही फार मजेची गोष्ट होईल की आम्ही या पृथ्वीवर एका अशा संन्याशाला जन्म देऊ, जो धर्माचा संन्यास असेल. कोणत्या विशेष संप्रदायाचा नाही. तो मशिदीतही थांबू शकेल,

मंदिरातही, गुरुद्वारातही, चर्चमध्येही. त्याच्यासाठी कुणीही परकं नसेल. सर्व आपलं.

याचबरोबर लक्षात ठेवा की आत्तापर्यंत संन्यासी नेहमी गुरूशी बांधील राहिला आहे. कोणी गुरू दीक्षा देतो. संन्यास अशी गोष्ट नाहीये की कुणी देऊ शकेल. संन्यास अशी गोष्ट आहे जी घ्यावी लागते. देत कोणीही नाही. अथवा म्हणावं लागेल की परमात्म्याशिवाय कोण देणार संन्यास? तर कुणी माझ्याकडे दीक्षा मागायला येतं तर मी सांगतो की मी केवळ साक्षीदार होऊ शकतो. मी दीक्षा कशी देणार? दीक्षा परमात्म्याकडून घ्या, परमसत्तेकडून घ्या. मी साक्षी राहीन की माझ्यासमोर ही घटना घडली. याहून जास्त काही अर्थ नाही. गुरूशी बांधलेला संन्यास सांप्रदायिक होतो. गुरूशी बांधलेला संन्यास मुक्ती आणू शकत नाही. बंधन आणतो. मग हा संन्यासी काय करेल?

हे संन्यासी तीन प्रकारचे होऊ शकतात. एक ते ज्यांनी सर्वाधिक संन्यास घेतला, जो एका अवधीपुरता संन्यासी होतो. साधना करेल, एकांतात जाईल, पुन्हा जीवनात परतेल. दुसरे ते संन्यासी जे जिथे आहेत तिथेच, इंचभरही हलणार नाहीत, तिथेच संन्यासी होतील आणि तिथेच अभिनय आणि साक्षीचं जीवन सुरू करतील. तिसरे, ते संन्यासी, जे संन्यासाच्या आनंदात इतके बुडून जातात की परतून येण्याचा प्रश्नच नाही. ना त्यांच्यावर कुठली जबाबदारी आहे की ज्या कारणाने ते कुठल्या घराशी बांधील आहेत, ना त्यांच्यावर कुणी अवलंबून आहे, ना त्यांच्या येण्या-जाण्याने कुठे काही पीडा, दुःख आणि अडचण येते. असा जो तिसरा वर्ग आहे संन्याशांचा, हा वर्ग ध्यानात जगतो, ध्यान लोकांपर्यंत पोहोचवितो.

मला असं वाटतं की या पृथ्वीवर जेवढी ध्यानाची आवश्यकता आहे, तेवढी आणखी कोणत्याच गोष्टीची नाही. आणि जर आम्ही पृथ्वीच्या मोठ्या मनुष्यतेला, मनुष्यतेच्या भागाला ध्यानात लीन करू शकलो नाही तर कदाचित माणूस जास्त काळ जगणार नाही. मानवता जास्त काळ टिकणार नाही. इतके मानसिक रोग आहेत, इतके वेडे आहेत, इतकी विक्षिप्तता आहे, इतके राजकीय आजार आहेत, या सगळ्यात माणूस टिकेल याची आशा रोज कमी कमी होत चालली आहे. जर यामध्ये व्यापक प्रमाणात व्यापक लोक ध्यानात मग्न होत नाहीत, तर आम्ही कदाचित मनुष्याला वाचवू शकणार नाही आणि जरी तो वाचला तरी तो केवळ यंत्रवत् होईल. त्याच्या मनुष्यतेलं जे श्रेष्ठ आहे, जे हरवेल.

म्हणून युवक-युवतींचा एक असा वर्गही हवा, अथवा वृद्धांचा, ज्यांच्यावर आत्ता कुठल्या जबाबदाऱ्या नाहीत, अथवा जे जबाबदाऱ्यांतून पार पडले आहेत. अशांचा एक वर्ग हवा जो पृथ्वीला ध्यानात बुडवण्यासाठी संलग्न होऊन जाईल.

ज्या ध्यानप्रयोगाबद्दल मी बोलतो आहे, तो इतका सोपा, इतका वैज्ञानिक आहे की शंभरापैकी सत्तर लोकांवर तरी परिणाम होईलच. या ध्यानासाठी धर्माची अपेक्षा

नाही, कोणत्या पात्रतेची आवश्यकता नाही, शास्त्राची अपेक्षा नाही, श्रद्धा अथवा विश्वासाची पूर्व अपेक्षा नाही. सरळ, तुम्ही जसे आहात तसे ध्यानात उतरू शकता. साधा वैज्ञानिक प्रयोग आहे. एवढीही अपेक्षा नाही की तुमची श्रद्धा असायला हवी. अपेक्षा एवढीच आहे की जसा एक शास्त्रज्ञ प्रयोग करतो हे जाणून घेण्यासाठी की बघू, होतंय की नाही, इतकाच प्रयोगाचा भाव घेऊन या. या भावनेने तुम्ही ध्यानात उतराल, तरीही होईल.

आणि मला वाटतं की एक शृंखलाबद्ध ध्यानाची प्रक्रिया संपूर्ण पृथ्वीभर पसरवली जाऊ शकेल. जर एक व्यक्ती ध्यान शिकते, तर कमीत कमी पुढल्या सात दिवसांत ती कमीत कमी एका व्यक्तीला ध्यान शिकवेल. तर आम्ही दहा वर्षांत संपूर्ण पृथ्वीला ध्यानात बुडवू. यापेक्षा जास्त श्रम करण्याची आवश्यकता नाही.

आणि माणसाने जीवनातलं श्रेष्ठ असं जे काही हरवलं आहे, ते सर्व परतून येऊ शकतं आणि काही कारण नाहीये की कृष्ण पुन्हा जन्म का घेत नाहीत? जीझस दिसत नाहीत, बुद्ध पुन्हा आमच्यापाशी का नाही येत? तेच बुद्ध पुन्हा येणार नाहीत, तेच कृष्ण येणार नाहीत, आमच्यात सर्व क्षमता आहेत. ते पुन्हा प्रकट होऊ शकतात. म्हणून मी साक्षी व्हायचं ठरवलं.

या तीन वर्गांत जे मित्र जाऊ इच्छितात, त्यांच्यासाठी मी साक्षी राहीन. त्यांचा गुरू म्हणून नाही राहणार. संन्यास त्यांच्या आणि परमात्म्यामधला संबंध असेल. कोणता उत्सव नाही साजरा केला जाणार संन्यास देण्यासाठी, नाही तर सोडताना पुन्हा उलट उत्सव करावा लागतो.

याला गंभीर गोष्ट समजता कामा नये. त्यासाठी इतकं चिंतित होण्याची आवश्यकता नाही. ही सहज गोष्ट आहे. एक माणूस सकाळी उठतो आणि त्याच्या मनात येतं की त्याने संन्यासी व्हावं. त्याने व्हावं. त्यात काही कठीण नाही. ती काय आयुष्यभराची गोष्ट नाहीये की त्याने ठरवलं तर त्याला आता आयुष्यभर संन्यासी राहावं लागेल. उद्या सकाळी त्याला वाटलं की नाही परतायचं, तर त्याने परतावं. त्यात आणखीन कुणाला काही देणं-घेणं नाही.

हे थोडंफार मी बोललो. या संदर्भात कुणाला काही विचारायचं असेल तर विचारा.

'भगवे कपडे घालतात तर त्याचा अर्थ काय?'

कपडे घालून कोणी संन्यासी बनत नाही, पण संन्यासी आपल्या पद्धतीचे कपडे घालतो. कपडे ही अगदी साधारण गोष्ट आहे. पण अगदीच व्यर्थ गोष्ट नाहीये.

तुम्ही काय घालता, याचे अनेक अर्थ आहेत. का घालता, याचेही अनेक अर्थ आहेत. कुणी ढगळ कपडे घालतो, त्याने काही फरक पडत नाही; पण तो ढगळ कपडे का निवडतो? एखादा माणूस तंग कपडे का घालतो? ते त्याचं व्यक्तिमत्त्व दर्शवतात. खूप शांत माणूस तंग कपडे नाही निवडणार. तंग कपडे असं सूचित करतात की तो माणूस भांडखोर, अशांत, त्रासदायक, कामुक असू शकतो. लढण्यासाठी सैल कपडे उपयोगाचे नाहीत. म्हणून सैनिकांना आम्ही सैल कपडे घालू शकत नाही. सैनिकाने तंग कपडे घालायला हवेत. त्यांचं काम तंग कपड्यांचं आहे. ते कपडे त्यांना लढण्यासाठी सोयीचे असतात. असं नाही की भगवे कपडे नसतील तर संन्यासी होता येत नाही. पण भगव्या कपड्यांचा उपयोग आहे. ज्यांनी हा शोध लावला, त्यामागे कारणं आहेत.

पहिलं कारण हे होतं. कधी लहान-मोठे प्रयोगही आम्ही करू शकत नाही, म्हणून फार कठीण जातं. सात रंगाच्या सात बाटल्या घेऊन त्यात एकाच नदीचं पाणी भरा आणि सातही बाटल्या सूर्यप्रकाशात टांगून ठेवा. तुम्हाला आश्चर्य वाटेल. सात रंगांच्या काचा सात रंगांचं पाणी त्या बाटलीत तयार करतात. पिवळ्या रंगाच्या बाटलीतलं पाणी लवकर खराब होईल. लाल रंगाच्या बाटलीतलं पाणी महिनाभर चांगलं राहील. असं कसं? काचेचा रंग किरणांच्या येण्याजाण्यात फरक करतो. पिवळ्या रंगाच्या बाटलीवर वेगळी किरणं प्रवेश करतात. लाल रंगाच्या बाटलीत वेगळी किरणं प्रवेश करतात. निळ्या रंगाच्या बाटलीत वेगळी किरणं प्रवेश करतात. ते जे आतलं पाणी आहे ते किरणं पिऊन टाकत आहेत. त्याचा आहार घेत आहेत ती.

हजारो वर्षांच्या मोठ्या प्रयोगानंतर ज्यांनी संन्यासवर अनेक प्रयोग केले, त्यांनी अनेक कपड्यांमधून भगवा रंग निवडला. अनेक अनुभव आहेत त्यामागे. एक तर अद्भुत अनुभव आहे, ज्या रंगाचे कपडे आपण वापरतो, त्या रंगाची किरणे आमच्याकडून परतून जातात. सर्वसाधारणपणे हे आम्ही उलट समजतो. आपण समजतो, जो कपडा लाल आहे, तो लाल असणार. पण हे सत्य नाहीये. सत्य उलट आहे. सूर्यकिरणात सात रंग असतात, जेव्हा ही किरणं एखाद्या वस्तूवर पडतात. जर तुम्हाला लाल रंग दिसतो आहे, तर याचा अर्थ सातमधले सहा रंग त्या वस्तूने रिचवले आणि केवळ लाल रंगाला त्याने परत केलं. तुम्हाला तोच रंग दिसतो, जो वस्तू परत करतो. निळ्या रंगाची वस्तू म्हणजे निळा रंग तिने परत केला. तो रंग त्या वस्तूने शोषून घेतला नाही. ती किरणं परतून तुमच्या डोळ्यांवर पडतात म्हणून ती वस्तू तुम्हाला निळी दिसते. ज्या रंगाचा कपडा तुम्ही वापरता, त्या रंगाची किरणं तुमच्या आत प्रवेश करत नाहीत.

भगवी वस्त्रं विचारपूर्वक निवडली आहेत. लाल रंगाची किरणं मनुष्य चित्तात

अनेक तऱ्हेची कामुकता निर्माण करतात. लाल रंगाची किरणं शरीरात प्रवेश करून सेक्शुॲलिटीला प्रोत्साहित करतात. म्हणून गरम देशातली माणसं जास्त कामुक असतात. म्हणून तुम्हाला आश्चर्य वाटेल की कामसूत्रच्या तुलनेत दुसरं कोणतंही पुस्तक थंड प्रदेशात निर्माण होऊ शकलेलं नाही. अरेबियन नाइट्‌ससारखं पुस्तक थंड प्रदेशात निर्माण झालेलं नाही. सूर्याची प्रखर किरणं, तेज किरणं आहेत, जी शरीरभर प्रवेश करतात.

संन्यासवर जी माणसं अनेक तऱ्हेचे प्रयोग करत होते, हजारो दिशांनी, त्यांनी असा विचार केला की लाल रंगांची किरणं परतून लावली, शरीरापासून, तर ती कामुकतेला शांत करतात. म्हणून भगवी वस्त्रं निवडली गेली. अगदी लालही निवडलं जाऊ शकलं असतं, पण थोडा फरक केला. त्यात एक अद्‌भुत गोष्ट आहे. पण लाल रंग पूर्णतः परतवून लावला तर शरीरस्वास्थ्याला नुकसान पोहोचतं. थोडासा तरी तो रंग हवा.

अजूनही एक कारण आहे. लाल रंग जो माझ्या कपड्यातून पूर्णतः परावर्तित होतो, तो समोरच्या ज्याच्या कुणाच्या डोळ्यांत उतरतो, त्यालाही हानिकारक ठरतो. ही फार महत्त्वाची गोष्ट आहे की संन्यासी याचीही काळजी घेतात की त्याचे कपडे आणखीन कुणाला हानिकारक न ठरावेत. तुम्ही लाल रंगाचा कपडा बैलासमोर धरा, कधी तसा प्रयत्न केला आहेत? तर तुम्हाला समजेल की बैलही रंग ओळखतात. बैलही लाल रंग बघून त्या रंगाला झिडकारतो. त्याच्या डोळ्यांत लाल रंग आघात करतो.

जी माणसं कलर सायकॉलॉजीचा अभ्यास करतात, त्यांना अद्‌भुत अनुभव येतात. पश्चिममध्ये रंगांवर अनेक शोध घेतले जात आहेत. रंगांचे अनेक उपयोग त्यांच्या दृष्टिपथात आले आहेत. सुपरस्टोअरच्या मालकाने रीसर्च करवला अमेरिकेत की कोणत्या रंगाच्या डब्यात वस्तू ठेवाव्यात ज्यामुळे ग्राहक आकर्षित होतील. ज्या स्त्रिया त्या दुकानात खरेदीसाठी जातात त्यांच्यावर रीसर्च चालू आहे अखंड. त्यांची नजर कोणत्या रंगाचे डबे जास्तीत जास्त लक्ष वेधून घेतात! आणि असं लक्षात आलं की पिवळ्या रंगाकडे. पिवळ्या रंगाच्या डब्यांकडे वीस टक्के, तर लाल रंगाच्या डब्यांकडे ऐंशी टक्के. म्हणजे वस्तूंची विक्री लाल रंगाच्या डब्यांमधली ऐंशी टक्के होते. तोच पदार्थ, तेच नाव, केवळ डब्यांचा रंग बदलला, पिवळ्याऐवजी लाल डबा – स्त्रिया लाल रंगाकडे, त्यांची नजर लाल रंग प्रखरतेने पकडते. म्हणून स्त्रिया जगभर लाल रंगाचे कपडे जास्त वापरतात.

लाल रंग न ठेवण्याची बरीच कारणं आहेत. लाल रंग थोडासा बदलला, भगवा केला. 'ऑकर कलर' यात लाल रंगाचे सर्व फायदे आहेत आणि त्या रंगामुळे होणारं नुकसान काहीही नाही. कामुकतेला तो रंग आतमध्ये फार क्षीण करतो. दुसरं असं

की भगवा रंग सूर्योदयाचा रंग आहे. पहाट होत आहे आणि सूर्य उगवतो आहे, पूर्ण उगवलेला नाही, तो रंग आहे हा. ध्यानात जेव्हा प्रवेश व्हायला सुरुवात होते, तर तेव्हा जो पहिला रंग असतो तो भगवा रंग असतो. आणि जो प्रकाशाचा अंतिम अनुभव आहे, तो निळा आहे. भगव्यापासून सुरुवात होऊन निळा शेवटचा रंग तिथे पूर्ण होतो. अनेक बाबी आहेत रंगाच्या. इथे त्या सर्व मांडता येणार नाहीत. पण थोडंफार...!

ध्यानाच्या पहिल्या चरणाची सूचना रंगात आहे. जेव्हा संन्यासी ध्यानात प्रवेश करतो, तर त्याला तेव्हा ते रंग दिसायला सुरुवात होते आणि जर तो दिवसभरात उघड्या डोळ्यांनीसुद्धा तो रंग पुन:पुन्हा बघत राहतो तर 'रिमेंबरिंग' परतून जाते आणि दोहोंमध्ये एक असोसिएशन, एक नातं, अंत:संबोध होतं. जेव्हा कधी तो आपल्या भगव्या वस्त्रांकडे बघतो, तेव्हा त्याला ध्यानाचं स्मरण होतं. दिवसातून पंचवीस वेळा त्याला स्मरण होतं ध्यानाचं. आणि तो ध्यानात जातो.

तुम्ही बाजारात जाता, वस्तू खरेदी करावयाची असते, लक्षात राहावं म्हणून तुम्ही कपड्याला गाठ बांधून ठेवता. गाठीचा आणि वस्तू आणण्याचा काही संबंध आहे का? नाही, पण बाजारात अचानक हाताला गाठ लागते आणि आठवतं, अमुक एक घ्यायचं आहे. गाठीशी असोसिएशन झालं.

पावलवने एक प्रयोग केला होता. कुत्र्यासमोर पोळी ठेवताना तो घंटी वाजवायचा. पोळी बघून कुत्र्याच्या तोंडाला पाणी सुटायचं. पंधरा दिवस त्याने असं केलं. पंधरा दिवसांनंतर त्याने फक्त घंटी वाजवली. पोळी न ठेवताच. पण घंटीचा आवाज ऐकून कुत्र्याच्या तोंडाला पाणी सुटलं. घंटी, पोळी याचं असोसिएशन झालं. घंटी वाजताच पोळीची आठवण कुत्र्याला होते. आम्ही संपूर्ण आयुष्य असं जगत आहोत. आम्ही सर्व तऱ्हेचे चुकीचे कंडिशन रिफ्लेक्स निर्माण केले.

ध्यानाच्या पहिल्या रंगाचा जो अनुभव आहे, तो जर संन्याशाला दिवसातून पंचवीस-पन्नास वेळा, शंभर वेळा आठवू लागला, उठता, बसता, निजताना, स्नान करताना, तर वारंवार त्याला ध्यानाची शुद्ध येत राहील. ती गाठ झाली, जी त्याच्या कामी येते. पण याचा अर्थ असा नाही की कुणी भगवी वस्त्रं नाही घातली तर संन्यासी होऊ शकणार नाही. संन्यास इतकी मोठी गोष्ट आहे की तिला वस्त्रांचं बंधन घालता येत नाही. पण वस्त्रं अगदी व्यर्थ नाहीयेत. म्हणून माझी इच्छा आहे की संपूर्ण पृथ्वीवर लाखो माणसं भगव्या वस्त्रात दिसायला हवीत.

'भगवान श्री, साधक आणि संन्यासी यामध्ये काय फरक आहे? आणि संन्यासी न होता कुणी साधक बनू शकत नाही का?'

संन्यासी झाल्याशिवाय तर कुणी साधक बनू शकत नाही. साधकाचा अर्थ संन्यास साधणे असा आहे आणि साधक काय करेल? त्याला जगात हळूहळू समस्त सुख-दुःखाच्या पलीकडे जाऊन आनंद उपलब्ध करायचा आहे. कर्ताच्या पलीकडे जाऊन साक्षी व्हायचं आहे, अहंकारापलीकडे जाऊन शून्य व्हायचं आहे. पदार्थांपलीकडे जाऊन परमार्थ मिळवायचा आहे. या सर्वांचं मिळून नाव संन्यास आहे. साधक म्हणजे संन्यास सुरू करणारा. सिद्धचा अर्थ संन्यास पूर्ण झाला. दोहोंमधली जी यात्रा आहे, ती संन्यासची यात्रा आहे. संन्यासासाठीच तर साधना आहे.

साधकाचा अर्थच असा जो संन्यासाच्या शोधात निघाला आहे. पण माझ्या संन्यासाचा अर्थ तुम्ही लक्षात ठेवा. माझा संन्यास उपलब्ध करून देणारा आहे, मिळवणारा आहे. रोज विशाल, रोज विराटाला मिळवत जाणारा, मिळवत जायचं आहे.

'तुमच्या संन्यासाची दिनचर्या काय असेल?'

संन्यासाची दिनचर्या? माझा संन्यासी? नाही. माझा संन्यासी कोण असणार कसा? संन्यासीच्या दिनचर्येबद्दल बोलू. खरं तर आम्ही जेव्हा दिनचर्या बनवतो, नुकसान होतं. एका झेन फकिराला कुणीतरी विचारलं की, तुमची दिनचर्या काय आहे? तो म्हणाला, जेव्हा मला झोप येते, मी झोपतो, झोप झाली की मी उठतो. भूक लागली की जेवतो आणि मला जेव्हा भूक लागत नाही तेव्हा मी अजिबातच जेवत नाही.

योग्य म्हणाला आहे तो. संन्यासीचा अर्थ असा आहे जो जबरदस्ती करत नाही. लादत नाही. जीवनाला सहजतेने नेत आहे. आम्ही सगळे अगदी अजब माणसं आहोत. जेव्हा झोप येते तेव्हा आम्ही जागं राहण्याचा प्रयत्न करतो आणि झोप येत नसते तेव्हा झोपेची आराधना करत राहतो. भूक नसताना खात राहतो आणि भूक लागली तर म्हणतो की अजून वेळ झाली नाही जेवायची. आम्ही पूर्ण जीवन अस्ताव्यस्त करून टाकतो आणि शरीराची जी एक आपली अंतर्व्यवस्था आहे, त्याला नष्ट करतो.

संन्यासीचा अर्थ आहे, जो शरीराच्या आपल्या अंत:प्रज्ञेनुसार जगेल. झोप येईल तेव्हा झोपेल. झोप झाली की उठेल. ब्रह्ममुहूर्तावर नाही उठणार. जेव्हा झोप येईल, डोळे उघडतील, तो त्याला ब्रह्ममुहूर्त म्हणेल. म्हणेल की जेव्हा देव उठवतो, उठतो. तोच ब्रह्ममुहूर्त! म्हणून मी दिनचर्या नाही सांगू शकत आणि दिनचर्या ठरवली

की त्रासदायक होतं, कारण मी माझ्या हिशेबाने ठरवणार आणि माझा हिशेब तुमचा हिशेब असू शकत नाही. जर मी म्हणालो की रात्री तीन वाजता उठायचं, तर रात्री तीन वाजता उठणं माझ्यासाठी आनंदाचं असेल, तुमच्यासाठी आजाराचं कारण होईल. प्रत्येक माणसाच्या शरीराची स्वत:ची व्यवस्था असते. जे आम्हाला लक्षात घेता येत नाही.

साधारणपणे लोक मला सांगतात की आजकालच्या स्त्रिया आळशी झाल्या आहेत. पतीला उठून चहा बनवावा लागतो सकाळचा, पत्नी झोपून राहते. पण तुम्हाला माहीत नाही. हे अगदी योग्य आहे. स्त्रियांना जाग येण्याची जी अंत:व्यवस्था आहे ती पुरुषांपेक्षा दोन तास मागे आहे. पुरुष जर पाच वाजता उठतो तर स्त्री सात वाजता उठते. यावर बरेच शोध केले गेले आहेत. आश्चर्य वाटेल, पण असा अनुभव आला आहे की चोवीस तासांपैकी दोन तास माणसाच्या शरीराचं तापमान एकदम कमी होऊन जातं. खाली घसरतं. सर्वांच्या शरीराचं. तुम्ही बघितलं असेल की पहाटे चारच्या सुमारास थंडी वाजू लागते. थंडी वाढते म्हणून नाही वाजत, तुमच्या शरीराचं तापमान खाली घसरतं म्हणून वाजते. चोवीस तासांमध्ये दोन तास शरीराचं तापमान घसरतं आणि हे जे दोन तास आहेत, ते प्रत्येकाचे वेगवेगळे असतात. ते दोन तास गाढ निद्रेचे तास आहेत. ते दोन तास जर झोप मिळाली नाही तर माणूस दिवसभर अस्वस्थ राहतो. ते दोन तास प्रत्येकाचे वेगवेगळे असतात हे नक्की. म्हणून निश्चित करता येत नाही की तुम्ही कधी उठाल? तुम्हाला ठरवावं लागेल. तुम्ही उठून बघा की, प्रयोग करा आणि दिवसभर तुम्ही ताजे राहता, तो क्षण तुमचा उठण्याचा आहे आणि गाढ झोपता ज्या तासांत ते तुमच्या झोपेचे तास आहेत.

ना वेळेचा काळ ठरविता येतो, कुणी पाच तासांत झोप पूर्ण करेल, कुणी सात तासांत, तर कुणाला तीन तासही पुरेसे होतील. तीन तासांत झोप पूर्ण करणारा दुसऱ्याला आळशी म्हणतो. त्याला अभिमान वाटतो स्वत:चा, जणू मोठं सात्त्विक कार्य करतो आहे. दुसऱ्यांकडे निंदात्मक बघू लागतो.

किती खायचं, काय खायचं, काय घालायचं, कसं घालायचं, कसं झोपायचं यावर अगदी सामान्य चर्चा करता येते, पण दिनचर्या नाही बनवता येत. दिनचर्या तुम्हाला तुमची ठरवावी लागेल. इतकं स्वातंत्र्य तरी कमीत कमी ठेवा. संसारी नाही ठेवू शकत, संन्यासी तर ठेवू शकतो. त्याने घ्यायलाच हवं. त्याने सक्तीने ठरवायला हवं की त्याच्यासाठी जे सुखद, आनंदपूर्ण, शांतीपूर्ण आहे, तसं त्याने जगावं. एकच गोष्ट त्याने लक्षात ठेवायची आहे की त्याच्यामुळे कुणाला दु:ख, त्रास सहन करावा लागणार नाही. असं त्याने जगावं, इतकं त्याने करणं आवश्यक आहे.

आम्ही बघतो की माणूस सिगारेट ओढतो आहे. जग त्याच्या विरोधात आहे,

तरी तो ओढतो आहे. डॉक्टर सांगतात की आजारी पडशील. तो म्हणतो, माहीत आहे, अगदी मान्य आहे. पण सवय सुटत नाही. काय कारण आहे? असं तर नाही की सिगारेट एक महत्त्वाची गोष्ट पूर्ण करते त्याच्यासाठी? करते. मॅक्सिकोत एक अन्वेषण कार्य होत होतं, तिथे असं अनुमान निघालं की जी माणसं वेड्यासारखी सिगारेट ओढतात त्यांच्या शरीरात निकोटिनची कमतरता असते. ती ते कसंही करून पूर्ण करतात. मग ते सिगारेटद्वारा असो, चहा, कॉफी, तंबाखू, कोको कशाही प्रकारे पूर्ण करतात, ज्यात निकोटिन आहे, त्याचं सेवन करतात. पण बिचारे फसतात त्यात, अनैतिक होतात.

आता एक माणूस धूर आत घेतो, बाहेर सोडतो यात अनीती काही नाही. करतो आहे तर जास्तीत जास्त नासमज काम करतो आहे. अनीती कसली? दुसऱ्याला त्रास होत नाहीये ना? इतकी खबरदारी घ्यायला हवी. एक निर्दोष वेडेपणा करत आहे.

पण शरीराबद्दल आम्हाला फार कमी माहिती आहे. अजूनही शरीराचं रहस्य पूर्णत्वाने आम्हाला समजलेलं नाही. पण शरीर अनोळखी रस्त्यावर नेऊन आपली गरज पूर्ण करून घेतं. ते म्हणतं सिगारेट ओढ, तंबाखू खा. मग तृप्त व्हायला लागतं तर व्यसन धरून ठेवतं. असं नाही की सगळ्याच सिगारेट ओढणाऱ्यांच्या शरीरात निकोटिनची कमतरता असते. पण एकाचं बघून दुसरा ओढू लागतो. व्यसन बनत जातं.

पण कोणतीच गोष्ट ठरवता येत नाही वरवर. निश्चित रूपात सर्वांसाठी एक योजना नाही करता येत की माणसाने असं बसावं, उठावं, झोपावं, खावं, प्यावं! हां, मुख्य काही गोष्टी ठरवता येतात. जे काही कराल ते जागृत होऊन करा, शुद्धीत करा. स्वतःचं आणि दुसऱ्याचं सुख लक्षात ठेवून करा. स्वास्थ्य, शांती, आनंद वाढेल अशा दिशेने! अकारण हिंसा, अकारण आघात, दुःख, पीडा, त्रास नको. जे भोजन घ्याल त्यात स्वास्थ्य मिळेल, हे महत्त्वपूर्ण आहे. स्वाद घेण्याची कला शिका. स्वाद वस्तूंवर कमी असावा. अशा मोठ्या गोष्टी सांगता येतील आणि त्या गोष्टींच्या आधारे आपलं व्यक्तित्व बघून निर्णय घ्यायला हवेत.

ना कुठलं डिसिप्लिन आहे, ना अनुशासन. प्रत्येक व्यक्ती आत्मनीयता आहे आणि संन्यासचा अर्थ असा आहे की आम्ही आमच्या निर्णयाचा अधिकार घोषित करतो की आता आम्ही आम्हालाच आमच्या ढंगाने निर्धारित करू. जर काही चूक झाली तर? झाली तर भोगणारही तुम्हीच. त्यात तुम्हाला त्रास करून घेण्याची आवश्यकता नाही. जो जशी चूक करेल, तसं दुःख भोगेल. ठीक करेल, सुख मिळवेल. दुसरे चूक करणार नाहीत. यात दुसऱ्याने फार उत्सुकता नाही घेता कामा. कारण दुसऱ्याचीही उत्सुकता अनैतिक आहे. तुम्ही दुसऱ्याला चूकही करू देत

नाही? तर तुम्ही आहात कोण? त्याला चूक करायची आहे, करू देत! त्याला तिथे थांबवता येईल जिथे त्याची चूक दुसऱ्यासाठी त्रासदायक ठरते. अन्यथा नाही. त्याची चूक, त्याच्यासाठी दु:ख घेऊन येईल, येऊ देत.

आणि संन्यासीचा अर्थ आहे तो विवेकी आहे. तो बघतो आहे, पूर्ण वेळ की कोणत्या गोष्टीमुळे दु:ख होतं – कोणत्या गोष्टीमुळे सुख, ज्याने सुख मिळतं, ते तो स्वीकारेल, ज्याने दु:ख होतं, हळूहळू सोडून देईल. हळूहळू आपल्या आनंदाचा शोध घेण्याच्या यात्रेला निघेल. तुम्ही त्याच्यासाठी चिंतित होऊ नका. मला याचंच आश्चर्य वाटतं की संन्यासी जितका चिंतित नाही, त्याच्या आजूबाजूचे गोळा होतात, बघत राहतात, चिंतित होऊन की काही चूक तर नाही ना करत?

मी संन्यासीला पाखंडी होऊ देऊ शकत नाही. एकच उपाय आहे संन्यासी पाखंडी बनू नये यासाठी की आम्ही त्याची काळजी करणं सोडून द्यायला हवी. त्याने स्वत:ची काळजी घ्यावी, नाही तर तो पाखंडी होणारच. आम्ही सर्व संन्याशांना पाखंडी करून टाकलं आहे. आता एक साधूंचा वर्ग आहे, जो स्नान करू शकत नाही. त्यांच्या आजूबाजूची माणसं त्यांना घाणीत ढकलत आहेत, पण आदरही देत आहेत. पाया पडत आहेत. आता ते विचार करतात की स्नानाच्या बदल्यात पाया पडतात, तर चालू दे असंच. एकांत मिळाल्यावर थोडीफार साफसफाई करतात. पण आम्ही त्यांना चोरी आणि गिल्टमध्ये ढकलत आहोत.

एक सद्गृहस्थ माझ्याकडे आले, म्हणाले अमुक साध्वी तुमच्याकडे येते. आम्ही ऐकलं आहे की टूथपेस्ट वापरते. मी म्हणालो, वेडे आहात का? संन्यासिनी टूथपेस्ट करते की करत नाही, तुम्ही टूथपेस्टचं काम करता का? काय म्हणायचं आहे तुम्हाला? तो म्हणाला, आमच्या समाजात दातून करण्याला मनाई आहे. मी म्हणालो, तर मग तुम्ही करू नका. तुमच्या समाजात अमान्य आहे. ते मजेत टूथपेस्ट करतात. त्यांचा संन्यासी करू शकत नाही. कारण ते आदर देतात, बदल्यात काही मागतातही.

तर मी माझ्या संन्यासींना, ज्यांना मी संन्यासी समजतो आहे, त्यांना सांगेन, आदर मागू नका अन्यथा बंधन सुरू होईल. मागूच नका. नाही तर हरतऱ्हेची बदमाशी, हरतऱ्हेचे चोर गोळा होतील, ते लगेच अडकवतील. म्हणतील, आम्ही आदर देतो, पाया पडतो. पण आमच्याही अटी आहेत, असं असं करा. संन्यासी म्हणजे तुमच्या अटींची, समाजाची पर्वा जो करत नाही तो संन्यासी. आम्ही आमची चिंता करायला सुरुवात केली आहे, आता तुम्ही आमची काळजी करू नका.

व्यक्तीचा विवेक हाच त्याचा पथप्रदीप आहे.

'तुम्ही तुमच्या संन्यासाची चर्चा करताना म्हणालात की

संन्यास आनंदी घटना आहे, त्यागाची नाही. माझ्या मते, शंकराचार्य आनंदाने संन्यासी झाले होते आणि हे संन्यासी जे होतील तेही त्यागाला नाही, तर आनंदाला महत्त्व देतील. म्हणून या अर्थाने तेही तुमचे संन्यासी झाले. दुसरं असं की तुम्ही अभिनयावर जोर देता, कृपा करून हे स्पष्ट करा. कोणी संन्यासी दुकानावर बसून ब्लॅक मार्केटिंगचा अभिनय करू शकतो आणि तुम्ही भगवी वस्त्रं घालायला सांगता तर तुम्ही स्वत: भगवी वस्त्रं का नाही घालत?'

पहिली गोष्ट, संन्यासी दुकानावर बसून ब्लॅक मार्केटिंगचा अभिनय करू शकतो! करेल तर त्यात फार काही नुकसान होणार नाही, कारण तो संन्यासी नसता तरीसुद्धा ब्लॅक मार्केटिंग करत असता. त्यात कुणाचं नुकसान नाही, पण मला वाटतं, ज्या माणसाला संन्यासाचे विचार येतात आणि जो हिमतीने आपल्या जीवनात एक प्रयोग करू इच्छितो आणि जो दुकानदार असण्याचा अभिनय करतो, तो ब्लॅक मार्केटिंगचा अभिनय नाही करू शकणार. कारण ब्लॅक मार्केटिंग करता अभिनय नाही तर कर्ता असणं गरजेचं आहे.

जितकं वाईट काम करायचं असेल तितकं कर्ता होणं आवश्यक होत जातं. कारण वाईट कामाचा आंतरिक दंश आहे. पीडा आहे. त्यासाठी मग्न होणं गरजेचं असतं. कमिटेड होणं गरजेचं असतं. कुणा माणसाला अभिनयात सुरा मारता येत नाही. कठीण जाईल कारण दुसऱ्या माणसाचं जीवन धोक्यात असेल आणि अभिनयात सुरा मारण्यात काही अर्थ नसतो.

अभिनयाची जी धारणा आहे, जर नीट विचारात घेतलीत, तर आधी मी असं सांगतो आहे की जरी दुकानदाराने ब्लॅक मार्केटिंग केलं, तर त्यात कुणाचं नुकसान होत नाही, कारण जो संन्यासी होऊनही ब्लॅक मार्केटिंग करतो आहे, तो संन्यासी नसतानाही करत होता, म्हणून नुकसान नाही. अशीही शक्यता आहे – माझ्यासाठी तर अनेक शक्यता आहेत की तो जो संन्यासी होण्याच्या विचारांनी भरलेला आहे, तो ब्लॅक मार्केटिंगचा अभिनय नाही करणार. संन्यासी होण्याची जी प्रज्ञा आहे, जो विवेक आहे, तोच त्याला सांगेल की त्याने काय करायचं आहे. काय करायचं नाहीये. अभिनय तिथेच करेल, जिथे करायला हवा, जिथे कर्तव्य आहे, जे सोडून पळून जाणं म्हणजे पलायन असेल. जिथे निघून जाणं म्हणजे जबाबदारी टाळणं, कुणासाठी तरी दु:ख त्रास निर्माण करणं तितकाच अभिनय करेल. अभिनय तर नेहमी अत्यंत आवश्यक असेल तिथेच केला जाईल. अनावश्यक अभिनयाची गरज नाही राहणार, ते भाग आपोआप कापले जातील.

दुसरी गोष्ट भगव्या वस्त्रांची. मी का नाही भगवी वस्त्रं वापरत? जाणूनच. भगवी वस्त्रं वापरण्यास सुरुवात करण्याआधीच संन्यास घडला. मग काही कारण नाही उरलं. मी भगवी वस्त्रं घालतो आणि सांगतो की भगवी वस्त्रं उपयुक्त आहेत, तर कदाचित असं वाटू शकतं की मी भगवी वस्त्रं दुसऱ्यांना घालायला लावण्यासाठी आतुर आहे. नाही, मी माझा चेहरा दुसऱ्यांच्या चेहऱ्यावर ठेवू इच्छित नाही. म्हणून मी जे काही घालतो, उठतो, बसतो, जसा जगतो, ते कुणावर लादू इच्छित नाही. जराही मन नाही.

भगवी वस्त्रं घालून भगव्या वस्त्रांबद्दल काही सांगतो तर इतरांना वाटेल की मी माझ्या वस्त्रांचं कौतुक करतो आहे; पण मी भगवी वस्त्रं वापरत नाही म्हणून अशा वस्त्रांशी माझी ओढ नाहीये हे तर स्वच्छ आहे. म्हणून भगव्या वस्त्राचं कौतुक करतो, तर ते केवळ शास्त्रीय दृष्टिकोनातून. मी स्वत: वापरत नाही. मी पूर्ण बाहेर आहे.

तिसरी गोष्ट शंकराचार्यांनी आनंदाने संन्यास घेतला होता. मी नाही मानत. त्यांचा जगाकडे बघण्याचा दृष्टिकोन निषेधात्मक होता. निषेध इतका कडवट होता की ते सतत जग म्हणजे माया हे सिद्ध करण्याच्या प्रयत्नात होते. हे जग खोटं, भ्रम, माया, जग नाहीच, हे असंच सिद्ध करण्याचा त्यांचा आग्रह इतका प्रगाढ आहे की हे जग त्यांना चारही बाजूंनी त्रासदायक झालं आहे, हेही स्वच्छ आहे. या जगाचं असणं त्यांना इतकं बोचतं की त्या जगाला नाकारल्याशिवाय, जग हे एक स्वप्न असं सिद्ध केल्याशिवाय त्यांना शांत, त्यांची सुटका होणार नाही. शंकराचार्यांचा निषेध फार खोलवरचा आहे.

शंकर आनंदाबद्दल बोलतात. पण त्यांच्या आणि माझ्या आनंदात मूलत: फरक आहे. ते त्या आनंदाबद्दल बोलतात जो संसाराचा त्याग केल्यानंतर मिळतो. ते त्या आनंदाबद्दल बोलतात जो माया सोडल्यानंतर, ब्रह्म मिलन होतं आणि आनंद प्राप्त होतो. मी त्या आनंदाबद्दल बोलतो जो समस्त, समग्रांना – माया, ब्रह्म, संसार, प्रभू – सर्वांना स्वीकारल्यानंतर मिळतो. माझ्या मनात निषेध जराही नाही. त्याग माझ्या मनात जराही नाही. शंकर आनंद म्हणतात, संसाराचा त्याग केल्यावर, संसार त्यागात आनंद लपलेला आहे. माझ्यासाठी आनंद इतका विशाल आहे की संसारही त्यात सामावतो, परमात्माही त्यात सामावतो, सगळं सामवतं. आनंदात मी कोणत्याही गोष्टीचा निषेध करत नाही.

आणि शेवटची गोष्ट की जेव्हा मी म्हणालो, 'आपले संन्यासी' ते मी चुकून बोललो नाही. माझी जीभ अजब आहे. अगदी कठीण आहे ती चुकणं. पहिल्यांदा ज्या मित्राने विचारलं होतं 'तुमचे संन्यासी' तेव्हा मी नाकारलं होतं की 'माझे' म्हणू नका. पण त्यामागचं प्रयोजन दुसरं होतं. प्रयोजन असं होतं की संन्यासी माझा कसा

काय असू शकतो? पण दुसऱ्यांदा म्हणालो तेव्हा जीभ चुकली नाही. मी म्हणालो, 'आपले संन्यासी.'

संन्यासी माझे होऊ शकत नाहीत, पण मी संन्यासांचा तर होऊ शकतो! आणि त्या संन्यासांचा– त्या आनंदी संन्यासी– ज्यांच्याबद्दल मी बोलतो आहे, त्यांच्याशी माझा संबंध आहे आणि माझा संबंध यात आहे की मी बघतो की त्या तऱ्हेच्या संन्यासामध्येच भविष्यात संन्यास टिकण्याची संभावना आहे, आशा आहे, भविष्य आहे.

'तुम्ही म्हणालात की संन्यासाची दीक्षा व्यक्ती आणि परमात्मा यांच्यामधली सरळ गोष्ट आहे. पण मग प्रश्न उद्‌भवतो की दीक्षेत तुम्हाला साक्षीदार रूपात मध्ये ठेवणं म्हणजे संन्यासाकडे अविश्वास, असं होत नाही का?'

हे अगदी योग्य म्हणालात तुम्ही की संन्यासी आणि परमात्मा यांच्या मधली गोष्ट आहे. जर हे समजतंय तर माझं असणं आवश्यक नाही. पण तुम्ही इथे आलातच एवढ्यासाठी की तुमच्यात आणि परमात्म्यात सरळ संबंध नाहीये. नाही तर तुम्ही इथे कशाला आला असतात?

'इथे आम्हाला आनंद मिळतो, म्हणून येतो.'

'तर मी साक्षी राहीन.'

'तुमच्या आजूबाजूला मग संप्रदाय नाही बनणार?'

नाही बनणार. कारण त्यासाठी काही गरजा आहेत. ज्या अनिवार्य आहेत. एक गुरू हवा, शास्त्र हवं, सिद्धान्त हवेत, विशेषणं हवीत आणि इतकंच नाही तर या अतिरिक्त याहून भिन्न जे आहे ते संपूर्ण रूपात चुकीचं आहे आणि तेच पूर्ण रूपात बरोबर आहे, असा आग्रहही हवा.

तर मी तर असं सांगतो आहे की मी त्याला संन्यासी म्हणतो, ज्याला काही विशेषणं नाहीत. विशेषणांशिवाय संप्रदाय बनवणं कठीण आहे. त्याला संन्यासी म्हणतो, ज्याचा कुठला धर्म नाही. धर्मांशिवाय संप्रदाय कसा बनवणार? त्याला संन्यासी म्हणतो ज्याचा कोणता धर्मग्रंथ नाही. धर्मगुरू नाही. मंदिर नाही, मशीद नाही, शिवालय नाही, गुरुद्वारा नाही, तर संप्रदाय बनवणं कठीण. प्रयत्न असा

करायला हवा की संप्रदाय बनणार नाही. कारण जितकं धर्माचं नुकसान संप्रदायाने केलेलं आहे तितकं कुणीही केलेलं नाही. अधर्माने धर्माला जितकं नुकसान पोहोचवलं नाही तितकं संप्रदायाने पोहोचवलं. दगडधोंडे नुकसान करत नाहीत खऱ्या नाण्याला. नुकसान करतात नकली नाणी. धर्माच्या खऱ्या नाण्यांचंही नुकसान करतात खोटी संप्रदायाची नाणी. त्यासाठी खूप जागरूक राहायला हवं.

नाही बनू शकणार संप्रदाय कारण ना माझा कुणी शिष्य आहे, ना मी कुणाचा गुरू आणि ज्यांच्यासाठी मी साक्ष राहीन म्हणतो, कारण ते सरळ स्वत: जोडले जाऊ शकत नाहीत म्हणून. सरळ जोडले जात असाल तर मला त्रास देऊ नका. मी विनाकारण त्रासात पडायला तयारही नाही. माझं काहीही देणं-घेणं नाही. काहीही संबंध नाही. जर तुम्ही सरळ जोडले जाता, त्याहूनही उत्तम दुसरं काहीही नाही. तर मग साक्षीचाही प्रश्न आहे.

'नाव बदलणं आणि गळ्यात माळ घालणं त्यांना काही विशेष अर्थ आहे?'

हो, अर्थ आहे. खूप अर्थ आहे. संन्यासीचं नाव बदलण्यात मोठा अर्थ आहे. सूचक! आणि आमच्या आयुष्यात सगळं सूचक आहे. एका नावाने तुम्ही जगता, एका नावाने तुमची ओळख आहे. एक नाव तुमचं प्रतीक आहे. तुमच्या व्यक्तित्वाशी जोडलेलं आहे. संन्यासीचं नाव बदलण्याचा अर्थ असा आहे की आम्ही त्याच्या जुन्या ओळखीतून त्याला तोडत आहोत. आम्ही सांगतो आहोत की तुम्ही ते नाही जे कालपर्यंत होता, आता तुम्ही नव्या प्रवासाला निघाला आहात. नवी ओळख घेऊन जा.

जुन्या काळी जेव्हा दीक्षा दिली जायची, तर एक छोटासा प्रयोग करायचे. जसे आम्ही शव त्याला अंघोळ घालतो, चितेवर ठेवण्याअगोदर तशी त्याला अंघोळ घालायचे. त्याचे केस कापले जायचे. जसं चितेला आग लावतात आणि आजूबाजूने सगळी जणं उभी राहतात. ज्यांना मी साक्षी म्हणेन, ते म्हणायचे, जळून जाऊ दे त्याला जो तू काल होतास आणि चितेतून तुम्हाला बाहेर खेचत, हा तुमचा पुनर्जन्म. आता तुम्ही द्विज झालात. तुमचा दुसरा जन्म झाला.

हे केवळ 'सिम्बॉलिक रिचुअल' होतं. आपण आपल्यात जर बघतो, तर कुणी नाही केलं तरी हरकत नाही. जर समज खूप असेल तर या जगात कोणत्याही रिच्युअलचा, कोणत्याही गोष्टीला काहीही अर्थ नाही. पण तेवढी समज कुठे आहे? ती 'ओळख' तोडण्यात सहयोगी होते. अचानक समजतं की आता तुम्ही ते नाही राहिलात.

पुन:पुन्हा विचार येतील की आता माझं ते नाव नाही जे कालपर्यंत होतं. आता माझं नाव दुसरं आहे. आता रस्त्यात कुणी बोलवेल, जुन्या काळच्या नावाने नव्हे, नव्या नावाने तर तुम्हीही तेवढेच दचकाल. तुमच्या आतून तुमची ओळख रोज रोज तुटत जाईल आणि समजेल की तो माणूस संपला. आता एक नवी यात्रा सुरू झाली. हे आठवण्यासाठी नाव बदलणं उपयोगी आहे.

दुसरं विचारलं आहे की माळेचा काय अर्थ असू शकतो? व्यर्थ तर काहीच नसतं कधी. चालचालून व्यर्थ होत जातं ही गोष्ट अलाहिदा. सर्व गोष्टी चालून चालून घासल्या जातात, खराब होत जातात.

माळेत एकशे आठ मणी बघितले असतील. पण कधी लक्षात आलं नसेल की ते काय आहेत? एकशे आठ ध्यानपद्धती आहेत. एकशे आठ ध्यानाचे मार्ग आहेत. एकशे आठ विधींनी ध्यानाची संभावना आहे, जर तुमचा-माझा संबंध असाच राहिला तर एकशे आठ विधी तुम्हाला सांगायच्या आहेत. ते एकशे आठ मार्ग, एकशे आठ ध्यानाची प्रतीकं आहेत.

आणि एकशे आठ मण्यानंतर एक मेरुमणी बघितला असेल. तो हे सांगतो की एकशे आठपैकी कोणत्याही एकातून पोहोचा, शेवटी अंती माणूस एकावर पोहोचतो. कुठूनही जा, एकावर पोहोचतो. तर एकशे आठ मणी आणि एक मेरुमणी. सगळे सिम्बॉलिक, पोएटिक, काव्यात्मक पण अर्थपूर्ण आहेत.

एक माणूस लग्न करून कुणा स्त्रीला घरी घेऊन येतो. मग आम्ही तिचं नाव बदलतो का? तिची ओळख तोडण्यासाठी. ती कुणाच्या तरी घरची मुलगी आहे. कुठे दुसरीकडे वाढली, मोठी झाली, काही वेगळ्या संस्कारात. तिच्या नावाशी तिचं सर्व व्यक्तित्त्व जोडलं गेलं आहे. घरी आणून आम्ही तिचं नाव बदलतो. नवीन प्रवासाला सुरुवात होते. सांगतो तिला की विसरून जा ते घर जिथे तू होतीस, ते संबंध, ते संस्कार. आता एक नवा परिवार, नवं घर, नवं जग, तुझ्या नावाच्या आजूबाजूला आता एक नवं 'क्रिस्टलायझेशन' होईल.

माळ, नाव असो की अजून खूप काही आहे, सर्वांना खूप अर्थ आहेत. पण त्या सगळ्या गोष्टी चालून चालून व्यर्थ झाल्या. आता जेव्हा ते सर्व व्यर्थ झालं आहे, तर मी हजार वेळा त्यांच्या विरोधात बोलत राहीन, राहतो. मी त्यांच्या व्यर्थतेच्या विरोधात बोलत राहीन. पण माझी वेदना तुम्हाला समजणं कठीण पडतं. माझी वेदना अशी आहे की मी जाणतो की काही गोष्टी सार्थक आहेत आणि व्यर्थ झाल्या आहेत. मी त्यांच्या विरोधातही बोलेन आणि त्यांच्या बाजूनेही बोलेन. आता हा माझा त्रास आहे. हा त्रास तुम्हालाही समजायला हवा.

मी काही गोष्टींच्या विरोधात बोलत राहीन, कारण त्या व्यर्थ झाल्या आहेत आणि तरीही काही मार्गांवर त्या गोष्टींच्या बाजूनेही काही करत राहीन; कारण मला

ठाऊक आहे की मुळात त्यांची सार्थकता होती आणि ती सार्थकता हरवता कामा नये. हे दोन्ही एकत्र चालत राहील. म्हणून अनेक तऱ्हेचे मित्र माझे, उद्या शत्रू बनवेन मी त्यांना आणि अनेक साथीदार मी हरवेन आणि हे रोज होत राहील. त्याला काही उपाय नाही. कारण एक दिवस माळेच्या विरोधात बोलेन, मला आश्चर्य वाटलंय की मी मोठमोठ्या संन्याशांसमोर माळेच्या विरोधात बोललो आहे आणि ते माळेच्या बाजूने एक शब्दही बोलू शकले नाहीत. मला तर वाटत होतं की बोलेल कोणीतरी. आता कुणी भेटलं नाही तर मलाच सांगावं लागेल. आता काही दुसरा मार्ग नाही.

◆

ओशो – एक परिचय

आत्मसाक्षात्काराच्या जगात ओशोंचे अद्वितीय योगदान त्यांना प्रत्येक श्रेणीच्या पलीकडे घेऊन जाते. ते एक गूढवादी आहेत आणि वैज्ञानिकही आहेत. आणि अशी विद्रोही चेतनादेखील आहेत, जी मानवतेला जगण्याचा नवीन मार्ग शोधण्याच्या आवश्यकतेसाठी प्रवृत्त करते. भूतकाळाला पुढे रेटणे म्हणजे या अनोख्या आणि सुंदर ठिकाणी आपल्या अस्तित्वाच्या विनाशाला आमंत्रण देणे होय.

ओशोंची प्रवचने, जीवनाच्या अर्थाच्या वैयक्तिक शोधापासून ते समाज, राजकारण आणि पर्यावरणाच्या सध्याच्या गंभीर समस्यांपर्यंत सर्व विषयांना स्पर्श करतात. ओशोंनी पुस्तके लिहिली नाहीत; परंतु आंतरराष्ट्रीय श्रोत्यांसमोर त्यांनी दिलेल्या प्रवचनांची ऑडिओ-मुद्रित संकलने पुस्तकरूपात आहेत. ओशो म्हणतात, "लक्षात ठेवा, मी जे बोलतोय ते केवळ तुमच्यासाठी नाही... मी पुढच्या पिढ्यांसाठीही बोलत आहे."

'द संडे टाइम्स ऑफ लंडन' ने ओशोंचे वर्णन 'विसाव्या शतकातील एक हजार निर्मात्यांपैकी एक' म्हणून केले आहे. प्रसिद्ध अमेरिकन लेखक टॉम रॉबिन्स यांनी लिहिले आहे, की येशू ख्रिस्तानंतरचा सर्वांत dangerous (खतरनाक) माणूस आहे. भारताच्या 'संडे मिड-डे'ने भारताचे भाग्य बदलविणाऱ्या गांधी, नेहरू आणि बुद्ध अशा दहा लोकांबरोबर ओशो यांचे नाव घेतले आहे.

आपल्या कार्याबद्दल, ओशोंनी म्हटले आहे, ''मी येणाऱ्या सुसंस्कृत पिढीसाठी अनुकूल परिस्थिती तयार करत आहे.'' या नवीन माणसाला ते 'झोरबा द बुद्ध' म्हणतात, जो 'झोरबा द ग्रीक' प्रमाणे पृथ्वीवरील सर्व सुखांचा उपभोग घेण्याची क्षमता असलेला आणि गौतम बुद्धांप्रमाणे शांततेत, मौनात राहणारा असेल.

ओशोंच्या प्रत्येक पैलूमध्ये पूर्वेकडील कालातीत शहाणपणा आणि पश्चिमेकडील विज्ञान आणि तंत्रज्ञानाच्या सर्वोच्च शक्यतांचा समन्वय आहे.

आधुनिक जीवनाचा वेग लक्षात घेऊन ध्यानाची प्रक्रिया ओशो सुचवतात. ज्या ध्यानप्रक्रियेमुळे एखाद्याला दैनंदिन जीवनात शांतता प्राप्त होईल आणि विचारमुक्त विश्रांतीचा अनुभव घेता येईल, अशा आंतरिक परिवर्तनाच्या विज्ञानातील क्रांतिकारक योगदानासाठीच ओशो ओळखले जातात.

ओशोंच्या दोन आत्मचरित्रात्मक कृती :

ऑटोबायोग्राफी ऑफ ए स्पिरिचूअली इनकरेक्ट मिस्टिक,
(सेंट मार्टिंस प्रेस, यूएसए)

ग्लिम्प्सेस ऑफ ए गोल्डन चाइल्डहुड, (हिंदी पुस्तक : स्वर्णिम बचपन)
(ओशो मीडिया इंटरनॅशनल, पुणे, भारत)

◆

ओशो इन्टरनॅशनल मेडिटेशन रिसॉर्ट

मेडिटेशन रिझॉर्ट दरवर्षी १०० हून अधिक देशांतील हजारो मित्रांचे स्वागत करते. रिसॉर्टचे अद्वितीय कॉम्प्लेक्स अधिक जागरूक, आरामशीर, उत्सवपूर्ण आणि सर्जनशील जीवन जगण्याचा एक नवीन मार्ग स्वत: अनुभवण्याची संधी प्रदान करत असते. चोवीस तास आणि पूर्ण वर्षभर चालणाऱ्या भव्य, वैविध्यपूर्ण इव्हेन्ट्समधून (कार्यक्रमांमधून) तुम्ही कोणताही निवडू शकता – काहीही न करणे आणि फक्त आराम करणे हा त्यांपैकी एक!

येथील सर्व कार्यक्रम ओशोंच्या 'झोरबा द बुद्ध'च्या अंतर्दृष्टीवर आधारित आहेत. झोरबा, हा गुणात्मकरीत्या एक नवीन प्रकारचा असा मनुष्य आहे ज्याच्याकडे दैनंदिन जीवन सर्जनशीलपणे जगण्याची क्षमता आहे. त्याचबरोबर तो मौनात आणि ध्यानात राहू शकतो.

स्थळ

मुंबईच्या आग्नेयेस शंभर मैलांवर असलेल्या पुण्यासारख्या भरभराटीच्या आधुनिक शहरात ओशो इन्टरनॅशनल मेडिटेशन रिझॉर्ट वसले आहे. ते इतर कोणत्याही ठिकाणापेक्षा वेगळे आहे. वृक्षाच्छादित निवासी भागात, निसर्गरम्य वातावरणात २८ एकर जागेत मेडिटेशन रिझॉर्टचा विस्तार आहे.

ओशो ध्यान

सक्रिय आणि निष्क्रिय, पारंपरिक आणि क्रांतिकारी आणि विशेषत: ओशो डायनॅमिक ध्यान यासह प्रत्येक व्यक्तीसाठी दिवसभर चालणारे ध्यान कार्यक्रम इथे उपलब्ध आहेत. ही सर्व ध्यानतंत्रे 'ओशो ऑडिटोरियम' मध्ये होतात. हे ऑडिटोरियम कदाचित जगातील सर्वांत भव्य आणि प्रशस्त ध्यान सभागृह आहे.

ओशो मल्टिव्हर्सिटी

इथे होणारी विविध वैयक्तिक सत्रे, अभ्यासक्रम आणि कार्यशाळा ही सर्जनशील कला ते सर्वांगीण आरोग्य, वैयक्तिक परिवर्तन, मानवी नातेसंबंध आणि जीवनाबद्दलचे शिक्षण देतात.

यात परिवर्तन, कार्य-ध्यान, गूढ विज्ञान, खेळ आणि मनोरंजनासाठी 'झेन' दृष्टिकोनापर्यंत सर्वकाही समाविष्ट आहे. मल्टिव्हर्सिटीच्या यशाचे रहस्य यामध्ये आहे की त्याचे सर्व क्रियाकलाप ध्यानाशी जोडलेले आहेत. माणूस हा नुसता शरीराच्या अवयवांची बेरीज नाही, तर त्यापेक्षा काहीतरी अधिक आहे, असे समजून घेण्यास या कार्यशाळा प्रोत्साहन देतात.

भोजन

विविध जेवणाच्या ठिकाणी दिल्या जाणाऱ्या स्वादिष्ट आणि शाकाहारी, पाश्चात्त्य, आशियाई आणि भारतीय खाद्यपदार्थांत मेडिटेशन रिझॉर्टसाठी केवळ उगवलेल्या सेंद्रिय भाज्या वापरल्या जातात. रिझॉर्टच्या स्वत:च्या बेकरीमध्ये ब्रेड आणि केक वगैरे तयार केले जातात.

सांजक्रियाकलाप

संध्याकाळच्या क्रियाकलाप निवडण्यासाठीची यादी तशी मोठी आहे, ज्यामध्ये नृत्य शीर्षस्थानी आहे. इतर क्रियाकलापांमध्ये ताऱ्यांच्या सावलीत पौर्णिमा ध्यान, विविध कार्यक्रम, संगीतमैफिली आणि दैनंदिन जीवनासाठी ध्यान यांचा समावेश होतो.

सुविधा

मेडिटेशन रिझॉर्टच्या गॅलेरियामधून दैनंदिन वापरातील मूलभूत वस्तू तुम्ही खरेदी करू शकता. ओशोंचे सर्व मीडिया साहित्य मल्टिमीडिया गॅलरीत उपलब्ध आहे. हौशी खरेदीदार मित्रांसाठी, पुण्यात सर्वकाही उपलब्ध आहे. पारंपरिक भारतीय वस्तूंपासून ते आंतरराष्ट्रीय ब्रॅन्डच्या दुकानांपर्यंत.

राहण्याची सोय

ओशो गेस्टहाउसच्या सुरुचीपूर्ण खोल्या आपण राहण्यासाठी निवडू शकता. तुम्हाला जास्त काळ राहायचे असल्यास, तुम्ही 'लिव्हिंग-इन' प्रोग्राम पॅकेजदेखील निवडू शकता. याशिवाय अनेक प्रकारची हॉटेल्स आणि सर्व्हिस अपार्टमेन्ट्सही ओशो रिझॉर्टच्या जवळपास उपलब्ध आहेत.

www.osho.com/meditationresort
www.osho.com/guesthouse
www.osho.com/livingin
Facebook: osho.international.meditation.resort

◆

अधिक माहितीसाठी

ओशो इंटरनॅशनल यांची अधिकृत वेबसाईट : OSHO.com

ही एक बहुभाषिक वेबसाईट असून, यावर मासिके, ओशोंची पुस्तके, ऑडिओ आणि व्हिडीओ स्वरूपातील OSHO Talks इंग्रजी आणि हिंदी भाषेतील डिजिटल स्वरूपात जतन केलेली पुस्तके. तसेच ओशोंच्या ध्यानधारणेच्या प्रक्रियेसंदर्भात विस्तृत अशी माहिती उपलब्ध आहे. यासोबतच ओशो मल्टिवर्सिटी प्रोग्रामची वेळापत्रके व ओशो मेडिटेशन रिसॉर्टबाबत माहिती मिळवता येऊ शकते.

* OshoTimes.com
* OSHO.com/shop
* OSHO.com/iosho
* YouTube : OSHO
* Twitter : OSHO
* Instagram : oshointernational
* Facebook : OSHO.International

Facebook : osho.internatinal.meditation.resort

ओशो का हिंदी साहित्य

उपनिषद
सर्वसार उपनिषद
कैवल्य उपनिषद
अध्यात्म उपनिषद
कठोपनिषद
ईशावास्य उपनिषद
निर्वाण उपनिषद
आत्म-पूजा उपनिषद
केनोपनिषद

महावीर
महावीर-वाणी (दो भागों में)
जिन-सूत्र (दो भागों में)
महावीर या महाविनाश
महावीर : मेरी दृष्टि में
ज्यों की त्यों धरि दीन्हीं चदरिया

कृष्ण
गीता-दर्शन
(आठ भागों में अठारह अध्याय)
कृष्ण-स्मृति

बुद्ध
एस धम्मो सनंतनो (बारह भागों में)

अष्टावक्र
अष्टावक्र महागीता (नौ भागों में)

लाओत्से
ताओ उपनिषद (छह भागों में)

च्वांगत्सु
संसार और मार्ग
सत्य असत्य

मीरा
मैंने राम रतन धन पायो
झुक आई बदरिया सावन की

जगजीवन
नाम सुमिर मन बावरे
अरी, मैं तो नाम के रंग छकी

कबीर
सुनो भई साधो
कस्तूरी कुंडल बसै
कहै कबीर दीवाना
मेरा मुझमे कुछ नही
गूंगे केरी सरकरा
कहै कबीर मैं पूरा पाया
होनी होय सो होय

शांडिल्य
अथातो भक्ति जिज्ञासा (दो भागों में)

दादू
सबै सयाने एक मत
पिव पिव लागी प्यास

पलटू
अजहूं चेत गंवार
सपना यह संसार
काहे होत अधीर

दरिया

कानों सुनी सो झूठ सब

अमी झरत बिगसत कंवल

सुंदरदास

हरि बोलौ हरि बोल

ज्योति से ज्योति जले

धरमदास

जस पनिहार धरे सिर गागर

का सोवै दिन रैन

मलूकदास

कन थोरे कांकर घने

रामदुवारे जो मरे

बाउल संत

प्रेम योग

आनंद योग

अन्य रहस्यदर्शी

भक्ति-सूत्र (नारद)

शिव-सूत्र (शिव)

भजगोविन्दम् मूढ़मते (आदि शंकराचार्य)

एक ओंकार सतनाम (नानक)

जगत तरैया भोर की (दयाबाई)

बिन घन परत फुहार (सहजोबाई)

नहीं सांझ नहीं भोर (चरणदास)

संतो, मगन भया मन मेरा (रज्जब)

कहै वाजिद पुकार (वाजिद)

मरौ हे जोगी मरौ (गोरख)

सहज-योग (सरहपा-तिलोपा)

बिरहिनी मंदिर दियना बार (यारी)

प्रेम-रंग-रस ओढ़ चदरिया (दूलन)

दरिया कहै सब्द निरबाना (दरियादास बिहारवाले)

हंसा तो मोती चुगैं (लाल)

गुरु-परताप साध की संगति (भीखा)

मन ही पूजा मन ही धूप (रैदास)

झरत दसहुं दिस मोती (गुलाल)

अकथ कहानी प्रेम की (फरीद)

झेन, सूफी और उपनिषद की कहानियाँ

बिन बाती बिन तेल

सहज समाधि भली

दीया तले अंधेरा

मनुष्य होने की कला

सदगुरु समर्पण

उस पथ के पथिक

अंतर्यात्रा के पथ पर

विचार-पत्र

क्रांति-बीज

पथ के प्रदीप

पत्र-संकलन

अंतर्वीणा

प्रेम की झील में अनुग्रह के फूल

ढाई आखर प्रेम का

पग घुंघरू बांध

प्रेम के फूल

प्रेम के स्वर

पाथेय

बोध-कथा

मिट्टी के दीये

ध्यान, साधना

ध्यान विज्ञान
ध्यानयोग : प्रथम और अंतिम मुक्ति
मैं कौन हूँ
चित चकमक लागे नाहिं
समाधि के द्वार पर
तृषा गई एक बूँद से
जीवन सत्य की खोज
माटी कहै कुम्हार सूं
जीवन रस गंगा
अमृत की दिशा
समाधि के तीन चरण

साधना शिबिर

साधना-पथ
साधना-पथ
अंतर्यात्रा
प्रभु की पगडंडियाँ
साक्षी की साधना
साक्षी की साधना
साक्षी का बोध
मैं मृत्यु सिखाता हूँ
जिन खोजा तिन पाइयां
समाधि के सप्त द्वार (ब्लावट्स्की)
साधना-सूत्र (मेबिल कॉलिन्स)
ध्यान-सूत्र
जीवन ही है प्रभु
असंभव क्रांति
ध्यान दर्शन
ध्यान के कमल
शून्य की नाव
शून्य के पार
सत्य की खोज
संभावनाओं की आहट
समाधि कमल
जो घर बारे आपना
प्रेम दर्शन
गिरह हमारा सुन्न में
अपने माहिं टटोल
जीवन संगीत
रोम-रोम रस पीजिए

योग

पतंजलि : योग-सूत्र (पाँच भागों में)
योग : नये आयाम

तंत्र

संभोग से समाधि की ओर
संभोग से समाधि की ओर
युवक और यौन
क्रांति-सूत्र
तंत्र-सूत्र (पाँच भागों में)

राष्ट्रीय और सामाजिक समस्याएँ

फिर अमरित की बूँद पड़ी
एक एक कदम
देख कबीरा रोया
अस्वीकृति में उठा हाथ
भारत के जलते प्रश्न
समाजवाद से सावधान
समाजवाद अर्थात आत्मघात
स्वर्ण पाखी था जो कभी
नये समाज की खोज
नये भारत की खोज
नये भारत का जन्म
भारत का भविष्य

अंतरंग वार्ताएँ

संबोधि के क्षण

प्रेम नदी के तीरा

सहज मिले अविनाशी

उपासना के क्षण

अनंत की पुकार

प्रश्नोत्तर

नहिं राम बिन ठांव

प्रेम-पंथ ऐसो कठिन

उत्सव आमार जाति, आनंद आमार गोत्र

मृत्योर्मा अमृतं गमय

प्रीतम छवि नैनन बसी

रहिमन धागा प्रेम का

उड़ियो पंख पसार

सुमिरन मेरा हरि करैं

पिय को खोजन मैं चली

साहेब मिल साहेब भये

जो बोलैं तो हरिकथा

बहुरि न ऐसा दांव

ज्यूं था त्यूं ठहराया

ज्यूं मछली बिन नीर

दीपक बारा नाम का

अनहद में बिसराम

लगन महूरत झूठ सब

सहज आसिकी नाहिं

पीवत रामरस लगी खुमारी

रामनाम जान्यो नहीं

सांच सांच सो सांच

आपुई गई हिराय

बहुतेरे हैं घाट

कोंपलें फिर फूट आईं

क्या सोवै तू बावरी

कहा कहूँ उस देस की

पंथ प्रेम को अटपटो

फिर पत्तों की पांजेब बजी

मैं धार्मिकता सिखाता हूँ, धर्म नहीं

ओशो उपनिषद

एक नई मनुष्यता का जन्म

भविष्य की आधारशिलाएँ

विविध

अमृत-कण

अमृत वाणी

कुछ ज्योतिर्मय क्षण

नये संकेत

चेति सकै तो चेति

हसिबा, खेलिबा, धरिबा ध्यानम्

धर्म साधना के सूत्र

मैं कहता आंखन देखी

जीवन क्रांति के सूत्र

जीवन रहस्य

करुणा और क्रांति

विज्ञान, धर्म और कला

प्रभु मंदिर के द्वार पर

तमसो मा ज्योतिर्गमय

प्रेम है द्वार प्रभु का

अंतर की खोज

अमृत वर्षा

अमृत द्वार

एक नया द्वार

प्रेम गंगा

समुंदर समाया बूँद में

सत्य की प्यास

शून्य समाधि

व्यस्त जीवन में ईश्वर की खोज

अज्ञात की ओर
धर्म और आनंद
जीवन-दर्शन
जीवन की खोज
क्या ईश्वर मर गया है
क्या मनुष्य एक यंत्र है
नानक दुखिया सब संसार
नये मुनष्य का धर्म
धर्म की यात्रा
स्वयं की सत्ता
सुख और शांति
नारी और क्रांति
सम्यक शिक्षा
शिक्षा में क्रांति
गहरे पानी पैठ
ज्योतिष विज्ञान
नव संन्यास क्या
सत्य का अन्वेषण
सत्य का दर्शन
घाट भुलाना बाट बिनु
पथ की खोज
जीवन अलोक
जीवन की कला
जीवन क्रांति की दिशा
जीवन गीत
मन का दर्पण
आँखों देखी सांच
आनंद की खोज
स्वर्णिम बचपन
मेरी प्रिय पुस्तकें
बुद्धत्व का मनोविज्ञान
शून्य की किताब

ओशोंच्या साहित्यासंबंधी माहितीसाठी तसेच मागणीकरीता संपर्क :

ओशो मीडिया इंटरनॅशनल
१७ कोरेगाव पार्क, पुणे ४११००१, महाराष्ट्र, भारत
फोन नं. +९१ (२०) ६६०१९९८१
email : distribution@osho.net

श्रोत्यांसमोर प्रत्यक्ष दिलेल्या तत्कालीन प्रवचनांचा समावेश असणारी ही ओशोंची पुस्तकं आहेत. ओशोंची सर्व प्रवचनं पुस्तकरूपात, तसेच, ऑडिओ रेकॉर्डिंगच्या रूपात उपलब्ध आहेत. ही रेकॉर्डिंग्ज, तसंच पुस्तकं यांच्याबाबतची माहिती www.OSHO.com/library या संकेतस्थळावरून प्राप्त करता येईल.

मीरा एक वसंत आहे

ओशो

अनुवाद
स्वाती चांदोरकर

जेव्हा दु:खाचा भडिमार होतो तेव्हा सामान्य मनुष्य ईश्वराला दोष देतो, वेठीला धरतो आणि मीरा मात्र ईश्वराचे आभार मानते. 'सर्व मोहपाशातून सुटका केलीस,' असं म्हणते. 'ईश्वराराधना व्हावी म्हणूनच अशी तजवीज केलीस.'

असं म्हणते. ती ईश्वराराधनेत कधी रममाण होते, हे तिचं तिलाही कळत नाही. ईश्वराराधना म्हणजे फक्त कृष्णाची आराधना. पंचवीस हजार वर्षांपूर्वी अवतरलेल्या कृष्णावर ती पंचवीस हजार वर्षांनंतर स्वत:ला समर्पित करू शकते.

अशा भक्तीला नावं ठेवली जातात, कलंक लावला जातो, जीवे मारण्याचा यत्न केला जातो. तरीही प्रसन्नता, शांतता, सुमधुर हास्य विलसत राहतं. न पाहिलेल्या मीरेचं रूप नजरेसमोर तरळत राहतं. शिल्पकारांनी त्यांच्या कल्पनेनुसार घडवलेली मीरा नजरेसमोर येते आणि वाटून जातं, 'खचितच, मीरा अशीच दिसत असणार.

शांत, सुंदर, जगाचं भान नसलेली, कृष्णमय झालेली.'